अपोलो - ११

माणसासाठी एक पाऊल,
मानवजातीसाठी एक उत्तुंग झेप

सुधीर फाकटकर

सकाळ प्रकाशन

सकाळ प्रकाशन

Apollo-11

अपोलो-११

लेखक : सुधीर फाकटकर

प्रथम आवृत्ती : जुलै २०१९

मांडणी : यशोधन लोवलेकर

मुखपृष्ठ : मधुमिता शिंदे

प्रकाशक : सकाळ मीडिया प्रा. लि.
५९५, बुधवार पेठ, पुणे - ४११ ००२

ISBN : 978-93-87408-65-4

संपर्क : ०२०-२४४० ५६७८/८८८८८ ४९०५०
sakalprakashan@esakal.com

मुखपृष्ठ सौजन्य : http://www.hq.nasa.gov/alsj/a11/AS11-40-5903HR.jpg
मलपृष्ठ सौजन्य : NASA Human Space Flight Gallery
नामनिर्देशन पृष्ठावरील बुटाच्या ठशाचे छायाचित्र सौजन्य : Buzz Aldrin - NASA : (२० जुलै १९६९ रोजी लुनार मोड्युलचे पायलट बझ आल्ड्रिन यांचा चांद्रभूमीवर उमटलेला बुटाचा ठसा. त्यांनी हे छायाचित्र चांद्रभूमीवरील माती आणि खनिज परीक्षण करण्याच्या हेतूने केलेल्या संशोधनादरम्यान काढले आहे. कालांतराने हे छायाचित्र पहिल्या सफल समानव चांद्रमोहिमेच्या विजयाचे प्रतीक ठरले.)

मनोगत

एखाद्या इंग्रजी पुस्तकाचा मराठीत अनुवाद करण्याचा विचार होता. त्या संदर्भात अंतराळवीरांच्या आत्मचरित्रांचा धांडोळा घेत असता, पहिल्या समानव चांद्रमोहिमेचे अर्धशतक जवळ आल्याचे दिसले. मग अत्यंत महत्त्वपूर्ण ठरलेल्या पहिल्या समानव चांद्रमोहिमेवरच लिहिण्याचा विचार नक्की होत गेला आणि हे पुस्तक आकाराला आले. पहिली समानव चांद्रमोहीम म्हणजे अपोलो-११चा वैज्ञानिक वृत्तान्त आणि त्या निमित्ताने; अशी रूपरेषा समोर ठेवून लिहिले.

अपोलो-११ मोहीम सहजासहजी यशस्वी झालेली नाही. अपोलो-११ मोहिमेपर्यंत बरेच काही घडले आहे. हा रोमांचकारी, धाडसी आणि नाट्यमय प्रवास मांडताना अग्निबाणाच्या इतिहासापासून जाणून घ्यावे लागते. आधुनिक विज्ञानाचा कालखंड सुरू झाल्यानंतर अग्निबाणाच्या तंत्रज्ञान विकासाला मिळालेली चालना, महायुद्धांदरम्यान अद्ययावत अग्निबाणांची निर्मिती, महायुद्ध थांबल्यानंतर अग्निबाणांचा अंतराळविज्ञानासंदर्भात झालेला विकास, दरम्यानच्या काळातील शीतयुद्ध आणि त्यातून निर्माण झालेली अंतराळस्पर्धा; पुढे अंतराळस्पर्धेतूनच चांद्रस्पर्धा निर्माण झाली. चांद्रस्पर्धेच्या निमित्ताने माणसाने अलौकिक म्हणावे असे सीमोल्लंघन केले. मुख्यत्वे अमेरिका आणि रशिया या दोन महासत्तांमध्ये हे सगळे घडले. चांद्रभूमीवर पाऊल ठेवल्यानंतर मानवी संस्कृतीच्या इतिहासाला कलाटणी मिळाली. मानवी बुद्धिमत्तेचा प्रत्यय येत त्याची विश्वाला गवसणी घालण्याची विजिगीषू वृत्ती दिसली. याच मोहिमेमुळे माणसाला त्याचे स्वतःचे अस्तित्व आणि महत्त्वही उमगले. महत्त्वाचे म्हणजे माणसाच्या पुढच्या वाटचालीला दिशा मिळाली. हा सगळा गौरवशाली इतिहास वाचकांसाठी मांडण्याचा हा प्रयत्न आहे.

पुस्तक आकाराला आले ते नासा आणि संबंधित संकेतस्थळांवर असलेल्या अफाट माहितीमुळे. सर्वप्रथम नासाचे मनःपूर्वक आभार! Many many thanks to NASA! नासाने अगदी प्राचीन इतिहासातील अग्निबाणांपासून आधुनिक कालखंडापर्यंत माहिती ठेवली आहे. कृत्रिम उपग्रह, चांद्रस्पर्धेच्या निमित्ताने आखलेल्या विविध मोहिमांची उपलब्ध असलेली माहिती उपयुक्त ठरली. विशेष करून अपोलो-११ मोहिमेशी संबंधित अहवाल, विस्तृत नोंदींमुळे किती लिहावे आणि किती नको असे व्हायचे. तसेच रशियाच्याही अंतराळसंशोधन संस्थांच्या संकेतस्थळांचा उपयोग झाला. रशियन संस्थांचेही मनःपूर्वक आभार! व्हेअर नो

मॅन हॅज गॉन बिफोर : लेखक-विल्यम डेव्हिड कॉम्प्टन आणि सोविएत अँड रशियन ल्युनार एक्सप्लोरेशन : लेखक-ब्रायन हार्वे; या दोन पुस्तकांचा मोलाचा आधार मिळाला. छायाचित्रांबाबत संकेतस्थळांवर वापरासाठी मुक्तपणे उपलब्ध असलेल्या छायाचित्रांचा उपयोग करण्यात आलेला आहे.

'दैनिक सकाळ'च्या रविवार सप्तरंग पुरवणीत २०१७मध्ये 'विज्ञानक्षेत्रे' हे भारतातील राष्ट्रीय संशोधन संस्था-प्रयोगशाळा यांची ओळख करून देणारे सदर सुरू असताना या पुस्तकाचे लेखन झाले. त्या दरम्यानच संपादक श्री. माधव गोखले यांच्याशी या पुस्तकाबाबत थोडीफार चर्चा झाली होती. त्यांनी अपोलो-११ मोहिमेच्या वेळी सकाळमधील खास बातमीबद्दल आणि या मोहिमेला २५ वर्षे पूर्ण झाल्याबद्दल सकाळने प्रकाशित केलेल्या खास पुरवणीबाबत सांगितले. त्यामुळे हे पुस्तकही सकाळकडेच द्यावे असे वाटले. सकाळकडे पुस्तक दिल्यानंतर श्री. आशुतोष रामगीर आणि ऐश्वर्या कुमठेकर यांनी पहिल्या भेटीतील चर्चेतच पुस्तकास होकार दिला आणि पुस्तकाचा प्रकाशनापर्यंत सुखरूप प्रवास झाला. पुस्तकाची सुंदर मांडणी यशोधन लोवलेकर यांनी, तर सुरेख मुखपृष्ठ मधुमिता शिंदे यांनी केले.

पुस्तकासंदर्भात महत्त्वाचा अभिप्राय मिळाला तो नासामध्ये अवकाश शास्त्रज्ञ म्हणून काम केलेल्या डॉ. मुकुंद मोहरीर आणि मराठी विज्ञान परिषदेचे कार्यवाह श्री. अ.पां. देशपांडे यांचा. या दोन दिग्गजांचा अभिप्राय उत्साह वाढवणारा आहे. पुस्तकाशी संबंधित प्रत्येकाच्या ऋणातच राहायला आवडेल.

अपोलो-११ मोहिमेपर्यंतचा प्रवास हा मोठाच व्याप्त विषय आहे. तो एका पुस्तकात संपणारा नाही. अपोलो-११ मोहिमेनंतरही पुढील चांद्रमोहिमा तितक्याच उत्सुकतापूर्ण आहेत. म्हणूनच पुस्तकाच्या शेवटी स्वल्पविराम घेतला आहे. चांद्रभूमीवर मानवी पाऊल ठेवण्याची संकल्पना मांडण्यापासून ती प्रत्यक्षात आणण्यासाठी यशापयशाची फिकीर न करता ज्या कुणाचे प्रत्यक्ष आणि अप्रत्यक्ष योगदान मिळाले, त्या सर्वांना हे पुस्तक अर्पण करत आहे. आपल्या देशाच्याही चांद्रमोहिमा आणि मंगळ मोहिमा प्रगतिपथावर असताना आधीच्या सत्यकथा वाचकांपुढे ठेवताना आनंद होत आहे. वाचकांना पुस्तक आवडेल अशी अपेक्षा!

सुधीर फाकटकर

अनुक्रमणिका

१
व्हाइट हाऊसपासून

दि. २० एप्रिल, १९६१
व्हाइट हाऊस,
वॉशिंग्टन

उपराष्ट्राध्यक्षांसाठी टाचण

आपल्यात झालेल्या चर्चेनुसार, अमेरिकेचा अवकाशातील कार्याचा सर्वंकष आढावा घेण्यासाठी आपल्यावर अवकाश परिषदेच्या अध्यक्षाची जबाबदारी सोपवत आहे. त्या संदर्भात काही महत्त्वाचे मुद्दे;

१. *अवकाशात प्रयोगशाळा स्थापन करणे, चंद्राभोवती परिभ्रमण, चंद्रावर केवळ अग्निबाण किंवा माणसासहित अग्निबाण सोडणे आणि परत आणणे यांपैकी कोणता अवकाश कार्यक्रम राबवून आपल्याला रशियनांना मागे टाकता येईल?*

२. *वरीलपैकी संभाव्य शक्यतेसाठी अधिकतम किती खर्च येईल?*

३. *सद्य:स्थितीतल्या अवकाश कार्यक्रमासाठी आपण २४ तास काम करत आहोत का? नसेल, तर का नाही? त्यासाठी कामाची गती वाढवण्याची गरज आहे, अशा आशयाचे पत्र मला लिहाल का?*

४. *मोठी अग्निबाण यंत्रणा तयार करण्यासाठी आपल्याला अणुगर्भीय शक्ती, रासायनिक ऊर्जा, द्रवरूप इंधन किंवा यांचं मिश्रण यांपैकी कशावर भर द्यायला हवा?*

५. *आपण पराकाष्ठेचे प्रयत्न करत आहोत का? ध्येयपूर्तीकडे वाटचाल होत आहे का?*

तुम्हाला संपूर्ण सहकार्य करण्यासाठी जेम्स वेब, डॉ. विजनर, मॅकमारा आणि संबंधित अधिकाऱ्यांना मी सांगितले आहे. या संदर्भात शक्य होईल तितक्या लवकर अहवालाची अपेक्षा करत आहे.

जॉन एफ. केनेडी

जॉन एफ. केनेडींच्या टाचणरूपी पत्रात उल्लेख झालेले जेम्स वेब हे नासाचे संचालक, डॉ. विजनर हे राष्ट्राध्यक्षांच्या विज्ञान मार्गदर्शक समितीचे अध्यक्ष आणि मॅकमारा हे संरक्षण खात्याचे सचिव होते.

अमेरिकेच्या राष्ट्राध्यक्षांनी लिहिलेल्या या पत्राने पृथ्वीनिवासी मानवाच्या इतिहासाला वेगळीच कलाटणी मिळाली. यानंतर माणसाचा वेगळाच इतिहास रचला जाणार होता. माणसाची वाटचाल एका वेगळ्या वळणावर जाणार होती. अमेरिकेच्या राष्ट्राध्यक्षाने एवढ्या विजिगिषु वृत्तीने लिहिलेल्या पत्रामागची भूमिका काय होती? याची पाळेमुळे कशात होती? या सगळ्यांचा संदर्भ शोधण्यासाठी जगभरातील याआधीच्या विज्ञान-तंत्रज्ञानाच्या इतिहासात डोकावून पाहावे लागेल.

◆◆◆

२

ओळख अग्निबाणाची

जगभरातील विज्ञान-तंत्रज्ञानाच्या इतिहासात दुसरे महायुद्ध अत्यंत महत्त्वपूर्ण घटना आहे. १९३९ ते १९४५ दरम्यान झालेले हे महायुद्ध जपानच्या हिरोशिमा आणि नागासाकी या शहरांवर झालेल्या विध्वंसकारी अणुबाँब हल्ल्यांनतर थांबले. या महायुद्धात पराकोटीची हिंसा आणि मनुष्यहानी झाली. सुमारे २.५ कोटी सैनिक तर ५.५ कोटी सामान्य नागरिकांचा मृत्यू या महायुद्धाने करविला होता. उद्ध्वस्त झालेली मुले-स्त्रिया-पुरुष आणि कुटुंबांची गणती कुणीच केली नव्हती. महायुद्धामुळे अनेक शहरे बेचिराख झाली, आरोग्याचे प्रश्न वाढले, उद्योगव्यवसाय बसले. यातून मंदी आणि बेकारी वाढली. महायुद्ध म्हणजे अहंगंड आणी भयगंड या विचारांनी माणूसच माणसाशी लढला होता आणि मानवता पराभूत करून थबकला होता!

मात्र या महायुद्धादरम्यान आधुनिक विज्ञान-तंत्रज्ञानाच्या जोरावर वैविध्यपूर्ण साधने-उपकरणांचा विकास झाला. यात अर्थातच युद्धाशी संबंधित सामग्री होतीच. यामध्ये शस्त्रांच्या अनुषंगाने मुख्यत्वे विकास झाला तो प्रक्षेपणास्त्रांचा. अग्निबाणाच्या (रॉकेट) टोकाला स्फोटके लावून हजारो किलोमीटरपर्यंत अचूक मारा करणारे प्रक्षेपणास्त्र मनुष्यहानीला कारणीभूत ठरले. प्रक्षेपणास्त्र ज्या अग्निबाणाच्या जोरावर विकसित झाले, त्या अग्निबाणाचा उल्लेख इसवी सनपूर्व ४०० वर्षांपूर्वीच्या ग्रीक संस्कृतीत आणि इसवी सनानंतरच्या शतकांमध्ये चीनमध्ये आढळतो. पुढे सोळाव्या शतकापासून फ्रान्स, जर्मनी, डच, पोलंड, तसेच इस्तंबुल या देशांनी अग्निबाणाचे तंत्रज्ञान विकसित केल्याच्या नोंदी आहेत. भारतात मैसूरचा राज हैदर अली आणि त्याचा मुलगा टिपू सुलतान यांनी अग्निबाण वापरले आहेत. मैसूरीयन म्हणून ओळख असलेला अग्निबाण ३.५ किलोग्रॅम वजनाचा आणि १.५ किलोमीटरपर्यंत जाणारा होता. इंग्रजांनी याच अग्निबाणाचे तंत्रज्ञान अधिक चांगल्या रीतीने अभ्यासून त्यात सुधारणा केल्या आणि टिपू सुलतानचाच पराभव केला.

एकोणिसाव्या शतकात अग्निबाणावर शास्त्रीय पद्धतीने संशोधन होण्यास प्रारंभ झाला. अग्निबाणाचे तत्त्व म्हणजे; ऊर्जा साठवून ठेवणारा एक कप्पा (लंबगोलाकार), ज्याच्या खालच्या बाजूच्या दिशेकडे मोठ्या होत गेलेल्या चिंचोळ्या जागेतून साठवलेली ऊर्जा बाहेर पडताना बल निर्माण होते. हे बल त्या कप्प्याला वर किंवा उलट दिशेने ढकलते. स्थानांतर करणारे वाहनरूपी हे साधन.

अग्निबाणासंदर्भात; इंधन आणि इंधनाच्या गरजेपोटी असणारी टाकी, बल-दिशा नियंत्रित करणारी यंत्रणा आणि अग्निबाणाला जोडलेली किंवा वाहून न्यायची सामग्री, कुपी अथवा तत्सम घटकसाधने; अशा मुख्य तीन भागांनी अग्निबाण आकाराला येतो. याखेरीज अग्निबाण उड्डाणासाठी योग्य आणि सुरक्षित मंच गरजेचा असतो. तसेच अग्निबाणाच्या नियंत्रणासाठी आणि अवलोकनासाठी भूपृष्ठावर खास केंद्रे असतात. अग्निबाण आणि संबंधित यंत्रणा-प्रणाली विकसित करण्यासाठी प्रयोगशाळा-कार्यशाळाही आवश्यक असते. असे हे खास साधन वैविध्यपूर्ण विज्ञान-तंत्रज्ञानाच्या जोरावर विकसित होत जाऊन अवकाशविज्ञान विषयक्षेत्रासाठी एक महत्त्वाची यंत्रणा प्रणाली म्हणून रूपांतरित झाले.

अग्निबाणासाठी इंधन हा घन, द्रव किंवा वायू स्वरूपात असू शकते. इंधनाच्या ज्वलनासाठी ऑक्सिजन पुरवण्याकरिता ऑक्सीकारक घटक वापरला जातो. ऑक्सीकारक हवेच्या माध्यमातून किंवा खास द्रव अथवा वायू रूपांत द्यावा लागतो. इंधनासंदर्भात ज्वलनाची क्रिया सुरू करण्यासाठी आवश्यक असलेली प्रज्वलन प्रणाली किचकट असते कारण अग्निबाणासाठी अचूक वेळेचे बंधन आवश्यक असते. इंधनाच्या ज्वलनानंतर निर्माण होणाऱ्या प्रतिक्रिया बलामुळे (थ्रस्ट) अग्निबाणाला गती मिळते. इंधन-इंजीन प्रणाली तसेच टोकाकडील पात्यांमुळे वेग तसेच दिशा यांचा बदल आणि नियंत्रण साध्य होते. गुरुत्वाकर्षण बलाच्या प्रभावातून मुक्त होण्यासाठी अग्निबाणाला ११.२ किलोमीटर प्रती सेकंद वेग आवश्यक असतो.

मात्र वातावरणात अधिक उंचीवर जाताना अग्निबाणासाठी बलाची गरज कमी कमी होते. तसेच शेकडो किलोमीटर उंचीवर याच बलाची गुरुत्वाकर्षण बलाशी सांगड घातल्यास अग्निबाण पृथ्वीभोवती फिरता राहू शकतो. या तंत्रज्ञानातूनच अग्निबाणाला जोडून कृत्रिम उपग्रहाची संकल्पना उदयास आली.

उपग्रहाबरोबरच अग्निबाणाच्या मदतीने सुरुवातीला मानवरहित आणि पुढे समानव अवकाश प्रवासाचेही तंत्रज्ञान विकसित झाले. यासाठी अग्निबाण यंत्रणा-प्रणालीला मदत मिळाली ती संदेशवहनाची. संदेशवहनाबरोबरच दिशामार्गदर्शन, उड्डाणाप्रमाणेच पुन्हा पृथ्वीवर सुरक्षित होणारे आरोहण; उंची आणि दूर अंतरांपर्यंत अंतराळप्रवास साध्य करण्यासाठी सजीवांसाठी सुरक्षित वातावरण असलेली कुपी किंवा यान (कॅप्सूल); अंतराळप्रवासादरम्यान कुपीत गुरुत्वाकर्षणरहित अवस्था असताना कृत्रिमरीत्या वातावरणनिर्मितीचे नियंत्रण साध्य झाले. एवढी वजनदार सामग्री (पेलोड) पेलण्यासाठी अधिक शक्तीची म्हणजे एकापेक्षा जास्त (बहुचरणी) अग्निबाण असलेली रचना आकाराला आली. यातूनच अवकाशयानाचा (स्पेसक्राफ्ट) जन्म झाला. अंतराळप्रवासाठी अवकाशपोशाख, अवकाशात वास्तव्यासाठी आहार तसेच अन्य देहधर्माच्या सुविधा; संदेशवहनाच्या अनुषंगाने जमीन-जहाजांवरील

नियंत्रण-अवलोकन केंद्रे आणि संपर्कमाध्यमे; अवकाशयानाची कुपी जमिनीवर किंवा पाण्यात उतरताना वातावरणाच्या विविध थरांमध्ये टप्प्यांत कार्य करणाऱ्या हवाईछत्र्या, अंतराळवीरांना आरोग्याच्या दृष्टिकोनातून सुरक्षितपणे प्राप्त करणारी प्रणाली, कार्यक्षम शोधपथके इत्यादी महत्वपूर्ण तंत्रज्ञानाच्या आधारे अंतराळप्रवास साध्य झाला.

अवकाशयान-अग्निबाणाच्या मध्यवर्ती इंधन प्रणालीप्रमाणे कुपी अंतराळात गेल्यानंतर कुपीच्या वेग-दिशा नियंत्रणासाठी असलेली उप किंवा लघु स्वरूपाची इंधन प्रणाली; याखेरीज यान-कुपीतील दिशा मार्गदशनासाठी घूर्णी (गायरोस्कोप), उंचीमापी (अल्टीमीटर), नतीमापी (इनक्लीनोमीटर), दिशाशोधक (डायरेक्शन फाईंडर), दिशामार्गदर्शक (नेव्हीगेटर); संदेशवहन-संपर्कमाध्यमांशी संबंधित प्रतिसंप्रेषक (ट्रान्सपॉन्डर), रेडिओ संकेतदीप (बिकॉन); इत्यादी विविध साधने-उपकरणांमुळे अंतराळप्रवास सुलभ झाला.

अंतराळप्रवासासंदर्भात प्रक्षेपण होताना गुरुत्वाकर्षणाच्या बल आणि पृथ्वीच्या परिवलन गतीनुसार आवश्यक असणारी दिशा, वातावरणात गाठावी लागणारी उंची, पृथ्वीभोवती भ्रमणासाठी आणि वातावरणाबाहेर पडण्यासाठी आवश्यक असलेल्या वर्तूळ किंवा दीर्घवर्तुळाकार मार्ग; चंद्राचे परिवलन-परिभ्रमण लक्षात घेत चंद्रापर्यंत जाण्यायेण्याचा मार्ग; याकामी खगोलीय नियम-संदर्भ आणि वातावरणाचे वैशिष्ट्यपूर्ण थर तसेच पृथ्वीबाह्य अवकाशाचे विज्ञान जाणून घेत तंत्रज्ञान विकसित झाले. शेवटी अंतराळप्रवासासाठी सक्षम प्रवासी म्हणजे अंतराळवीर निर्माण करणे आव्हानात्मक होते. भारशून्य अवस्थेत आणि अतिशय मर्यादित जागेत वावरण्यापासून अवकाशयानाच्या संचलनाचे परीपूर्ण कौशल्य असलेला, विज्ञान-अभियांत्रिकीचे ज्ञान असलेला, उच्च शारीरिक क्षमतेचा, कसलीही परिस्थिती योग्यपणे हाताळणारा, कुठल्याही संकटमय-विपरीत प्रसंगांना सामोरे जाणाऱ्या अंतराळवीरांसाठी खास कार्यक्षेत्रच उदयास आले. याच अनुषंगाने अवकाशिकी, अंतराळप्रवासशास्त्र हे नवीन विज्ञानविषय जन्माला आले.

माणसाच्या वाटचालीत अनेक आव्हानात्मक प्रयत्नांपैकी अवकाशाचा वेध महत्त्वाचा मानला जातो. कारण या विषय-क्षेत्रात साध्यता मिळवण्यासाठी त्याची बुद्धिमत्ता, कल्पकता आणि सर्जनशीलता पणाला लागते. अवकाशीय मोहिमा अत्यंत जोखीमपूर्ण असल्याने माणसाच्या धाडसासाठी आणि विजिगीषू वृत्तीसाठी त्या आव्हान ठरतात.

अंतराळप्रवास तसेच चांद्र मोहिमेसंदर्भात आधुनिक अग्निबाणापासून पुढचा प्रवास कसा होत गेला हेही जाणून घ्यावे लागेल.

◆◆◆

३

आधुनिक अग्निबाण आणि देश

अंतराळप्रवासाचा पाया रचला गेला तो आधुनिक अग्निबाण तंत्रज्ञानाच्या विकासातून. साधारण विसाव्या शतकापासून फ्रान्स, ब्रिटन, रशिया, जर्मनी आणि अमेरिका या देशांनी अद्ययावत अग्निबाणनिर्मितीचे प्रयत्न केले. यातूनच अवकाशमोहिमांचे नियोजन होत गेले. त्याविषयी जाणून घेऊ या.

फ्रान्स

फ्रान्समधील जॉर्ज मेलियस याने १९०२मध्ये 'अ ट्रीप टू मून' हा ज्युल्स व्हर्नच्या 'फ्रॉम दि अर्थ टू दि मून' या कादंबरीवर आधारित वैज्ञानिक संकल्पनेवरचा चित्रपट निर्माण करून सगळ्या जगाला एका वेगळ्या विश्वात नेले होते. यानंतर फ्रान्समधील अवकाश विज्ञान-तंत्रज्ञानात नाव घेतले जाते ते रॉबर्ट पेल्टेरी या संशोधकाचे. त्याने १९१३च्या दरम्यान अग्निबाणाचे सूत्र विकसित केले. अग्निबाणाच्या मदतीने चंद्रावर किंवा इतर ग्रहांवरही प्रवास करता येईल असे भाकीत तर रॉबर्टने केलेच, त्याचबरोबर यासाठी किती इंधन लागेल याची गणितेदेखील मांडली. विमानांमध्ये इंजिन प्रणालीच्या संचालनासाठी वापरली जाणारी जॉयस्टिक हा रॉबर्ट पेल्टेरीचा शोध आहे. मात्र, रॉबर्ट पेल्टेरीनंतर फ्रान्समध्ये या तंत्रज्ञानाचा पुढे फारसा विकास झाल्याचे दिसत नाही.

रॉबर्ट पेल्टेरी

ब्रिटन

ब्रिटनच्या इतिहासातही अग्निबाणाचा थोडाफार विकास झाला तो युद्धापुरताच. तिथे अवकाशविषयक कार्यक्रम सुरू होण्यास तीन-चार दशके जावी लागणार होती.

मात्र, १९४५मध्ये ऑर्थर क्लार्क या भविष्यवेत्त्या ब्रिटिश वैज्ञानिकाने जगभरात रेडिओ संदेशांचे दळणवळण साध्य करण्यासंदर्भात एक भन्नाट कल्पना मांडली. वायरलेस वर्ल्ड या प्रसिद्ध नियतकालिकात ती प्रकाशित केली. त्यांनी असे सुचवले होते की, पृथ्वीपासून ३६,००० किलोमीटर अंतरावर १२० अंशाच्या कोनात तीन कृत्रिम उपग्रह स्थापित केले तर, त्यांच्या मदतीने जगातील कुठल्याही ठिकाणाहून

दुसऱ्या ठिकाणी संदेशवहन साधणे शक्य होईल. अथवा, पृथ्वीपासून कमी उंचीवर आळीपाळीच्या (रिले) पद्धतीत असे कृत्रिम उपग्रह फिरते ठेवूनही जगभरात रेडिओ संदेशांचे दळणवळण होऊ शकेल. त्या काळी विज्ञान-तंत्रज्ञान जगतातील काही जणांना ही केवळ कल्पनाच वाटली होती.

रशिया

रशियाच्या इतिहासात अग्निबाणाचा उल्लेख १६व्या शतकापासून आढळतो. सतराव्या शतकात मॉस्कोमध्ये अग्निबाणाचा कारखाना स्थापन केल्याची नोंद तसेच या संदर्भातील काही लेखनही उपलब्ध आहे. पुढे १८४९मध्ये रशियन संरक्षण दलातील अभियंता कॉन्स्टॅन्टीन कॉन्स्टॅन्टिनोव्ह याने अग्निबाणाचा शास्त्रीय विकास करण्यास प्रारंभ केला. अग्निबाणाचा वापर करून देवमाशाची शिकार करण्याची त्याचीच कल्पना! त्यासाठी त्याने अग्निबाणाची क्षमता वाढवण्याचा प्रयत्न केला. त्याने विकसित केलेले अग्निबाण ४ ते ५ किलोमीटर अंतर क्षमतेचे होते.

कॉन्स्टॅन्टीन त्सिओल्कोव्हस्की

त्यानंतर विसाव्या शतकाच्या सुरुवातीला कॉन्स्टॅन्टीन त्सिओल्कोव्हस्की यांनी 'पृथ्वीबाह्य अवकाशाचा अग्निबाण साधनाने वेध' या ग्रंथाद्वारे अग्निबाणविषयक सैद्धान्तिक अभ्यासच सादर केला. माध्यमिक विद्यालयात शिक्षक असलेल्या कॉन्स्टॅन्स्टीन यांना गणित, भूमिती यांत विशेष रुची होती. त्यांनी स्वयंअध्ययनातून अग्निबाणाचे विज्ञान-तंत्रज्ञान आत्मसात केले. कॉन्स्टॅन्टीन यांनी प्रात्यक्षिके न करताही अग्निबाणाची गती, वजन, त्यासाठीचे इंधन, तसेच बहुस्तरीय अग्निबाण इत्यादी कल्पना मांडून त्यासाठीचे महत्त्वपूर्ण सिद्धान्तही मांडले. तसेच, माणूस अवकाशयानाच्या साहाय्याने अंतराळ प्रवास करू शकेल याचे भाकीत केले. कॉन्स्टॅन्टीन त्सिओल्कोव्हस्की यांना रशियन अग्निबाण तंत्रज्ञानाचे पितामह म्हणून संबोधले जाते. त्यांनी रशियातील सोसायटी फॉर स्टडीज ऑफ इंटरप्लॅनेटरी ट्रॅव्हल या संस्थेत आपले संशोधन सुरू ठेवले. रशियातील संरक्षण खात्याच्या अखत्यारीत असलेल्या विमानदलाशी जोडली गेलेली ही संस्था अग्निबाण विज्ञान-तंत्रज्ञानक्षेत्रात संशोधन करणारी जगातली पहिली संस्था होती.

सेरगेई कोरोलेव्ह

कॉन्स्टॅन्टीन त्सिओल्कोव्हस्की यांच्या सिद्धान्ताचा अभ्यास करून पुढे फ्रेड्रिक झान्डर या अभियंत्याने तो सिद्धान्त प्रत्यक्षात आणला. १९३१नंतर सेरगेई कोरोलेव्ह या विमान अभियंत्याने अग्निबाणाच्या विकासासाठी स्वतःला

झोकून दिले. कॉन्स्टॅन्टीन त्सिओल्कोव्हस्की यांच्या खालोखाल फ्रेड्रिक झान्डर आणि सेरगेई कोरोलेव्ह यांना रशियातील अवकाशविज्ञानाचे जनक मानले जाते.

१९४०च्या दरम्यान रशियाचा हुकूमशहा स्टॅलिन याच्या लहरी राजकारणाचा फटका अग्निबाणाच्या विकासकामाला बसला. स्टॅलिनच्या राज्यकारभाराच्या विरोध करणाऱ्यांना देशविरोधी कारवायांचा ठपका ठेवत तुरुंगात डांबण्यात आले. यामध्ये कित्येक शास्त्रज्ञांचा, अभियंत्यांचा आणि तंत्रज्ञांचाही समावेश होता. या बंदिवानांमध्ये अग्निबाणांवर संशोधन करणारे सेरगेई कोरोलेव्ह होते. संरक्षण खात्यासाठी प्रक्षेपणास्त्रे विकसित करण्याऐवजी अवकाश तंत्रज्ञानावर लक्ष केंद्रित केल्याचा ठपका त्यांच्यावर ठेवण्यात आला होता. त्यासाठी त्यांना सायबेरियातील एका तुरुंगात सहा वर्षे डांबून ठेवले गेले. दुसऱ्या महायुद्धादरम्यान रशियाने अग्निबाणाचा विकास हा क्षेपणास्त्र म्हणून सुरू केला. त्यासाठी कोरोलेव्ह यांची रवानगी नंतर त्या कामावर करण्यात आली. युद्धसमाप्तीनंतर हेलमेट ग्रॉट्रप या जर्मन अग्निबाण वैज्ञानिकाच्या मार्गदर्शनाखाली रशियाने अग्निबाण विकासाचा कार्यक्रम पुन्हा हाती घेतला. त्याचाच एक भाग म्हणून कोरोलेव्ह यांना जर्मनीत अभ्यासासाठी पाठवण्यात आले. तिथून आल्यानंतर त्यांची नेमणूक संरक्षण खात्याच्या नव्याने सुरू झालेल्या विभागात प्रमुखपदावर करण्यात आली. या विभागात आंतरखंडीय प्रक्षेपणास्त्र तंत्रज्ञान विकसित करण्यात येत होते. कोरोलव्ह यांनी हेलमट ग्रॉट्रप, तसेच रशियन आणि जर्मन सहकाऱ्यांसह काम सुरू केले. लवकरच त्यांनी आर-१ हा ७८५ किलोग्रॅम वजन वाहून नेणारा आणि २७० किलोमीटरचा पल्ला गाठणारा अग्निबाण तयार केला, त्याची यशस्वी चाचणीही घेतली. तंत्रज्ञानात सुधारणा, बदल करत कोरोलेव्ह आणि त्यांच्या चमूने आर-१ या मालिकेतल्या आणखी काही अग्निबाणांची यशस्वी चाचणी घेतली ज्यामुळे अखेरीस त्यांना अवकाशयान विकसित करण्यासाठी सरकारकडून हिरवा कंदील मिळाला. सरकारी संरक्षण खात्याच्या विभागातून ओकेबी-१ या सांकेतिक नावाने अग्निबाण निर्मितीसाठी स्वतंत्र विभाग तत्काळ सुरू झाला. अर्थातच इथे विभाग प्रमुखपद कोरोलेव्ह यांच्याकडेच आले. ओकेबी-१मध्ये पुढे आर-१ बी, आर-१ डी, आर-१ ई, आर-१ व्ही या अग्निबाणांची निर्मिती तर झालीच, त्याचबरोबर या अग्निबाणांच्या मदतीने अवकाशातील उंचीबाबत काही प्रयोगही पार पडले जे यशस्वी ठरले.

> ओकेबी-१ विभागाची एक गंमतीदार आठवण : या विभागात आर-१ अग्निबाण विकसित होताना एकदा त्यातील विद्युत यंत्रणेतील विद्युतरोधक तारांचे आवरण उंदीर कुरतडत असल्याचे लक्षात आले. यावर उपाय म्हणून ओकेबी-१मध्ये शेकडो मांजरी पाळण्यात आल्या.

अग्निबाणांनी अवकाशातील उंची गाठल्यानंतर अवकाशात झेपावण्याच्या स्वप्नाला प्रत्यक्षात साकारण्यासाठी प्रयत्न सुरू झाले. याचाच एक भाग म्हणून, २२ जुलै १९५१ या दिवशी आर-१ अग्निबाणाच्या साहाय्याने दोन श्वानांना अंतराळात पाठवण्यात आले. अग्निबाणाला जोडलेल्या सुरक्षित कुपीत हवेचा विशिष्ट दाब निर्माण करून, या श्वानांना विशिष्ट पोशाख देऊन कुपीत ठेवण्यात आले होते. त्यांना अवकाशात कसलाही त्रास जाणवू नये यासाठी त्यांना खास प्रशिक्षणही देण्यात आले होते. अवकाशमोहिमांसाठी श्वानांची निवड विचारपूर्वक झाली होती. कुपीच्या आकारानुसार श्वान योग्य होते. महत्त्वाचे म्हणजे मोहिमांसाठी भटके श्वान निवडले जात. कारण त्यांच्यात प्रतिकूल परिस्थितीत तग धरण्याची क्षमता असते. मोहिमांसाठी मादी श्वानांचा विचार व्हायचा; कारण निसर्गनियमानुसार मादीची सहनशीलता जास्त असते. तसेच कुपीची रचना मादी श्वानासाठी जास्त सोयीस्कर होती. श्वान भटके असले, तरी त्यांचे नामकरण केले जायचे.

○ ○ ○

विकसित केलेल्या प्रत्येक अग्निबाणाच्या उड्डाणाच्या वेळी कोरोलेव्ह आत्मीयतेने त्याच्याकडे पाहत असत. अग्निबाणाचे अपेक्षित उड्डाण साध्य होईपर्यंत आसमंतात एकटक पाहत तोंडाने 'जा बाळा जा' असे म्हणत राहत. ही सवय त्यांनी कायम जोपासली.

जर्मनी

जर्मनीमध्ये अग्निबाणाच्या अनुषंगाने अवकाश संशोधनाला खरी दिशा मिळाली ती १९२३च्या दरम्यान. या वर्षी हर्मन ऑबर्थ या अभियंत्याने 'दि रॉकेट इन टू प्लॅनेटरी स्पेस' हा अग्निबाणाचे नावीन्यपूर्ण विज्ञान-तंत्रज्ञान विशद करणारा प्रबंध सादर केला. वेडगड कल्पना अशी संभावना करत तो प्रबंध स्थानिक विद्यापीठाने नाकारला. मात्र, जॉहन्स विंकलर, मॅक्स वॅलिएर या अभ्यासकांना त्याचे महत्त्व जाणवले आणि त्यातूनच १९२७मध्ये 'सोसायटी फॉर स्पेस ट्रॅव्हल' स्थापन झाली. हर्मन ऑबर्थ हा मूळचा रुमानियाचा. वैद्यकीय शिक्षणासाठी तो जर्मनीत आला. काही काळ वैद्यकीय सेवा दिल्यानंतर तो त्याच्या आवडीच्या, अग्निबाण विज्ञानाच्या अभ्यासाकडे वळला. अग्निबाणाकडे आकर्षित होण्यामागचे कारण होते हर्मनला त्याच्या आईने लहानपणी वाचायला दिलेली ज्युल्स व्हर्नची विज्ञान पुस्तके!

हर्मन ऑबर्थप्रमाणे हर्मन पोटोनिक आणि ॲलेक्झांडर लिप्पीश यांनीही या विषयात योगदान दिले. हर्मन पोटोनिक याने पृथ्वीभोवती अग्निबाण फिरत कसा ठेवता येईल ही संकल्पना मांडली, तर ॲलेक्झांडर लिप्पीश याने विमानाला आणखी वेगवान करण्यासाठी अग्निबाणाच्या तंत्रज्ञानाचा वापर करून पाहिला.

हर्मन ऑबर्थ

हर्मन ऑबर्थचा 'दि रॉकेट इन टू प्लॅनेटरी स्पेस' हा प्रबंध आणि इतर पुस्तके वाचून अग्निबाण तंत्रज्ञानाने भारावलेला आणखी एक तरुण म्हणजे वेन्हर ब्राऊन. लहानपणी खगोल निरीक्षण आवडणारा वेन्हर महाविद्यालयीन शिक्षणादरम्यान अग्निबाण विज्ञानाकडे वळला. पुढे 'सोसायटी फॉर स्पेस ट्रॅव्हल'चा सभासद होऊन हर्मन ऑबर्थ यांच्या मार्गदर्शनाखाली काम करू लागला. मात्र संरक्षण खात्याने या शास्त्रज्ञद्वयीला युद्धासाठी अग्निबाण विकसित करण्यास सांगितले.

त्यानंतरच्या वर्षी जर्मनीत ॲडॉल्फ हिटलरच्या नेतृत्वाखाली नाझी सरकार सत्तेत आले. त्यामुळे अग्निबाणाच्या विकासकामाला चालना मिळाली. अनेक संशोधक, अभियंते आणि तंत्रज्ञ या कामासाठी जुंपले गेले. मात्र आता अग्निबाणाचा वैज्ञानिक विकास संपून क्षेपणास्त्र निर्मितीच्या दृष्टीने प्रवास सुरू झाला. पुढच्या २-४ वर्षांत जर्मनीत अग्निबाण संशोधन केंद्र, अग्निबाण प्रक्षेपण मंच, अग्निबाणविषयक प्रशिक्षण केंद्र, सैन्य संशोधन केंद्र इत्यादी अनेक संस्थांची स्थापना झाली. म्युनिच विद्यापीठात भौतिकशास्त्रातील डॉक्टरेट मिळवून वेन्हर ब्राऊन या केंद्राचा प्रमुख झाला. १९३४पासून जर्मनीने अग्निबाणांची मालिकाच विकसित केली. या मालिकेतील ए-५ या अग्निबाणाने दुसऱ्या महायुद्धात प्रभावी कामगिरी केली. इतर देशांच्या तुलनेत या क्षेत्रात जर्मनीने बराच पल्ला गाठला होता.

जर्मनीच्या अग्निबाणजन्य क्षेपणास्त्रांनी युद्धात अक्षरशः धुमाकूळ घातला. आकाशातून वेगाने येणारे हे कर्दनकाळ निमिषार्धात सगळे काही उद्ध्वस्त करून टाकायचे. अखेर एक दिवस जर्मनीच्या पीनमुंड येथील सैन्य संशोधन केंद्राची माहिती मित्रराष्ट्रांना मिळाली. ब्रिटनच्या रॉयल एअर फोर्सने १८ ऑगस्ट १९४३च्या मध्यरात्री हे केंद्र बॉंबफेकी विमानांच्या साहाय्याने उद्ध्वस्त केले. हार न पत्करता जर्मनीने हे उरलेसुरले केंद्र दुसरीकडे हलवले आणि क्षेपणास्त्रांची निर्मिती सुरू ठेवली. नव्या जोमाने अग्निबाणांची नवी मालिका विकसित केली. त्यांतील पहिले अग्निबाणयुक्त क्षेपणास्त्र १३ जून १९४४ रोजी उत्तर जर्मनीतून २५० किलोमीटर अंतरावरील लंडन शहरावर डागले गेले. फ्लाईंग बॉंब अशी ओळख या अग्निबाणाला मिळाली. यानंतर या अग्निबाण मालिकेतील नवनवीन क्षेपणास्त्रे विकसित होत गेली. या क्षेपणास्त्रांत रूपांतरित झालेल्या अग्निबाणांनी केलेला विनाश ब्रिटिश ब्रॉडकास्टिंग कॉर्पोरेशनने खास अधोरेखित केलेला आहे. १९४४च्या जूनपासून अवघ्या सव्वा वर्षाच्या काळात हजारो वेळा ही क्षेपणास्त्रे डागली गेली. यात ६ हजारपेक्षा जास्त नागरिक मृत्यू पावले, तर १८ हजारपेक्षा जास्त जखमी झाले. सुमारे एक टन वजनापेक्षाही जास्त दारूगोळा वाहण्याची आणि आकाशातून सुमारे ६५० किलोमीटर प्रति तास एवढ्या गतीने जाण्याची या क्षेपणास्त्रांची क्षमता होती.

वेर्न्हर ब्राऊनला संहाराची माहिती मिळाल्यावर तो म्हणायचा, 'अग्निबाण अगदी बरोबर जातोय, पण चुकीच्या ठिकाणी. मला तो दुसऱ्या ग्रहावर पाठवायचाय. पण मी काय करू?' वेर्न्हरच्या मनात कुठेतरी आपण विकसित केलेल्या कार्यातून झालेल्या हानीची खंत दिसून यायची.

१९४५च्या एप्रिलमध्ये हिटलरने स्वतःचे जीवन संपविले आणि जर्मनीच्या एकूण प्रवासाला वेगळी दिशा मिळाली. रशिया आणि अमेरिका या दोन्ही देशांच्या संरक्षण खात्याच्या अधिकाऱ्यांनी जर्मनीमधल्या युद्धसामग्रीचा अभ्यास केला. पुढे जुलै महिन्यात एका खास आणि गुप्त मोहिमेअंतर्गत अमेरिकेने जर्मनीतील शास्त्रज्ञ, तंत्रज्ञ, अभियंते असे सुमारे १६०० बुद्धिवान लोक आपल्या देशात नेले. ज्यामध्ये वेर्न्हर ब्राऊन यांच्यासह मुख्यत्वे अग्निबाण अभियांत्रिकी क्षेत्रातील मान्यवरांचा समावेश होता. यानंतर दोन महिन्यांनी रशियानेही अशीच एक मोहीम राबवत, बंदुकीच्या धाकाने, एका रात्रीत जर्मनीचे तब्बल दोन हजार बुद्धिमान मनुष्यबळ आपल्या देशात नेले. कुशल मनुष्यबळाबरोबरच या दोन्ही देशांनी जर्मनीतील काही अग्निबाण, त्यांचे सुटे भागही आपल्याकडे नेले. या सगळ्या राजकीय उलथापालथीमुळे जर्मनीमधला अवकाश कार्यक्रम थंडावला होता. त्यातच जर्मनीत झालेल्या पोस्टडॅम परिषदेत विजेत्या राष्ट्रांकडून जर्मनीत अग्निबाण संशोधनावर बंदीचा ठराव झाला. अशा तऱ्हेने अल्प कालावधीत प्रक्षेपणास्त्र तंत्रज्ञानात बाजी मारलेल्या जर्मनीचा अग्निबाणाच्या अनुषंगाने विकसित होत असलेला अंतराळविषयक कार्यक्रम पूर्णतः खंडित झाला!

○ ○ ○

ऑस्ट्रियातील आगळावेगळा प्रयोग

जगभरात अग्निबाणाचा वापर युद्धासाठी होत असताना ऑस्ट्रियातील फ्रेड्रिक शिमड या अभियंत्याने १९३१मध्ये अग्निबाणाचा एक वेगळाच उपयोग जगासमोर आणला. त्याने अग्निबाणाच्या टोकाला एका खास बंदिस्त कुपीत टपाल-पत्रे ठेवून अग्निबाण प्रक्षेपित केला. अपेक्षित ठिकाणी अग्निबाण आल्यानंतर तेथून फक्त कुपी मिळवत संदेश दळणवळणाचा प्रयोग केला. ऑस्ट्रियातील ग्राझ शहराजवळील शॉकल् गावातून रेडगुन्ड या गावापर्यंत त्याने या पद्धतीने टपाल-पत्र पोहोचते केले. हवाई सेवेपेक्षाही (एअरमेल) जलद गतीने पत्र पोहोचवण्यासाठी ही सुविधा वापरात आणली गेली. रॉकेट मेल म्हणून ही सुविधा अधिकृत झाली होती. भारतातही १९३४मध्ये स्टीफन स्मिथ या विमान अभियंत्याने रॉकेट मेल सेवा सुरू केली होती. स्मिथने या प्रकारे अग्निबाणाचा वापर करून रॉकेटमेलबरोबरच आपत्तीच्या ठिकाणी अन्नपदार्थ पोहोचवल्याच्या नोंदी आहेत.

अमेरिका

१९२०मध्ये अमेरिकेतील क्लार्क विद्यापीठात संशोधन करणाऱ्या रॉबर्ट गोड्डार्ड या विद्यार्थ्याने अग्निबाणावर विशेष संशोधन केले होते. स्वतः केलेल्या प्रयोगांच्या संकल्पना त्याने 'परम उंचीवर पोहोचण्याची पद्धत' असे शीर्षक देऊन प्रसिद्ध केल्या. 'जर अग्निबाणरूपी विशिष्ट साधन निर्माण झाले, तर माणसाला अगदी चंद्रावरसुद्धा जाता येईल' असे भाकीत त्याने या संकल्पनांद्वारे त्या वेळी केले होते. ही संकल्पना नवीन असल्याने काही ठिकाणी त्याचे स्वागत झाले, तर काही ठिकाण गोड्डार्डला वेड्यात काढले गेले. त्यावेळच्या न्यूयॉर्क टाईम्समध्ये यावर खास संपादकीय लिहिले गेले 'क्लार्क विद्यापीठात प्राध्यापक असलेल्या गोड्डार्ड यांचे असे म्हणणे आहे की, अग्निबाणरूपी साधन वापरून माणूस चंद्रावरही जाऊ शकतो. त्यांना न्यूटन यांचे बलविषयक नियम ठाऊक नाहीत का? बहुधा ते माध्यमिक विद्यालयात खूपच थोडे शिकले असावेत!'

रॉबर्ट गोड्डार्ड

याच प्रा. गोड्डार्ड महाशयांनी तब्बल बारा वर्षे संशोधन, अभ्यास करत पहिल्यांदा द्रवरूप इंधन वापरलेल्या अग्निबाणाचे यशस्वी प्रक्षेपण केले. तो दिवस होता १९ मार्च १९२६. गोड्डार्डचा अग्निबाण अवघ्या २.५ सेकंदात १५.५ मीटर उंच गेला होता. ज्यांचे भाकीत फारसे कोणी गांभीर्याने घेतले नव्हते, त्या प्रा. गोड्डार्ड यांनीच अमेरिकेसाठी आधुनिक काळच्या अग्निबाण विज्ञानाची (रॉकेटरी सायन्स) पायाभरणी केली.

अग्निबाणाच्या विकसित होणाऱ्या तंत्रज्ञानाने भारावून जाऊन पुढे विविध ठिकाणी या विषयात प्रयोग सुरू झाले. १९३०च्या दरम्यान कॅलिफोर्निया इन्स्टिट्यूट ऑफ टेक्नॉलॉजी (कॅलटेक) या प्रसिद्ध संस्थेनेही अग्निबाण उड्डाणाचे प्रयोग केले. त्यानंतर काही वर्षांनी जॉर्ज पेन्ड्री, डेव्हिड लॅझर आणि लॉरेन्स मॅनिंग या विज्ञान लेखकांनी एकत्र येऊन 'अमेरिकन रॉकेट सोसायटी' ही संस्था सुरू करून त्यामार्फत अग्निबाणाचे विविध प्रयोग केले. डॅनियल आणि हॅरी या अमेरिकेतील धनाढ्य पितापुत्र जोडीनेही अवकाशविषयक प्रयोग करण्यासाठी ग्युग्गेनहीम एरॉनॉटिकल या प्रयोगशाळेची उभारणी केली आणि २७०० मीटर उंच जाणारा अग्निबाण निर्माण केला. या प्रयोगशाळेचे संचालक म्हणून पुढे थिओडोर कॅरमन या हंगेरियन शास्त्रज्ञाची नेमणूक करण्यात आली. कॅरमन हे एक उत्तम गणिती, भौतिकशास्त्रज्ञ तसेच विमानविद्येतील अभियंता होते. त्यांनी या प्रयोगशाळेत बरेच संशोधन केले. पृथ्वीवरील वातावरण किती उंचीपर्यंत आहे याचा अभ्यास करून ताळेबंद मांडला. त्यातूनच पृथ्वीभोवताली एक भ्रमण पूर्ण करणारा अग्निबाण विकसित झाला. या अग्निबाणाशी जोडलेल्या उपकरणांच्या मदतीने वातावरणाची मोजमापे केली

जाऊ लागली. 'समुद्रसपाटीपासून १०० किलोमीटर उंचीपर्यंत पृथ्वीचे वातावरण आहे' हे या सगळ्यातून त्यांनी दाखवून दिले. त्यामुळे पृथ्वीच्या पृष्ठभागापासूनची १०० किलोमीटरवरील सीमा 'कॅरमन रेषा' म्हणून ओळखली जाऊ लागली.

अमेरिकेने अणुबाँबची चाचणी केली होती त्याच मेक्सिकोमधल्या 'व्हाइट सँड्स' या भूप्रदेशात अग्निबाण उड्डाणासाठी विशेष सुविधा निर्माण करण्यात आली. तब्बल २४ हजार चौरस किलोमीटरचा हा वालुकामय, वैराण भूप्रदेश अग्निबाणाच्या हव्या तशा आणि हव्या तितक्या चाचण्या घेण्यासाठी उपलब्ध झाला. यामुळे अग्निबाण विकासाला आणखी गती मिळाली.

२४ ऑक्टोबर १९४६ या दिवशी प्रथमच पृथ्वीचे १०५ किलोमीटर उंचीवरून काढलेले छायाचित्र माणसाला मिळाले. त्यानंतर व्ही-२ अग्निबाणाला एक कुपी जोडून, तिच्यात वनस्पतींच्या बिया, शेवाळाशी संबंधित बीजाणू तसेच फळांवर बसणाऱ्या माशा पाठवल्या गेल्या. इतक्या उंचीवरील वातावरणाचा सजीवांवर होणाऱ्या परिणामाच्या अभ्यासासाठी ही माहिती उपयुक्त ठरणार होती.

वेर्न्हर ब्राऊन व्ही-२ अग्निबाणाच्या प्रतिकृतीसह

अग्निबाणाची गती आणि उंची वाढवण्यासाठी प्रयत्न करण्यात येत होते. शिवाय, अशा वेगवान अग्निबाणांबरोबर सजीवाला कसा प्रवास करता येईल याची चाचपणी सुरू होती. त्याचाच एक भाग म्हणून १९४८मध्ये ऱ्हीसस प्रजातीचे माकड अग्निबाणाच्या पुढच्या भागात (नोझ कोन) बसवून अवकाशात पाठवले गेले. मात्र, साधारण ६३ किलोमीटर उंचीवर गेल्यानंतर श्वास कोंडल्यामुळे त्याचा मृत्यू झाला.

यानंतर काहीच दिवसांनी तोपर्यंतच्या तुलनेत अवजड अशा व्हायकींग नामक अग्निबाणाचे पहिले यशस्वी उड्डाण व्हाइट सँड्स या ठिकाणाहून झाले. आणि अमेरिकन सरकारने ८ हजार किलोमीटरपर्यंत प्रवास करू शकेल अशा अग्निबाणाच्या विकासाला परवानगी दिली.

महायुद्धाच्या निमित्ताने विकसित होत अद्ययावत अवस्थेला आलेल्या अग्निबाणाचा प्रवास खास टप्प्यावर आला होता कारण अग्निबाणाच्या नियंत्रण प्रणालीसाठी इलेक्ट्रॉनिक्स तसेच रेडिओ संदेशवहन या नावीन्यपूर्ण तंत्रज्ञानाची जोड मिळाली होती. अग्निबाणाच्या मदतीने माणूस अवकाशभ्रमणाची स्वप्ने पाहत होता, मात्र त्यासाठी 'शीतयुद्धा'ची पार्श्वभूमी निर्माण व्हायची होती.

◆◆◆

४

शीतयुद्ध

दुसऱ्या महायुद्धात जर्मनीचा पाडाव करण्यासाठी अमेरिका आणि रशिया या दोन्ही राष्ट्रांनी प्रयत्न केले. युद्धसमाप्तीची घोषणा होईपर्यंत दोन्ही देशांचे तळ जर्मनीत एल्बे नदीच्या किनाऱ्यावरील टॉर्गाउ या गावात होते. या दरम्यान जर्मनीतील युद्धसामग्री अमेरिकेने आणि रशियाने आपापल्या ताब्यात घेतली, ज्यामध्ये मुख्यत्वे अग्निबाणांचा समावेश होता. अखेर दुसरे महायुद्ध समाप्त झाले आणि भांडवलशाही अमेरिका आणि साम्यवादी रशिया अशा दोन बलाढ्य शक्ती जगात उदयाला आल्या.

महायुद्धानंतर रशियाने अणुबाँबची निर्मिती साध्य केल्यामुळे अमेरिकेच्या अणुविज्ञान-तंत्रज्ञानाच्या वर्चस्वाला आव्हान मिळाले होते. त्यामुळे संरक्षणाच्या दृष्टीने अमेरिकेने आपले विज्ञान-तंत्रज्ञान आणखी जोमाने विकसित करायला सुरुवात केली. तिकडे रशियानेही शस्त्रसज्ज होण्याचा चंगच बांधला. थोडक्यात, अमेरिका आणि रशिया यांच्यामध्ये प्रत्यक्ष युद्ध झाले नसले, तरी तीव्र शस्त्रस्पर्धा निर्माण झाली. आपापला राष्ट्रगट विस्तृत आणि सामर्थ्यवान करण्यासाठी अलिप्त राष्ट्रांवरही राजकीय आणि आर्थिक दबाव टाकण्यात येऊ लागला. आक्रमक राजनीती वापरली जाऊ लागली. एक वेगळ्याच स्वरूपाचे शत्रुत्व निर्माण झाले. हेच ते शीतयुद्ध! या युद्धात कुणी कुणावर गोळी चालवणार नव्हते, ना कुणी घायाळ होणार होते; पण वातावरण मात्र तणावाचे होते. शीतयुद्ध (कोल्ड वार) ही संज्ञा त्या वेळचे प्रसिद्ध स्तंभलेखक वॉल्टर लिपमन यांनी प्रथम वापरली होती. या शीतयुद्धाने अवकाशस्पर्धेला जन्म दिला.

शीतयुद्धाच्या या कालावधीत नवनवीन शस्त्रास्त्रे तयार करण्यावर भर देण्यात आला. यामध्ये दूरवर हल्ला करणाऱ्या स्वयंचलित बंदुकांपासून बाँब फेकणारी साधने, आंतरखंडीय प्रक्षेपणास्त्रे, टेहळणी साधने, रासायनिक अस्त्रे, हायड्रोजन बाँब, सुसज्ज पाणबुड्या, दूरवर जाऊन बाँबहल्ला करणारी विमाने, हल्ल्यांचा वेध घेणारी आधुनिक यंत्रणा प्रणाली अशा अनेक घटकांचा समावेश होता. याचबरोबर, काही हजार किलोमीटरपर्यंत पोहोचू शकणारे, एका खंडातून दुसऱ्या खंडात जाणारे, तसेच अधिकाधिक उंची गाठणारे अग्निबाणही विकसित होत होते. माणूस आकाशाच्या उंचीला स्पर्श करण्याचा प्रयत्न करत होता.

मानवाच्या अवकाशगमनाच्या प्रयत्नांना एक मध्यवर्ती मंच मिळावा या दृष्टीने या क्षेत्रात आघाडीवर असलेल्या युरोपातील राष्ट्रांनी एकत्र येऊन आंतरराष्ट्रीय

अवकाशिकी परिषद (इंटरनॅशनल ॲस्ट्रॉनॉटिकल फेडरेशन) स्थापन केली. या परिषदेची पहिली सभा फ्रान्सच्या राजधानीत, पॅरीसला झाली.

शीतयुद्धाच्या कालवधीत ८ डिसेंबर १९५३ या दिवशी एक चांगली घटना घडली. अमेरिकेत न्यूयॉर्क शहरात झालेल्या संयुक्त राष्ट्रसंघाच्या आमसभेत राष्ट्राध्यक्ष ड्वाइट आयझेनहॉवर यांनी 'अणूचा शांततेसाठी वापर' ही संकल्पना मांडली. हे वेगळेच आर्जव होते! अमेरिकेतील भौतिकशास्त्रज्ञ रॉबर्ट ओपनहायमर यांनी १९४५मध्ये सुरू केलेल्या अणुशक्तीच्या गैरवापराविरोधातील चळवळीला अशा प्रकारे आता कुठे यश मिळू लागले.

रशियात स्टॅलिनच्या मृत्यूनंतर १९५४मध्ये राष्ट्रप्रमुखपदावर आलेल्या निकिता ख्रुश्चेव्ह यांनी पूर्वीची धोरणे बदलून, लष्करी खर्चात कपात करत अवकाशविज्ञानाला प्राधान्य देण्यास सुरुवात केली. रशियन खगोलशास्त्रज्ञ गॅवरील तिखोव्ह यांनी त्यांच्या खगोलीय अभ्यासातून अवकाशीय जीवविज्ञान (स्पेस बायॉलॉजी) या अभिनव विज्ञानशाखेची रुजवात केली.

याच कालावधीमध्ये ब्रिटनमध्ये पृथ्वीच्या वातावरणाच्या सगळ्यात वरच्या थराबाबत (आयनांबर) विचारमंथन करणारी एक आंतरराष्ट्रीय परिषद पार पडली. यातून अग्निबाणाच्या विकासासाठी ज्ञान मिळाले.

अग्निबाणाचा उड्डाणवेग तर वाढत होताच, पण त्याचबरोबर हा वेग आवाजाच्या लहरींच्या वेगापेक्षाही जास्त कसा होईल यावर संशोधन सुरू होते. तसेच, अति उंच आणि अति दूर प्रवास करणाऱ्या अग्निबाणांसाठी नियंत्रणाबरोबरच अवलोकन कसे करावे लागेल यावरही तंत्रज्ञ संशोधन करत होते.

१९५४मध्ये अमेरिकेत रॉकेट सोसायटीत डॉ. ब्राऊन यांनी गुरुत्वाकर्षणाचा उपयोग करून पृथ्वीभोवती कृत्रिम उपग्रहात्मक साधन कसे फिरवत ठेवता येईल याबाबत एक सादरीकरण केले. हे सादरीकरण करताना न्यूटनचा तोफगोळ्याचा (कॅननबॉल) सैद्धान्तिक प्रयोग मदतीला आला. यानुसार, तोफेतून उडवलेला गोळा जेवढ्या जास्त शक्तीने उडवू तेवढा तो लांब जातो, मात्र पुन्हा जमिनीकडे येतो. पण जर त्या तोफगोळ्याला विशिष्ट उंचीपर्यंत नेऊन त्याच्या गतीला दिशा दिली, तर तो गोळा पृथ्वीभोवती भ्रमण करत राहू शकतो.

सादरीकरणाच्या वेळी अमेरिकेतील काही वैज्ञानिकांनी 'गुरुत्वाकर्षणामुळे हे साधन फिरते राहील, पण त्यात जर काही गडबड झाली, म्हणजे थोडीशी दिशा बदलली किंवा या साधनाला दिलेल्या ऊर्जारूपी शक्तीत बदल झाला, तर या साधनाचे काय होईल?', 'जर हे साधन भूपृष्ठावर आदळले, तर काय हाहाकार उडेल याचा विचार केलाय का?' अशा प्रकारचे काही विवादात्मक मुद्दे उपस्थित केले. मात्र सादरीकरणाच्या माध्यमातून डॉ. ब्राऊन यांनी या सगळ्या प्रश्नांना समाधानकारक

डॉ. वेन्हर ब्राऊन अग्निबाण आणि अवकाशयानाचे विज्ञान-तंत्रज्ञान समजावून सांगताना

उत्तरे दिली. गोफणगुंड्याचे सप्रयोग सादरीकरण करत त्यांनी दाखवून दिले की, जर काही गडबड झालीच, तर एक तर हे उपग्रहात्मक साधन पृथ्वीबाह्य अवकाशात अनाम दिशेने जाईल किंवा पृथ्वीच्या वातावरणात शिरले, तर गोलाकार फिरत फिरत हळूहळू भूपृष्ठाच्या दिशेने येईल आणि भूपृष्ठावर आदळेपर्यंत वातावरणातील हवेच्या घर्षणामुळे ते जळून जाईल.

शीतयुद्ध १९५५मध्ये रंगात आले होते असे म्हणतात, त्या वर्षी; आंतरराष्ट्रीय विज्ञान संघाने १ जुलै १९५७ ते १ डिसेंबर १९५८ हा कालावधी आंतरराष्ट्रीय भूभौतिकी वर्ष म्हणून साजरा करण्याचे जाहीर केले होते. या कालावधीत पृथ्वीच्या वातावरणात कृत्रिम उपग्रह सोडून तो पृथ्वीभोवती फिरता ठेवण्याची योजना होती. मात्र हे सहजासहजी घडले नव्हते. यामागे बरेच मोठे नाटक रंगले होते.

मागील काही वर्षांपासून अग्निबाणासाठी द्रव, घन आणि मिश्र स्वरूपातील इंधने तसेच एकापेक्षा जास्त टप्प्यातील (चरण) इंधनप्रणाली विकसित झाल्यामुळे आत्मविश्वास वाढत होता. माणसाचे हात आता शब्दशः आकाशाला टेकू लागले होते. या आत्मविश्वासातूनच आंतरराष्ट्रीय भूभौतिकी वर्षाचे निमित्त साधून अवकाशात कृत्रिम उपग्रहाचे प्रक्षेपण करण्याचे घाटत होते. यासाठी काही वर्षे जनमानसातही अवकाशीय संशोधनाचा प्रचार करण्यात आला होता. त्याचाच परिणाम म्हणून अमेरिकेतील रॉकेट सोसायटीच्या सभासदांची संख्या २१ हजारांवर पोहोचली होती. सर्वसामान्यांसाठी अग्निबाणाची माहिती सहजसोप्या भाषेत देणारे एक नियतकालिकही सोसायटीतर्फे प्रसिद्ध होत होते. या सगळ्यामुळे कृत्रिम उपग्रहाच्या संकल्पनेबाबत सर्वत्र एक प्रकारची उत्सुकता निर्माण झाली होती.

रशियातही राष्ट्राध्यक्ष ख्रुश्चेव्ह यांनी अवकाशविज्ञानाला प्राधान्य दिल्याचे परिणाम दिसत होते. तिखोन्राव्हॉव्ह कार्यरत असलेल्या वैज्ञानिक संशोधन संस्थेने आणि संरक्षण खात्यातील अवकाशउड्डाण विभागाने एकमेकांच्या सहकार्याने प्रक्षेपणास्त्रे विकसित केली होती. कोरोलेव्ह यांनी विकसित झालेल्या प्रक्षेपणास्त्राच्या मदतीने कृत्रिम उपग्रह उड्डाण साध्य असल्याचा अहवाल पाठवला होता. प्रक्षेपणास्त्रांच्या निर्मितीतून खरे तर संरक्षणाची सिद्धता वाढवण्याचा सरकारचा मानस होता, तर कोरोलेव्ह मात्र प्रक्षेपणास्त्राच्या मदतीने अंतराळ प्रवासाची स्वप्ने पाहत होते.

तर अमेरिकेतील वैज्ञानिक सल्लागार समितीने १४ फेब्रुवारी १९५५ या दिवशी 'दि थ्रेट ऑफ सरप्राईझ अटॅक' या नावाचा एक अहवाल सरकारला सादर केला. मॅसॅच्युसेट्स इन्स्टिटट्यूट ऑफ टेक्नॉलॉजीच्या तज्ज्ञांनी केलेल्या अग्निबाणाच्या अभ्यासावर तो आधारलेला होता. अग्निबाण उंचावर सोडून भूपृष्ठाची छायाचित्रे घेणे सहज शक्य असल्याचे त्यात अभ्यासकांनी म्हटले होते. म्हणजेच रशियाकडून विकसित केल्या जाणाऱ्या अग्निबाणांमुळे अमेरिकेच्या सुरक्षेला धोका निर्माण होऊ शकतो आणि त्यासाठी कोणत्या प्रकारची उपाययोजना करणे आवश्यक आहे याचा विस्तृत आढावा या अहवालात घेण्यात आला होता. अमेरिकेच्या संरक्षण खात्याकडूनही सर्वेक्षणात्मक अभ्यास होत होता. पर्ल हार्बर बंदरावर १४ वर्षांपूर्वी जपानकडून झालेल्या हल्ल्याची आठवण ताजी असल्याने संरक्षण खात्याने हा मुद्दा गांभीर्याने घेतला होता.

शिवाय, सार्वभौमत्वाचा मुद्दा (फ्रीडम ऑफ स्पेस) होताच. यासाठी लहान का होईना, पण लवकरात लवकर अमेरिकेचा उपग्रह आकाशात पाठवा असा सल्ला अमेरिकेच्या तंत्रज्ञान मंडळाकडूनही देण्यात आला होता. वैज्ञानिक जगतातही कृत्रिम उपग्रह हा खास चर्चेचा विषय झाला होता.

त्यानंतर अवघ्या महिनाभरात अमेरिकेच्या राष्ट्रीय समितीने आंतरराष्ट्रीय भूभौतिकी वर्षाच्या कालावधीत कृत्रिम उपग्रह प्रक्षेपण साध्य करण्यासंदर्भातील अहवाल राष्ट्रीय विज्ञान संस्थेकडे पाठवला. राष्ट्रीय विज्ञान संस्थेकडून हा अहवाल राष्ट्राध्यक्ष ड्वाइट आयझेनहॉवर यांच्या टेबलवर पोहोचला.

इकडे त्याच वर्षी एप्रिलमध्ये रशियाने आपण पहिल्या कृत्रिम उपग्रहाचे प्रक्षेपण करण्यासाठी समर्थ असल्याचे जाहीर केले होते. रशियन विज्ञान परिषदेतर्फे हे जाहीर करण्यात आले होते. प्रसिद्ध भौतिकशास्त्रज्ञ लिओनिड सेडोव्ह हे या परिषदेचे अध्यक्ष होते. रशियाकडून एवढी मोठी बातमी जाहीर झाल्यावर अमेरिका स्वस्थ बसणे शक्यच नव्हते. अमेरिकेतील राष्ट्रीय सुरक्षा परिषदेलाही हा राष्ट्राच्या प्रतिष्ठेचा प्रश्न वाटला. शिवाय फ्रीडम ऑफ स्पेस हा मुद्दाही होताच. सगळ्याच आघाड्यांवर कृत्रिम उपग्रहासंदर्भात हालचाल सुरू झाली आणि सगळ्यांना ज्याची उत्सुकता होती ती बातमी २९ जुलैला मिळाली. व्हाइट हाऊसचे प्रसिद्धी सचिव जेम्स हॅगर्टी यांनी वॉटरमन, कॉर्नेल, शॅप्ले, जॉयस, स्पिलहॉस या शास्त्रज्ञांसमवेत एक पत्रकार परिषद घेतली. अमेरिकेच्या कृत्रिम उपग्रह प्रकल्पासाठी राष्ट्राध्यक्ष आयझेनहॉवर यांनी मान्यता दिल्याचे त्यात जाहीर करण्यात आले. त्याचबरोबर आमचा उपग्रह हा जगातील पहिला उपग्रह असेल अशी पुस्तीही जोडण्यात आली.

यानंतर चारच दिवसांनी डेन्मार्कमधील कोपेनहेगन इथे सहावी आंतरराष्ट्रीय अवकाशिकी (ॲस्ट्रॉनॉटिकल) परिषद भरली होती. रशियाचे प्रसिद्ध भौतिकशास्त्रज्ञ

कोपेनहेगन येथील आंतरराष्ट्रीय अवकाशिकी परिषदेत लिओनिड सेडोव्ह

लिओनिड सेडोव्ह हे या परिषदेला आले होते. तिथे त्यांनीही रशियातर्फे साकारत असलेल्या उपग्रह प्रकल्पाबद्दल जाहीर केले. केवळ दशकापूर्वी अग्निबाणाच्या जोरावर शीतयुद्ध आकाराला आले होते. आणि आता शीतयुद्धातून अवकाशस्पर्धा!

नव्हे तर, अवकाशस्पर्धेची अशा प्रकारे अनौपचारिक घोषणाच झाली होती!

पण, शर्यतीत असलेल्या स्पर्धकांची पुरेशी तयारी आहे की नाही हे जाणून न घेताच पंचांनी हवेत बंदुकीच्या फैरी झाडून शर्यतीला सुरुवात करावी असेच काहीसे अवकाशस्पर्धेचे झाले होते. आता कोण स्पर्धक कसा पळतो आणि लक्ष्य कसे साध्य करतो हे येणाऱ्या दिवसांत दिसणार होते!

◆◆◆

५

अवकाशस्पर्धा सुरू...

१९५५च्या दरम्यान अमेरिकेत उपग्रहासाठी खास अग्निबाण विकसित करण्याचा आरंभ करण्यात आला होता. आजवरच्या अग्निबाणांची गुणवैशिष्ट्ये काही बाबतींत वेगळी असल्यामुळे खास अग्निबाणाची गरज व्यवहार्य होती. या कामी नौदल, वायुदल आणि भूदल या तिन्ही सैन्यदलांकडून स्वारस्य दाखवले गेले. यामध्ये वायुदलाने ॲटलास अग्निबाणात सुधारणा करण्याचा प्रस्ताव दिला, तर नौदलाने व्हायकिंग या अग्निबाणावर काम करण्यासाठी सुरुवात केली. भूदलाने रेडस्टोन या अग्निबाणाचा विकास सुचविला. या संदर्भात १ फेब्रुवारी १९५६ रोजी आर्मी बॅलेस्टिक मिसाईल एजन्सीची स्थापना अलाबामा राज्यातील मॅडिसन शहरात करण्यात आली. जर्मनीतून अमेरिकेत स्थलांतरित झालेले (ऑपरेशन पेपरक्लीपअंतर्गत) डॉ. वेन्र्हर ब्राऊन यांनी रेडस्टोन अग्निबाणाच्या विकासाची मांडलेली सूचना अमेरिकेने मान्य तर केलीच, त्याचबरोबर त्यांच्याकडे या एजन्सीचे तांत्रिक विभागाचे संचालक प्रमुखपदही दिले. सुरुवातीला केवळ वर्षभरासाठी अमेरिकेत आलेले डॉ. ब्राऊन नंतर इथेच रमले. बुद्धिमान आणि रुबाबदार व्यक्तिमत्त्वाच्या डॉ. ब्राऊन यांना संरक्षण दलाच्या या प्रक्षेपणास्त्र संस्थेत आपले कर्तृत्व दाखवायची चांगलीच संधी मिळत गेली. त्यांनी रेडस्टोनबरोबरच ज्युपिटर हा अग्निबाणही विकसित केला. तसेच भविष्यात उपयोगी पडतील अशा अवकाशवाहनांचा आराखडाही तयार केला.

दरम्यान नेव्हल रिसर्च लॅबोरेटरीच्या वतीने व्हॅनगार्ड नामक अग्निबाणाचा प्रस्ताव योग्य असल्याचे पुढे आले होते. जेट प्रपल्शन लॅबोरेटरीतील एक प्रमुख अभियंता हॉमर स्ट्युअर्ट यांच्या अध्यक्षतेखाली कॅलिफोर्निया इन्स्टिट्यूट ऑफ टेक्नॉलॉजीच्या सहकार्याने उपग्रहासंदर्भात अग्निबाण निर्मितीसाठी आठ जणांची एक खास समिती निर्माण झाली होती. या समितीने ३ ऑगस्टला नेव्हल रिसर्च लॅबोरेटरीने विकसित केलेल्या व्हॅनगार्डच्या आराखड्याला मंजुरी दिली. व्हॅनगार्ड म्हणजे 'आघाडीचे दल' असा अर्थ असलेला हा अग्निबाण उपग्रहाला घेऊन आकाशात भरारी घेणार होता.

व्हॅनगार्ड प्रकल्पाचा आराखडा तीन प्रकारे विकसित होणार होता. या अंतर्गत ॲटलास अग्निबाण असणार होता, जो वातावरणात सुमारे ६०० किलोमीटर उंची गाठणार होता. या अग्निबाणाला जोडलेले रेडस्टोन आणि लोकी हे पुढचे दोन

अग्निबाण उपग्रहाला घेऊन पुढे जाणार होते. त्या उपग्रहाचे वजन अवघे २.२६ किलोग्रॅम असणार होते.

व्हॅनगार्ड अग्निबाण प्रकल्पाची संकल्पना नौदलाकडून व्हायकिंग अग्निबाणावर काम करताना मांडण्यात आली होती. नौदलातील मान्यवर तसेच अवकाशिकीमधील दिग्गज आणि डॉ. ब्राऊन यांच्यात अनेक चर्चा, वाद होऊन एकदाचा व्हॅनगार्ड प्रकल्प सुरू झाला. या प्रकल्पांतर्गत एकूण ६ अग्निबाणजन्य अवकाशवाहने निर्माण करण्यात येणार होती.

अमेरिकेत विकसित झालेल्या ज्युपिटर एसी या अग्निबाणाने १,१०० किलोमीटर उंची गाठत ५,३०० किलोमीटर दूरचा प्रवास सन १९५६मध्ये साध्य केला. या आधीच्या व्हायकिंग या अग्निबाणजन्य वाहनामुळे शेकडो किलोमीटर उंचीपर्यंत काही प्रयोग साध्य करत नियंत्रण आणि अवलोकनाच्या दृष्टिकोनातून यंत्रणाप्रणालींचा विकास साध्य झाला होता. मात्र ज्युपिटर एसी अग्निबाणामुळे अवकाशात हजारो किलोमीटर उंची आवाक्यात आली होती.

ज्युपिटर-सी अग्निबाण

याच कालखंडात अमेरिकेतल्या नॅशनल अॅडव्हायजरी कमिटी फॉर एरोनॉटिक्स (एनएसीए) या संस्थेत एका नोकरी संदर्भात एक अर्ज आला होता. हा अर्ज नील आर्मस्ट्राँग या तरुणाचा होता. ओहायो राज्यातील वॅपाकोनेटा या लहानशा शहरातल्या या तरुणाने सतराव्या वर्षी विमानविद्येतील अभियांत्रिकीचे शिक्षण पूर्ण केले होते. नीलला एनएसीएच्या कॅलिफोर्नियातील हायस्पीड फ्लाइट स्टेशनमध्ये काम करण्याची इच्छा होती. मात्र तिथे त्याच्यासाठी जागा नसल्यामुळे त्याचा अर्ज ओहायोतीलच लुईस फ्लाइट प्रपल्शन लॅबोरेटरीत पाठवण्यात आला. ही प्रयोगशाळाही एनएसीएचीच. इथे अग्निबाणाच्या प्रणोदनासंदर्भात संशोधन चालायचे. या प्रयोगशाळेत नील रमलाच नाही. लवकरच त्याने पुन्हा हायस्पीड फ्लाइट स्टेशनकडे अर्ज केला. आता मात्र त्याला संधी मिळाली. तिथे नीलला पहिली संधी मिळाली ती पाठलाग करणारे विमान चालवण्याची. इथून पुढे नीलचे कार्यक्षेत्र कसे आणि किती विस्तारणार होते याची त्याला स्वतःलासुद्धा कल्पना नव्हती.

अवकाश स्पर्धेची अनौपचारिक घोषणा झाल्यानंतर रशियातही वेगवान घडामोडी घडायला सुरुवात झाली. ३० ऑगस्ट १९५५ रोजी कोरोलेव्ह यांनी रशियाच्या संरक्षण आणि औद्योगिक प्रतिनिधींसमोर आर-७ हा अग्निबाण उपग्रह प्रकल्पासाठी कसा उपयुक्त आहे याचे सादरीकरण केले. काही तज्ज्ञांचे असे मत होते की, आर-७ हा रशियाचा प्रसिद्ध अग्निबाण या कामी वापरला गेला, तर क्षेपणास्त्र

कार्यक्रमाबाबत प्रश्न निर्माण होऊ शकतात. तथापि, सोविएत ॲकॅडमी ऑफ सायन्सेसने या अग्निबाणाचे तांत्रिक महत्त्व जाणून घेऊन त्याच्या वापराला अनुमती दिली. सरकारच्या मंत्रीपरिषदेकडून मात्र औपचारिकता पूर्ण होत नव्हती.

या दरम्यान नवीन राष्ट्रप्रमुखांनीच कोरोलेव्ह यांच्या विभागाला भेट दिली. या भेटीदरम्यान कोरोलेव्ह यांनी तब्बल १०० प्रकारचे आराखडे अभ्यासून आर-७ अग्निबाणाचा आराखडा का आणि कसा विकसित केला आणि त्याचे महत्त्व सांगितले. त्याचबरोबर अमेरिकचे उपग्रहाबाबत नियोजन कसे असेल यावरही खल केला. यातून आपल्याला त्यांच्यापेक्षा आधी लक्ष्य गाठायचे असल्यास हाच अग्निबाण वापरणे योग्य असल्याचे ख्रुश्चेव्ह यांच्या मनी उतरवले. अखेर रशियन सरकारकडून आर-७ प्रकारातील एकूण सहा अग्निबाण निर्माण करण्यास परवानगी मिळाली आणि शर्यतीचा एक टप्पा सुरू झाला. शर्यतीत रशियाचेच पारडे सध्या जड दिसत होते!

अमेरिकेतही १९५६मध्ये हवाईदल आणि नॅशनल ॲडव्हायजरी कमिटी फॉर एरोनॉटिक्स यांनी मिळून एका लढाऊ विमानाला अग्निबाणाची शक्ती लावून ते ३८ किलोमीटर उंचीपर्यंत नेले. ज्युपिटर या नावाने आणखी एक अवजड अग्निबाण विकसित झाला होता. या अग्निबाणाने तर तब्बल १,१०० किलोमीटर उंचीपर्यंत झेप घेतली होती. वाहून न्यायचे वजन अवघे ४० किलोग्रॅमच्या दरम्यान असले तरी, या अग्निबाणाने ५,३०० किलोमीटर अंतर पार केले होते. शिवाय, या अग्निबाणाने प्रतिसेकंद ६ किलोमीटर या वेगाने प्रवास केला होता. म्हणजे ध्वनीलहरींच्या वेगापेक्षा कितीतरी जास्त!

अग्निबाणांच्या वेगासंदर्भात मागील आठ-नऊ वर्षांत झालेली सुधारणा थक्क करणारी होती. म्हणजे अग्निबाण एखाद्या ठिकाणाहून गेला, तर तिथे त्याचा आवाज २० सेकंदांनंतर ऐकू यायचा!

आंतरराष्ट्रीय भूभौतिकी वर्षाची सुरुवात ठरल्याप्रमाणे १ जुलै १९५७ रोजी झाली. जाहीर केलेल्या घोषणांनुसार या वर्षात काय घडते याकडे विज्ञानजगत डोळे लावून बसले होते. इतक्यातच अमेरिकेतील केंद्रीय गुप्तचर संस्थेने (सीआयए) संरक्षण सचिवांना खास बातमी दिली. रशियन अवकाशविज्ञानाचे शिल्पकार कॉन्स्टॅन्टीन यांच्या जन्मदिनाचे औचित्य साधून, येणाऱ्या १७ सप्टेंबरला रशिया उपग्रहाचे उड्डाण करण्याच्या तयारीत आहे. या गुप्त बातमीमुळे अमेरिकन प्रशासनात खळबळ उडाली.

रशियात काय घडत होते? डेझिक आणि सीगन या श्वानांना अवकाशात फिरवून आणल्यानंतर रशियाने श्वानांच्या अनेक मोहिमा राबवल्या. यामध्ये एकूण ५७ श्वानांचा समावेश होता. सुमारे ४५० किलोमीटर उंचीपर्यंत श्वानांनी प्रवास केला.

या मोहिमांमध्ये अनेक गंमती घडल्या. हे श्वान बहुधा जोडीने पाठवले जायचे. श्वान भटके असल्यामुळे अगदी उड्डाणांच्या आधी काही तास श्वान पळून जायचे आणि मोहिमेच्या सगळ्या तयारीवर पाणी पडायचे. परत भटक्या श्वानांचा शोध घेऊन मोहीम आखावी लागायची. मोहिमेनंतर पुन्हा जमिनीवर आलेल्या श्वानांच्या ज्या वैद्यकीय तपासण्या झाल्या, त्यांत निम्म्यापेक्षा अधिक श्वानांना बद्धकोष्ठ आणि पित्ताशयात खडे झाल्याचे दिसून आले. यामागची कारणे अभ्यासण्यात आली. मानवी मोहिमांसाठी हा अभ्यास उपयुक्त ठरणार होता. श्वानांच्या मोहिमांदरम्यान एखादा अपवाद वगळता सर्वच श्वान सुरक्षित जमिनीवर परत आले. ज्यांचा मृत्यू ओढवला होता त्यामागे अग्निबाणांच्या तांत्रिक चुका होत्या.

रशियाच्या पहिल्या कृत्रिम उपग्रहाचे स्वप्न साकारण्यासाठी आर-७ हा यशस्वी अग्निबाण खास प्रकारे विकसित होत होता. कलिनिनग्राड या शहरात असलेल्या रॉकेट अँड स्पेस कार्पोरेशनमध्ये कोरोलेव्ह हे आर-७ वर काम करत होते. ७ क्रमांकाला रशियन भाषेत 'सेम्योर्का' म्हणतात. त्यामुळे या अग्निबाणाला सेमायोर्का असेही संबोधले गेले.

१ मे रोजी आर-७ मालिकेतील पहिला अग्निबाण उड्डाणाची सुविधा असलेल्या बैकोनूर नावाच्या लहानशा शहराकडे रवाना करण्यात आला. या दोन शहरांमधील अंतर ३,७५० किलोमीटर इतके आहे. आताच्या कझाकस्तानमधील बैकोनूर तेव्हा सोविएत संघाचाच भाग होते. अरल समुद्राला मिळणाऱ्या सीर दर्या नदीच्या उत्तरेला बैकोनूर हे वाळवंटातील ठिकाण आहे. बैकोनूरच्या उड्डाणाच्या ठिकाणापासून ६ किलोमीटर अंतरावर या उड्डाण केंद्राचे नियंत्रण कक्ष होते.

१५ मे रोजी या अग्निबाणाचे उड्डाण करण्यात येणार होते. त्या नियोजनानुसार अग्निबाण उड्डाणासाठी सज्ज करण्यात आला आणि गणती पूर्ण होताच उड्डाण झाले. मात्र उड्डाणानंतर अवघ्या २० सेकंदात आर-७ जमिनीवर कोसळला. तळाच्या एका इंधनटाकीचे कार्य नीट सुरू झाले नसल्याने हे घडले. अपयश ही यशाची पायरी असते. विज्ञानाला हे असे फसलेले प्रयोग नवे नव्हते. अपयशातूनच आर-७बाबतचा पुढचा धडा शिकला गेला आणि काम सुरू झाले.

दुसऱ्याच दिवशी रशियातीलच कॅप्सटीन या गावाजवळच्या उड्डाणमंचावरून आर-२ए या अग्निबाणाचे यशस्वी उड्डाण केले. या उड्डाणाचे वैशिष्ट असे की या अग्निबाणाला जोडून एक खास कॅमेरा (नेत्रिका) अवकाशात पाठवला गेला होता. रशियातून असे उंचीवरील छायाचित्र प्रथमच टिपण्यात येणार होते.

आता आर-७ अग्निबाणाचे आत्मविश्वासपूर्वक उड्डाण ऑगस्ट महिन्यात करण्याचे ठरले. दिवस ठरला २१ ऑगस्ट. नियंत्रण केंद्रातून अग्निबाण इंधन प्रज्वलनाची कळ दाबली गेली आणि पुन्हा एकदा बैकोनूरहून आर-७ आकाशात

झेपावला. काही विपरीत घडले नाही. नजर पोहोचेपर्यंत अग्निबाणाचा प्रवास सुखरूप दिसत होता. मात्र साधारण १८ मिनिटांनंतर रशियाच्या अतिपूर्व टोकाला तब्बल ६,५०० किलोमीटर अंतरावरील ज्वालामुखींसाठी प्रसिद्ध असलेल्या कामचत्का या द्वीपकल्पाच्या पुढे ओखोत्स्क समुद्रात आर-७ कोसळला होता. सेकंदाला ६ किलोमीटर एवढ्या वेगाने हा प्रवास साध्य झाला होता, तर लक्ष्य गाठताना अवघी ५ किलोमीटरची त्रुटी जाणवली होती. दुसऱ्याच दिवशी रशियातील वृत्तसंस्थांनी या उड्डाणाची औपचारिक बातमी छायाचित्रांसहित प्रसिद्ध केली.

नियंत्रण आणि अवलोकन आवाक्यात आलेले अग्निबाणाचे हे रोपटे आता चांगलेच रुजू लागल्याचे सिद्ध झाले!

रशियाच्या या कामावर अमेरिकेकडून गुप्तपणे नजर ठेवली जात होती. अमेरिकेच्या यु-२ या विमानाने रशियाच्या बैकोनूरमधील उड्डाणकेंद्राचे छायाचित्र ५ ऑगस्ट १९५७मध्ये टिपले होते. हा हेरगिरीचाच एक प्रकार होता.

आर-७च्या यशामुळे रशियाला कृत्रिम उपग्रहाबाबत चांगलाच आत्मविश्वास निर्माण झाला होता. एक स्वतंत्र विभाग उपग्रहाच्या अनुषंगाने वैज्ञानिक आणि तांत्रिक पातळीवर रूपरेषा आखत होता. खगोलशास्त्र, जीवशास्त्र, भूरसायन आणि भूभौतिकी शास्त्रांतर्गत उपग्रहासंदर्भात उपकरणांचा, साधनांचा विकास होणार होता.

या दरम्यान रशियातील विविध प्रदेशांमध्ये अग्निबाणांच्या अनुषंगाने नियंत्रण केंद्रांची उभारणी करण्यात आली. प्रथम तैगा, कामा, येवापॅटोरिया या ठिकाणी तर, पुढे ग्युरिव्ह, शॅगन, येन्झिस्क, क्ल्युची, क्रॅस्नो, नोव्होसिबिर्स्क अशा एकूण १३ ठिकाणी नियंत्रण केंद्रे उभारली गेली. ही सर्व ठिकाणे बैकोनूरपासून किमान हजारपेक्षा जास्त किलोमीटर दूर होती.

एकीकडे अग्निबाण विकसित करताना कोरोलेव्ह अग्निबाणाबरोबर पाठवल्या जाणाऱ्या उपग्रहाच्या प्रगतीवरही लक्ष ठेवून होते. मिखाईल खोमॅकोव्ह या मुख्य अभियंत्याच्या नेतृत्वाखाली इव्हानोव्हस्की, डॉ. मिस्लाव्ह केल्डिश, लॅव्हरोव्ह या वैज्ञानिकांनी उपग्रह आकारास आणण्यासाठी प्रयत्नांची पराकाष्ठा केली होती.

उपग्रह उपग्रह म्हणून ज्याचा इतका बोलबाला होत होता, तो पहिला उपग्रह होता तरी कसा?

तर उपग्रह म्हणजे तो होता ५८ सेंटीमीटर व्यासाचा एक धातूचा गोळा! या गोळ्यातून ४ अॅन्टेना बाहेर आलेले होते. हा चमकदार गोळा दोन अर्धगोलांचा, अॅल्युमिनियम, मॅग्नेशियम आणि टिटॅनियम या धातूंचे मिश्रण असलेल्या २ मिलीमीटर जाडीच्या पत्र्यापासून तयार केलेला होता. ३६ ठिकाणी जोडून तसेच खास प्रकारचे नट-बोल्ट्स वापरून हा पोकळ गोल हवाबंद केलेला होता. या पोकळीत २० आणि ४० मेगाहर्ट्झ रेडिओ लहरींचे प्रक्षेपण करणारा घटक प्रक्षेपक, या घटकाला

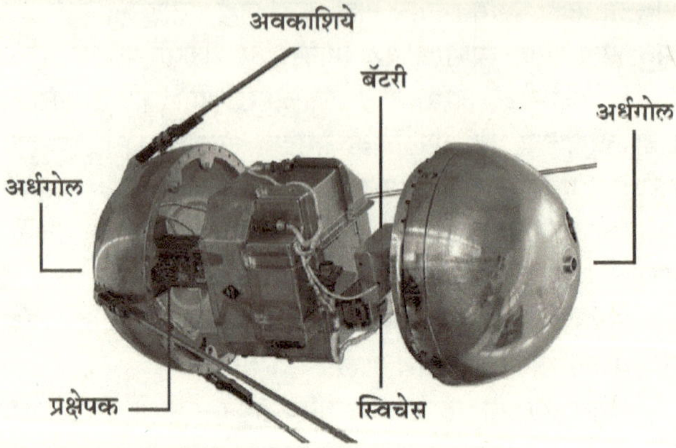

उपग्रहाची (स्पुटनिक) रचना

विद्युतऊर्जा पुरवणारा घट (बॅटरी), या घटाभोवती हवा फिरती ठेवण्यासाठी एक पंखा आणि या प्रक्षेपकात लहरींच्या नियंत्रणासंदर्भात काही बदल करण्यासाठी विशिष्ट कळा (स्विचेस) असा जामानिमा होता. तर आतील प्रक्षेपकाला जोडलेल्या रेडिओ लहरींचे बाह्य अवकाशात प्रक्षेपण होण्यासाठी २.४ आणि २.९ मीटर लांबीचे दोन अ‍ॅन्टेना या गोळ्यातून बाहेर आले होते. या पूर्ण उपग्रहाचे वजन ८३.६ किलोग्रॅम होते. बॅटरीचे वजनच ५१ किलोग्रॅम होते तर अवघे ३.५ किलोग्रॅम वजन असलेला रेडिओ प्रक्षेपक केवळ १ वॅट शक्तीच्या रेडिओ लहरी पृथ्वीकडे पाठवणार होता. या उपग्रहाला अपेक्षित कक्षेत स्थिर करण्यासाठी आर-७ हाच दोन चरणांचा अग्निबाण वापरला जाणार होता. अवकाशस्पर्धेचा आरंभ करणाऱ्या या उपग्रहाच्या उड्डाणाची मोठीच उत्सुकता होती.

◆◆◆

६

स्पुटनिक आणि एक्सप्लोरर

उपग्रहाच्या उड्डाणाचा दिवस ठरला ४ ऑक्टोबर. उड्डाणाचे सगळे सोपस्कार पूर्ण झाले. संरक्षण दलाच्या तोफखान्यातील बोरिस चेक्युनोव्ह या तरुण अधिकाऱ्याने उड्डाणाचा संकेत दिला आणि सायंकाळी बरोबर ७ वाजून २८ मिनिटे आणि ३४ सेकंदांनी आर-७ अग्निबाण एका नवीन साधनाला घेऊन अवकाशात झेपावला. उपग्रह म्हणून ओळख झालेल्या या साधनाला नाव मिळाले स्पुटनिक! स्पुटनिकचा रशियन भाषेतील अर्थ आहे सहप्रवासी. स्पुटनिकच्या रूपात पृथ्वीला अंतराळात मार्गक्रमण करताना एक सहप्रवासी मिळाला होता. उड्डाण यशस्वी झाल्याची बातमी कळल्यानंतर राष्ट्रप्रमुख ख्रुश्चेव्ह यांनी औपचारिकपणे सर्वांचे अभिनंदन केले आणि ते झोपायला गेले. त्यांना हा कोरोलेव्ह यांचा नेहमीचाच प्रयोग वाटला होता.

उड्डाणानंतर कोरोलेव्ह आणि बाकी सर्व वैज्ञानिक, अभियंते, तंत्रज्ञ उत्सुकतेने नियंत्रण कक्षात उभे होते. या उड्डाणासाठी वापरलेला आर-७ अग्निबाण दोन चरणांतला होता. पहिल्या चरणात तळाशी जोडलेल्या ४ इंधन टाक्या होत्या, तर पुढील चरणात मध्यभागातील एकच इंधन टाकी होती. १६० टन इंधन असलेले पहिले चरण ११६ सेकंद कार्यरत राहिले, तर ८६ टन इंधनाचे दुसरे चरण २९५ सेकंद. दोन्ही चरणांनी व्यवस्थित कार्य केले. साधारण २२८ किलोमीटर उंची गाठल्यानंतर अग्निबाणाच्या टोकातील कुपीतून स्पुटनिक बाहेर आला. त्याला अपेक्षित भ्रमणदिशा मिळाली. स्पुटनिक आता ७.८ किलोमीटर प्रति सेकंद वेगाने लंबवर्तुळाकार कक्षेत कमीत कमी २१५ आणि जास्तीत जास्त ९३९ किलोमीटर अंतरावरून प्रवास करू लागला. ९६ मिनिटांमध्ये त्याचे एक भ्रमण पूर्ण होणार होते.

स्पुटनिक उपग्रह अपेक्षित गतीने कक्षेत फिरू लागल्याचा रेडिओ संकेत मिळाला आणि सगळ्यांनी जल्लोष केला. नियंत्रण कक्षात सगळेच एकमेकांशी हस्तांदोलन आणि गळाभेट करत होते. कोरोलेव्ह कक्षाच्या बाहेरील सज्जात येऊन पौर्णिमेचा चंद्र पाहत होते. कोरोलेव्ह यांचे सहकारीही बाहेर आले. सर्वांचे लक्ष कोरोलेव्ह यांच्याकडे गेले आणि शांतता पसरली. 'माझं आजवरचं आयुष्य मी हा क्षण पाहण्यासाठी घालवलंय!' हे शब्द उच्चारताना कोरोलेव्ह यांच्या डोळ्यांत तरळलेले आनंदाश्रू त्यांच्या जवळच्या सहकाऱ्यांनी पाहिले.

कोपेनहेगन येथे दोन वर्षांपूर्वी झालेल्या आंतरराष्ट्रीय अवकाशिकीविषयक परिषदेत रशियाने केलेली घोषणा आता पूर्णत्वास गेली होती. अवकाशस्पर्धेत कुठेतरी

रशियाने बाजी मारली होती!

स्पुटनिकचे यश ही रशियन नागरिकांसाठी अभिमानाची बाब होती. त्याचा आनंद सगळीकडे साजरा होत होता. 'आम्ही ताऱ्यांकडे जाणारा रस्ता शोधलाय' असाच तो अभिनिवेश असायचा. पण अवकाश स्पर्धा एवढ्यावरच थांबणार नव्हती!

रशियातील प्रावदासहित इतर वृत्तवाहिन्यांनी स्पुटनिकच्या बातम्या प्रसिद्ध केल्या. टास्स या रशियाच्या प्रमुख वृत्तसंस्थेने स्पुटनिकचा रेडिओ संकेत कुठल्या आकाशवाणी केंद्रावर कधी ऐकायला मिळतो याची माहिती दिली.

अमेरिकेतही ५ ऑक्टोबर १९५७च्या न्यूयॉर्क टाइम्सच्या पहिल्या पानावर स्पुटनिकची बातमी झळकली. बातमीसोबत स्पुटनिकचे छायाचित्र नसले तरी रेखाकृतीच्या माध्यमतून पृथ्वीभोवती फिरणारा उपग्रह दाखवला होता. स्पुटनिकमुळे वातावरण ढवळले ते अमेरिकेतील. मेरीलॅन्ड राज्यातील गैथर्सबर्ग येथील नॅशनल ब्युरो ऑफ स्टॅन्डर्डच्या रेडिओ लहरी प्रयोगशाळेतील संग्रहण प्रणालीत स्पुटनिकच्या संकेतांचे संवेदन झाले. रेडिओ कार्पोरेशन ऑफ अमेरिका या संस्थेच्या प्रयोगशाळेतही संकेत ऐकले गेले.

आठवड्यानंतर कॅनडातील न्यूब्रुक येथे खास उल्का (अशनी) निरीक्षणांसाठी असलेल्या वेधशाळेतही स्पुटनिकचे भ्रमण करत असतानाचे छायाचित्र मिळाले. स्पुटनिकचा संकेत ध्वनिमुद्रित करण्याची जणू चढाओढच दोन्ही देशांमध्ये लागली होती. अधिकृत आकाशवाणी केंद्रे तर हा संकेत टिपण्याचा प्रयत्न करत होतीच, त्याचबरोबर रेडिओ लहरींवर संदेशवहनाचे प्रयोगात्मक उपक्रम करणारे हौशी म्हणजे

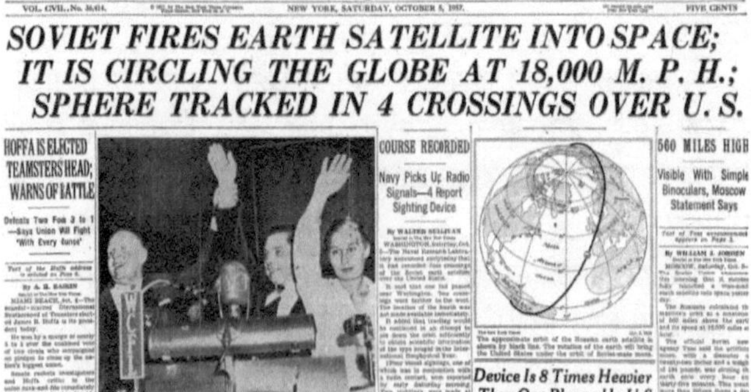
"All the News That's Fit to Print"

The New York Times.

LATE CITY EDITION

NEW YORK, SATURDAY, OCTOBER 5, 1957. FIVE CENTS

SOVIET FIRES EARTH SATELLITE INTO SPACE;
IT IS CIRCLING THE GLOBE AT 18,000 M. P. H.;
SPHERE TRACKED IN 4 CROSSINGS OVER U. S.

HOFFA IS ELECTED TEAMSTERS HEAD; WARNS OF BATTLE

COURSE RECORDED

Navy Picks Up Radio Signals—4 Report Sighting Device

560 MILES HIGH

Visible With Simple Binoculars, Moscow Statement Says

Device Is 8 Times Heavier Than One Planned by U.S.

द न्यूयॉर्क टाइम्सच्या पहिल्या पानावरील स्पुटनिकची बातमी

हॅम रेडिओ गटही यात होते. अमेरिकेसहित इतर काही युरोपीय देशांमध्ये सायंकाळी दुर्बिण घेऊन लहानथोर स्पुटनिक शोधण्यासाठी आकाश न्याहाळताना दिसायचे.

स्पुटनिकची दखल व्हाइट हाऊसनेही घेतली. अमेरिकतील जनमानसात स्पुटनिक एवढाच चर्चेचा विषय झाला होता. याला कारण अर्थातच तिथली प्रसारमाध्यमे होती. स्पुटनिक नक्की काय आहे याची पुरेशी माहिती न घेता, 'पृथ्वीला घिरट्या घालणाऱ्या या साधनापासून देशाला किंवा पृथ्वीला धोका आहे का' या मुद्यावर बरेच चर्वितचर्वण झाले. त्यामुळे राष्ट्राध्यक्ष आयझेनहॉवर यांना स्पुटनिकबाबत राष्ट्राला उद्देशून भाषणच करावे लागले. राष्ट्राध्यक्षांना खास पत्रकार परिषदही बोलवावी लागली. अमेरिकेतील तज्ज्ञांनी स्पुटनिकबाबत माहिती गोळा केलीच होती. त्यामुळे स्पुटनिकडून राष्ट्राला धोका नसल्याचे स्पष्ट झाले होते. पत्रकारांनी सुरक्षेबाबत प्रश्न विचारताच 'स्पुटनिक भ्रमण करायला लागल्यापासून मला काहीही झालेले नाही!' असे मिश्कील उत्तर राष्ट्राध्यक्षांनी दिले.

विषय एवढ्यावरच थांबला नाही. स्पुटनिकवर लेख लिहिले गेले, अगदी कविताही रचल्या गेल्या. स्पुटनिकआधी आणि स्पुटनिकनंतर अशीच तुलना सुरू झाली. स्पुटनिकआधी अमेरिकन लोकांना वाटत होते की, रशियामध्ये अमेरिकेवर आक्रमण करण्याइतपत ताकद नाही, जगात अमेरिकेचेच विज्ञान-तंत्रज्ञान सर्वांत पुढारलेले आहे, वगैरे वगैरे. स्पुटनिकनंतर मात्र ही समीकरणे बदलली. अमेरिकेवर आक्रमण करण्याइतपत परिणामकारक क्षेपणास्त्रे रशियाकडे आहेत, अणुशक्ती विज्ञानात रशिया बाजी मारू शकते, रशियाच्या वाढत्या संरक्षणसिद्धतेचा प्रभाव जगभरात पडू शकतो, ज्यामुळे अमेरिकेच्या जागतिक वर्चस्वाला शह मिळू शकतो असे वेगळे चित्र अमेरिकन जनतेसमोर आले. अमेरिकी प्रशासनांकडून स्पुटनिकच्या यशाचा स्वीकार झाला होता. मात्र यानंतर अमेरिकेला असे यश प्राप्त करण्यासाठी काय धोरणे आखावी लागतील यावर ऊहापोह झाला आणि पुढील दिशा ठरवली गेली.

स्पुटनिकचा गाजावाजा जगभर झाल्यानंतर रशियाच्या राष्ट्रप्रमुखांना त्याचे महत्त्व कळले. त्यांनी स्पुटनिक मोहिमेत सहभागी असलेल्या सर्वांना आमंत्रित करून खास अभिनंदन केले आणि 'आता रशिया अवकाशात माणूसही पाठवू शकेल का' असा प्रश्न केला. उत्तर अर्थातच होकारार्थी आले. असे असले तरी मानवी अवकाश मोहीम म्हणावी तेवढी सोपी नव्हती. वैज्ञानिक यावर विचार करत होतेच मात्र आता राज्यकर्त्यांनाही या विषयाचे वेध लागल्यासारखे झाले होते. रशियातील साम्यवादाच्या क्रांतीला ४० वर्षे पूर्ण होण्याच्या निमित्ताने समानव उपग्रह पाठवा, असा आग्रह ख्रुश्चेव्ह यांनी धरला. अर्थात समानव उपग्रह मोहिमेचा विचार तेव्हा दृष्टिक्षेपात नसला तरी त्या दिशेने प्रयत्न चालू झाले होते!

रशियन वैज्ञानिकांनीही स्पुटनिकनंतर लगेचच पुढच्या उपग्रहाची तयारी सुरू केली होती. स्पुटनिकमुळे पृथ्वीच्या कक्षेतून रेडिओ लहरींच्या माध्यमातून संदेशवहन यशस्वी झाले असल्याचा पडताळा आला होता. पुढचा उपग्रह स्पुटनिक-२ नावाने आकाराला येत होता.

स्पुटनिक-२ला जोडलेल्या कुपीत दोन उपकरणे होती. पहिले उपकरण होते वातावरणातील ऊर्जेच्या वर्णाचे मोजमाप करणारे एक साधन - वर्णपटमापक (स्पेक्ट्रोफोटोमीटर) आणि दुसरे उपकरण होते ऊर्जाभारित कणांची शक्ती मोजणारे साधन - गायगर मीटर. या उपकरणांकडून होणारे मोजमाप रेडिओ प्रक्षेपकांच्या माध्यमातून पृथ्वीकडे येणाऱ्या संकेतांद्वारे समजणार होते. हा रेडिओ प्रक्षेपक स्पुटनिक-१मध्ये जो वापरला होता तसाच होता. ही दोन्ही उपकरणे आणि रेडिओ लहरी प्रक्षेपक प्रणाली कुपीच्या वरील भागात जोडलेली होती. कुपीच्या खालील भागात काय होते? खालील भागाचा वापर पुन्हा अंतराळात सजीव पाठवण्यासाठी होणार होता. स्पुटनिकपासून उपग्रह कक्षेत फिरू लागला होता. त्यामुळे सजीव कक्षेत कसा जगू शकेल याची चाचणी घेणे आता शक्य होणार होते. समानव उपग्रहाचे वेध लागल्याने असा प्रयोग करून पाहणे आता क्रमप्राप्त होते.

या प्रयोगासाठी पुन्हा एकदा श्वान पाठवायचे ठरले होते. पुन्हा एकदा भटक्या श्वानांचा शोध सुरू झाला. मॉस्कोतल्या रस्त्यावरून एक मादी श्वान मिळवली गेली. 'लायका' असे तिचे नामकरण करून तिला बैकोनूर इथे आणण्यात आले. बैकोनूरला अल्बीना आणि मुश्खा अशा आणखी दोन मादी श्वान आणलेल्या होत्या. प्राण्यांच्या डॉक्टर असलेल्या अदिल्या कोटोव्हस्क्या यांनी लायका, अल्बीना आणि मुश्खा यांना प्रशिक्षण देण्यास सुरुवात केली. कुपीमध्ये ८० सेंटीमीटर आकाराची एक कॅप्सूल श्वानासाठी तयार करण्यात आली होती. या लहानश्या कॅप्सूलमध्ये दीर्घकाळ बसण्याचे प्रशिक्षण श्वानांना देण्यात आले. रक्तदाब, हृदयाचे ठोके आणि श्वासोच्छ्वासाचा दर इत्यादी तपासण्या झाल्यानंतर लहान चणीच्या लायकाची निवड करण्यात आली. ३ वर्षे वय असलेल्या लायकाचे वजन ६ किलो होते. सगळ्या बाबतीत तिची निवड योग्य होती.

लायकाच्या मलमूत्र विसर्जनासाठी कॅप्सूलमध्येच वेगळी सोय करण्यात आली होती. तसेच, तिला दीर्घ काळ एका ठिकाणी बसण्यासाठी विशेष रचना करण्यात आली होती. या रचनेमुळे तिला उभे राहता आणि थोडेफार हलता येणार होते. द्रवरूपातील खाद्य आणि पाणी खास नळीने थेट तिच्या पोटात सोडले जाणार होते. अंतराळ प्रवासादरम्यान लायकाचा रक्तदाब, हृदयाचे ठोके आणि श्वासोच्छ्वासाचा दर तिच्या शरीराला जोडलेल्या वैद्यकीय साधनांमुळे कळणार होता. त्या वेळच्या तंत्रज्ञानानुसार छायाचित्रण करणारी एक यंत्रणाही कोषाला

असलेल्या काचेला बाहेरून जोडलेली होती, ज्यामुळे लायकाचे दर्शन घडू शकणार होते. मात्र ही यंत्रणा प्राथमिक अवस्थेत असल्यामुळे मुख्य भिस्त रेडिओ संकेतांवरच होती.

या वेळच्या मोहिमेतील श्वानाचा अवकाशातील कालावधी जास्त दिवसांचा होता. यामुळे श्वसानासाठी ऑक्सिजनचा मोठा साठा ठेवण्यात आला होता. त्यामुळेच स्पुटनिक-२चे वजन ५०८ किलोग्रॅम झाले होते. लायका असलेला भाग १५ अंश सेल्सिअस तापमानात राहील अशी दक्षता घेण्यात आली होती. प्रत्यक्ष उड्डाणाच्या तारखेआधी चार दिवस लायकाला तिच्या कोषात बंदिस्त करून स्पुटनिक-२च्या कुपीत ठेवण्यात आले. वैज्ञानिक, अभियंते आणि तंत्रज्ञ स्पुटनिक-२च्या कुपीच्या तयारीत गुंतले होते. कुपीच्या वरच्या भागातील उपकरणांचीही जोडणी पूर्ण झाली होती. आता खालच्या भागाच्या जोडणीची सुरुवात झाली. लायकाचा कोष आणि इतर आवश्यक साधनेही जोडली गेली. लायकासाठी पुकारा झाला.

स्पुटनिक-२ची कुपी आणि लायका तळाला असलेल्या कोषात

निरोप आला त्या वेळी अदिल्या लायकाबरोबरच होत्या. निरोप ऐकल्यावर त्यांनी डोळे भरून लायकाकडे पाहिले. जेमतेम एखाद्या महिन्याची ओळख होती लायकाची. पण महिनाभरात तिचा सगळ्यांना लळा लागला होता. आता मात्र ती पुन्हा भेटणार नव्हती! हे लायकाचे शेवटचे दर्शन. अदिल्यांनी लायकाच्या डोक्यावरून हात फिरवला आणि तिला न्यायला आलेल्या लोकांकडे लायकाला सोपवले. त्यानंतर मात्र अदिल्यांना भावना आवरल्या नाहीत. त्या मटकन् खुर्चीत बसल्या आणि कितीतरी वेळ हमसून हमसून रडत राहिल्या.

३ नोव्हेंबरला बैकोनूरच्या कॉस्मोड्रमच्या मंचावरून दुपारी २.३० वाजता स्पुटनिक-२ अवकाशात झेपावला. हा उपग्रहदेखील आर-७ या दोन चरणांच्या अग्निबाणाच्या साहाय्याने अवकाशातील कक्षेत सोडण्यात आला. स्पुटनिक-२ चे प्रक्षेपण पहिल्या स्पुटनिकनंतर अवघ्या एक महिन्याच्या आत करण्यात आले.

स्पुटनिक-२कडून अपेक्षित असे पृथ्वीकडे येणारे रेडिओ संकेत आले. उपग्रहाच्या कुपीच्या वरच्या भागातील दोन उपकरणांकडून सुमारे ७ हजार संकेतांच्या नोंदी झाल्या. रशियाच्या खंडप्राय भागात उभारल्या गेलेल्या नियंत्रण केंद्रांमध्ये या नोंदींकडे खास लक्ष दिले गेले. जगभरातील सुमारे १९ हजार हॅम रेडिओ गटांनीही स्पुटनिक-२ चे संकेत ऐकले. ब्रिटनमधील चेशायर प्रांतातील लॉवेल रेडिओ दुर्बिणीतही हे संकेत अभ्यासले गेले. ही रेडिओ दुर्बीण नुकतीच उभारण्यात आलेली होती.

स्पुटनिक-२ हा उपग्रहदेखील स्पुटनिक-१ प्रमाणेच लंबवर्तुळाकार कक्षेत पृथ्वीपासून कमीत कमी २२५ आणि जास्तीत जास्त १,६७१ किलोमीटर अंतरावरून भ्रमण करू लागला. एका भ्रमणाचा कालावधी सुमारे १०३ मिनिटांचा होता.

या उपग्रहाचा कार्यरत राहण्याचा कालखंड बराच मोठा होता. मग लायकाचे काय? लायकाबाबत येणारे संकेत किती दिवस येणे अपेक्षित होते? ते त्याप्रमाणे आले का?

लायकासाठी निर्माण केलेल्या सुविधांचा विचार करता लायका एक आठवड्यापर्यंत जिवंत राहणे अपेक्षित होते. त्यानंतर मात्र तिचे बलिदान ठरलेले होते. प्रत्यक्षात मात्र तिसऱ्या भ्रमणानंतर लायकाच्या कॅप्सूलचे तापमान ४३ डिग्री सेल्सिअसच्या पुढे गेले होते. त्यामुळे काही अभ्यासकांच्या मते तिसऱ्या भ्रमणादरम्यान कधीतरी लायका मृत झाली होती.

एक्सप्लोरर

कृत्रिम उपग्रहाच्या अनुषंगाने वातावरणाच्या अभ्यासालाही वेगळी गती मिळाली ती याच कालखंडात! वातावरणातील थर, वायूंचे प्रमाण यांचे आकलन बऱ्यापैकी होत होते. सूर्याच्या ऊर्जेबाबत अभिजात ज्ञानप्राप्ती साधणारा हा कालखंड होता. या अनुषंगाने पृथ्वीभोवतालचे चुंबकीय क्षेत्र, तसेच त्यातील विद्युतभारित कण यांबाबत संशोधन सुरू होते. ऊर्जाभारित कणांची शक्ती मोजणारे साधन म्हणजेच गायगर मीटर निर्माण झाले होते. याच साधनाच्या उपयोगातून वातावरणातील विविध उंचींदरम्यान चुंबकीय क्षेत्र आणि त्यातील विद्युतभारित कणांचे मोजमाप करण्याचा विचार शास्त्रज्ञ करत होते.

डॉ. जेम्स ॲलन हे त्यांपैकीच एक. ते आयोवा विद्यापीठात अवकाशातील चुंबकीय वातावरणाचा अभ्यास व संशोधन करत होते. डॉ. जेम्स यांनीही वातावरणाच्या अभ्यासासाठी रॉकून नावाचा एक छोटेखानी अग्निबाण विकसित केला होता. आंतरराष्ट्रीय भूभौतिकी वर्षात रॉकूनची ३४ उड्डाणे झाली. डॉ. जेम्सनी केलेल्या प्रयोगांमधून त्यांच्या उपकरणांमध्ये अतिशय कमी ऊर्जेच्या किरणांची नोंद झाली होती. यावरून डॉ. जेम्स यांनी निष्कर्ष काढला होता की, आपली उपकरणे बहुधा अतिशय उच्च ऊर्जेमुळे संतृप्त अवस्थेला म्हणजे मर्यादेच्या पलीकडे ऊर्जा या साधनात येत असल्यामुळे ती साधने कामच करत नसावीत. म्हणून त्यांनी जास्त मर्यादा असलेल्या उपकरणाचा विकास केला.

दरम्यानच्या काळात डॉ. जेम्स यांची अर्न्स्ट स्ट्युलिंजर या अष्टपैलू शास्त्रज्ञाशी भेट झाली. स्ट्युलिंजर हे ऑपरेशन पेपरक्लीपद्वारे जर्मनीतून अमेरिकेत आले होते. अणुविज्ञान, अग्निबाण तंत्रज्ञान आणि विद्युत अभियांत्रिकी या तीन क्षेत्रांत त्यांना

दांडगा अनुभव होता. डॉ. जेम्स यांच्या प्रयोगांची माहिती आणि पुढची गरज कळताच अर्न्स्ट स्ट्युलिंजर यांनी डॉ. जेम्स यांना डॉ. वेर्न्हर यांच्याशी भेट घडवून देण्याचे आश्वासन दिले.

लवकरच डॉ. जेम्स यांनी डॉ. ब्राऊन यांची न्यू जर्सी येथे भेट घेतली. भेटीदरम्यान झालेल्या चर्चेतून असे निष्पन्न झाले की, पृथ्वीच्या चुंबकीय वातावरणाचे ज्ञान केवळ आपल्यासाठीच नाही, तर भविष्यात सगळ्या जगासाठी उपयुक्त ठरणार आहे. तेव्हा, अमेरिकेच्या अग्निबाणजन्य उपग्रहांच्या प्रकल्पांमध्ये डॉ. जेम्स यांच्या प्रयोगांना आवर्जून संधी देणे गरजेचे आहे. अशा तऱ्हेने डॉ. जेम्स अमेरिकेच्या उपग्रह प्रकल्पात समाविष्ट झाले.

पृथ्वीभोवती फिरणारे अवकाशीय वाहन साध्य करण्यात अमेरिकेला अजून पुरेसे यश मिळत नव्हते. व्हॅनगार्ड उपग्रह प्रकल्पाची तयारीही समाधानकारक नव्हती. डॉ. ब्राऊन यांच्यावर या उपग्रह प्रकल्पाची जबाबदारी असल्यामुळे या संदर्भातल्या चौकशीसाठी त्यांना वरिष्ठांनी बोलावले होते. या भेटीत प्रकल्पाला होत असलेल्या विलंबाबद्दल जाब विचारण्यात आला. डॉ. ब्राऊन यांनी तांत्रिक कारणे समजावून दिली. मात्र त्याने वरिष्ठांचे समाधान झाले नसावे. त्यांनी डॉ. ब्राऊन यांच्यावर प्रकल्प यशस्वी करण्याचा जणू दबाव टाकला. याचा परिणाम व्हायचा तोच झाला.

६ डिसेंबर १९५७ रोजी व्हॅनगार्ड उपग्रहाचे अंतिम चाचणी स्वरूपातील उड्डाण अग्निबाण अवघा ४ फूट उंच जाताच, म्हणजे अक्षरशः जागच्या जागीच अपयशी ठरले. अयशस्वी ठरलेल्या व्हॅनगार्ड उपग्रहाची संभावना वर्तमानपत्रांनी 'उप्ट्निक' अशी केली. ही टीका डॉ. ब्राऊन यांना जिव्हारी लागली.

त्यातच रशियाच्या स्पुटनिक-१ मुळे आधीच वातावरण बदलले होते. अगदी 'डू ऑर डाय' अशीच अवस्था होती. त्यामुळेच व्हॅनगार्ड आणि कक्षीय प्रकल्पाचे काम काहीसे बाजूला ठेवले गेले.

नव्या उपग्रहाची जबाबदारी जेट प्रपल्शन लॅबोरेटरीकडे (जेपीएल) देण्यात आली. ही प्रयोगशाळा कॅलिफोर्निया इन्स्टिट्यूट ऑफ टेक्नॉलॉजीच्या अंतर्गत काम करत होती. या प्रयोगशाळेचे संचालक प्रमुख डॉ. विल्यम पिकरिंग यांच्या नेतृत्वाखाली उपग्रह आकाराला येणार होता. तर संरक्षण दलाचा प्रक्षेपणास्त्र विभाग उपग्रहासाठी अग्निबाण निर्माण करणार होता.

उपग्रहाचा वातावरणीय कक्षेत प्रवास सुरू असताना सूक्ष्म आकाराच्या धुळीच्या कणांचे (मायक्रोमीटिऑराइट कॉस्मिक डस्ट) मोजमाप करण्यासाठी दोन पद्धतींत प्रयोग केले जाणार होते. यात प्रथम धूलिकणांचा मारा शोध घेण्यासाठी उपग्रहाच्या बाह्य कवचावर १७ मायक्रोमीटर व्यासाच्या सूक्ष्म तारांची तयार केलेली

एक जाळी बसवली जाणार होती. या जाळीवर धूलिकण आदळताच त्या सूक्ष्म तारांवर परिणाम होऊन त्याचे संवेदन आतील एक साधनावर नोंदवले जाणार होते. तर दुसऱ्या पद्धतीत, बाह्य कवचावर धूलिकणांचा मारा झाला तर या कवचाच्या खाली बसवलेल्या आवाजाच्या ५ संवदेकांकडून त्याचे रेडिओ संकेतांमध्ये रूपांतर करून ते पृथ्वीकडे पाठवण्यात येणार होते.

उपग्रहाच्या आत, उपकरणांदरम्यान आणि टोकाला प्रत्येकी एक तापमान संवेदक तर उपग्रहाच्या बाह्य बाजूला तीन तापमान संवेदक बसवले जाणार होते. उपग्रहातून रेडिओ संकेतांचे संदेशवहन १०८ आणि १०८.०३ मेगाहर्ट्झ लहरींवर साध्य होणार होते. या संदेशवहनासाठी उपग्रहाच्या मध्यात अँटेना बसवण्यात आले होते.

या उपग्रहासाठी संरक्षण दलाच्या प्रक्षेपणास्त्र विभागाने एक नवीन अग्निबाण विकसित केला होता. नवीन अग्निबाणाला ज्युनो असे नाव देण्यात आले. १.७८ मीटर व्यास आणि २१.२ मीटर उंचीच्या ज्युनोचे वजन २९ टन इतके होते.

एक्सप्लोरर-१ उपग्रहाच्या भ्रमणमार्गाची आखणी करण्यासाठी जेपीएलच्या महिला विभागाने योगदान दिले होते. प्रक्षेप-भ्रमणमार्गाची आखणी करण्यासाठी असंख्य प्रकारची आकडेमोड, गणिते आणि मोजमापे करायची होती. म्हणून जेट प्रपल्शन लॅबोरेटरीने महिलांचा एक खास विभाग सुरू केला होता आणि त्यांच्याकडे आकडेमोड, गणिते आणि मोजमापे करायची जबाबदारी देण्यात आली होती. यातील बऱ्याच महिला माध्यमिक शाळांमधील शिक्षिका होत्या.

निर्णय झाल्यापासून अवघ्या तीन महिन्यात एक्सप्लोरर-१ हा उपग्रह आकाराला आला होता. 'शोध घेणारा' या अर्थाने या उपग्रहाला 'एक्सप्लोरर' असे नाव देण्यात आले होते. एक्सप्लोरर-१ अग्निबाणाच्याच आकाराचा होता. याचा व्यास १५ सेंटीमीटर तर उंची २ मीटर होती आणि वजन सुमारे १३.४ किलोग्रॅम होते. यामध्ये, उपकरणाचे वजन ८.३ किलोग्रॅम आणि उपकरणांमध्ये ६० वॅट विद्युतशक्तीचा पुरवठा करणाऱ्या विद्युतघटाचे वजन सुमारे ३.३ किलोग्रॅम होते.

१९५८ वर्ष उजाडले. अमेरिकेच्या गोटातील कार्यमग्नता दिवसेंदिवस वाढतच चालली होती. उपग्रहाबाबत आजवरच्या अग्निबाणांपेक्षा ज्युनो वेगळा होता. छोटेखानी म्हणावा असा होता. म्हणूनच ज्युनोची पडताळणी करण्यासाठी दोनदा या अग्निबाणाची चाचणी करण्यात आली. तिकडे जेट प्रपल्शन लॅबोरेटरीने विल्यम पिकरिंग यांच्या नेतृत्वाखाली उपग्रहाची रचना पूर्णत्वाला आणली होती. अखेरच्या टप्प्यात रंगाचाही निर्णय झाला. एक्सप्लोरर-१चा खालचा निम्मा भाग पूर्णपणे पांढऱ्या रंगाचा ठेवण्यात आला, तर वरच्या निम्म्या भागावर हिरव्या रंगाचे पट्टे ओढण्यात आले. या दोन रंगांच्या रंगसंगतीमुळे तापमान नियंत्रणात मदत होणार होती.

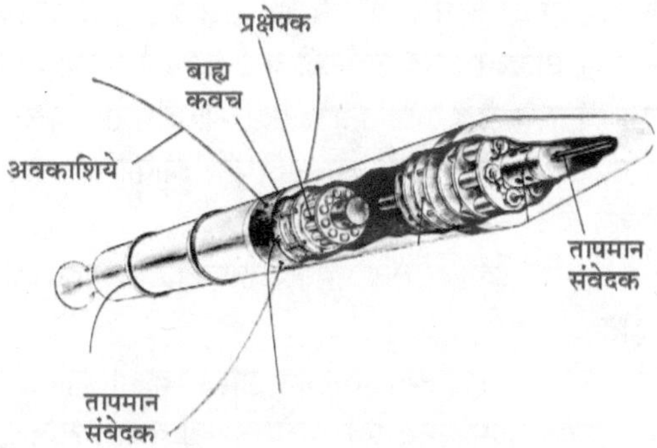

एक्सप्लोरर-१ उपग्रहाची रचना

आता उड्डाणाचा दिवस आणि वेळ ठरवणे बाकी होते. सगळ्या तयारीचा आढावा घेतल्यानंतर अमेरिकेच्या पहिल्या उपग्रहाच्या उड्डाणाची तारीख ठरली ३१ जानेवारी १९५८!

एक्सप्लोरर-१कडून येणारे रेडिओ संकेत विविध ठिकाणी संग्रहित होणार होते. यामध्ये कॅलिफोर्नियातील सॅन गॅब्रियल रेडिओ क्लब, फ्लोरिडातील पॅट्रिक एअर फोर्स स्टेशनचे रेडिओ केंद्र, जेट प्रपल्शन लॅबोरेटरीचे कोडोलॉक केंद्र, ओहायो राज्यातील लिमा यांचा समावेश होता. या शिवाय, टोकीयो (जपान), अॅन्टीग्वा (वेस्ट इंडीज), हवाना (क्युबा), नायजेरिया तसेच सिंगापूर येथेही ब्रिटिशांच्या ताब्यातील रेडिओ केंद्रांमध्ये संकेत संग्रहण होणार होते.

३१ जानेवारीच्या दुपारी ३ वाजता एक्सप्लोरर-१च्या उड्डाणासाठी गणती सुरू झाली. रात्री ८:३० वाजता ज्युनोच्या टाक्यांमध्ये इंधन भरण्यास सुरुवात झाली. इंधनाची टाकी भरत असताना अग्निबाणाच्या नोझलसंदर्भातील एक त्रुटी एका तंत्रज्ञाच्या लक्षात आली. थोडा वेळ गणती थांबवण्यात आली. काही मिनिटांत दुरुस्ती झाली आणि सगळ्यांना हायसे वाटले. गणती पुन्हा सुरू झाली. रात्री दहा वाजायच्या दरम्यान इंधनाची पूर्तता होऊन उड्डाणमंचाची सगळी तयारी ठीकठाक असल्याची खातरी झाली. सगळीकडे प्रचंड उत्सुकता होती. रात्रीचे १०:४५ वाजले. आता सेकंदागणिक गणती सुरू झाली आणि एका क्षणी उड्डाणमंचापासून

जेपीएलजवळ रेडिओ केंद्राची उभारणी होताना

सुमारे ५ किलोमीटर दूर असलेल्या नियंत्रण कक्षात उड्डाणप्रक्रियेच्या प्रमुखांनी आदेश दिला. अन्र्स्ट स्ट्युलिंजर यांनी शेवटची कळ दाबली आणि अग्निबाणाचे कार्य सुरू झाले. अल्पावधीत धुळीचे लोट उठले. रात्रीच्या अंधारात धुळीच्या लाटांवर आरूढ होत एक्सप्लोरर-१ला डोक्यावर घेऊन ज्युनो आकाशात झेपावला. तेव्हा रात्रीचे १०:४८ वाजले होते.

'गो बेबी, गो!' झेपावलेल्या ज्युनोकडे एकाग्रतेने पाहत डॉ. ब्राऊन जणू त्याला समजावत होते.

ज्युनो दिसेनासा होईपर्यंत जल्लोष झाला. काही मिनिटांमध्ये ज्युनोच्या सर्व चरणांनी व्यवस्थित काम करत एक्सप्लोरर-१ला कक्षेत सोडले होते. मात्र त्यानंतर तासभर कुठलाच रेडिओ संकेत मिळाला नव्हता. केप कॅनाव्हरलच्या नियंत्रण कक्षात काहीशी तणावपूर्ण शांतता निर्माण झाली. कॅलिफोर्निया, फ्लोरिडा आणि इतर नियंत्रण केंद्रांतही संकेत मिळालेले नव्हते. संकेत नीटपणे तपासण्यावरून थोडीशी खडाजंगी झाली. एकेक क्षण पुढे सरकत होता.

मध्यरात्रीच्या सुमारास सगळ्यांचेच लक्ष दूरध्वनीकडे असताना एका क्षणी केप कॅनाव्हरलच्या कक्षातील दूरध्वनी खणखणला. कॅलिफोर्नियातून संकेत मिळाल्याचे सांगण्यात आले आणि उपस्थितांनी निःश्वास सोडला. उड्डाणानंतर साधारण ११४ मिनिटांनंतर एक्सप्लोरर-१ त्याच्या अपेक्षित कक्षेत स्थिरावला. एक्सप्लोरर-१ कक्षेत मार्गस्थ होऊ लागला, तसतसे इतर ठिकाणांहूनही संकेत मिळाल्याचे कळत गेले. एक्सप्लोरर-१चा रेडिओ संकेत म्हणजे रेडिओ लहरींच्या अनुषंगाने इलेक्ट्रॉनिक्स परिमंडलातून (सर्किट) निर्माण होणारा एक विशिष्ट आवाज (नॉईज) होता.

एक्सप्लोरर-१ उपग्रहाच्या प्रतिकृतीचे सादरीकरण

एक्सप्लोरर-१ कक्षेत मार्गस्थ झाल्यानंतर केप कॅनाव्हरलच्या नियंत्रण कक्षाच्या बाहेरील दालनात गर्दी झाली. तिथे विविध ठिकाणांहून तब्बल २४ पत्रकार ध्वनिचित्रमुद्रणाची जय्यत तयारी करून दिवसभर ताटकळत होते. तिथे झालेल्या भरगच्च पत्रकार परिषेदत डॉ. वेन्र्हर ब्राऊन, डॉ. जेम्स ॲलन आणि डॉ. विल्यम पिकरिंग यांनी एक्सप्लोरर-१ची प्रमाणबद्ध प्रतिकृती दाखवली. अवकाशस्पर्धेत आता अमेरिकेचे स्थान अधोरेखित झाले होते.

एक्सप्लोरर-१ उड्डाणाची गडबड सुरू असताना स्ट्युलिंजर दाम्पत्याला अपत्यप्राप्ती झाली होती. पण त्यांना पत्नीला भेटायलाही वेळ मिळाला नाही. 'बाळाचे बाबा त्याला पाहायला का आले नाहीत?' असे परिचारिकेने तिला विचारले. स्ट्युलिंजर यांच्या पत्नीने सांगितले, ''त्यांचे तिकडेही एक अपत्य जन्माला येणार आहे. ते एकदा जन्माला आले की या बाळाला पाहायला येतील.''
जेट प्रपल्शन लॅबोरेटरीतील त्या वेळच्या जाणकारांनी एक्सप्लोरर-१च्या उड्डाणाची सत्यकथा अगदी बारीकसारीक तपशिलांसह नोंदवून ठेवलेली दिसते!

साधारण ११५ मिनिटांत पृथ्वीभोवती एक भ्रमण करणारा एक्सप्लोरर-१ पृथ्वीच्या कमीत कमी ३६० ते २,५३४ किलोमीटर अंतरातील लंबवर्तुळाकार कक्षेत प्रवास करू लागला. १ ते १२ फेब्रुवारीदरम्यान १४५ वेळा धूलिकणांचा मारा झाल्याची नोंद या उपग्रहाच्या संवेदकांमध्ये झाली. ज्या उद्देशाने हा उपग्रह अवकाशात सोडला होता, त्या प्रयोगाच्या निरीक्षणांकडे सगळ्यांचे लक्ष होते. पृथ्वीच्या वातावरणात विविध उंचींदरम्यान असलेल्या चुंबकीय क्षेत्राची आणि त्यातील विद्युतभारित कणांबाबत जी सैद्धान्तिक भाकिते केली जात होती, त्यांबाबत प्रत्यक्ष मोजमापातून प्राथमिक माहिती मिळाली. हे चुंबकीय वातावरण साधारण ५०० ते ६०० किलोमीटर उंचीच्या पुढे जाणवत असल्याचे संकेत रेडिओ केंद्रांमध्ये नोंद होत होते.

या प्रात्यक्षिकांचा आत्मविश्वास येताच ५ मार्चला दुसरा उपग्रह एक्सप्लोरर-२ अवकाशात सोडण्यात आला. मात्र हा प्रयत्न अयशस्वी झाला. कारण हा उपग्रह कक्षेत सोडण्यासाठी जो अग्निबाण होता, त्यात ज्युनोचे चौथे चरण नीट काम करू शकले नाही. त्यामुळे एक्सप्लोरर-२ कक्षेत पोहोचलाच नाही. या अपयशावर विचार करत न बसता अमेरिकेकडून एक्सप्लोरर-३ची तयारी करण्यात आली. अवघ्या तीन आठवड्यांच्या आत एक्सप्लोरर-३ यशस्वीरीत्या अवकाशात गेला, कक्षेत भ्रमणही करू लागला.

एक्सप्लोरर-३ आणि एक्सप्लोरर-१ या दोन उपग्रहांमध्ये कक्षेबाबत काही अल्पसे बदल वगळता बरेच साम्य होते. एक्सप्लोरर-३ पृथ्वीपासून १८६ ते ३,००० किलोमीटर अंतरावरून लंबवर्तुळाकार कक्षेत भ्रमण करत होता. या उपग्रहामुळे पृथ्वीच्या वातावरणातील चुंबकीय क्षेत्राची अधिक माहिती मिळू लागली.

एक्सप्लोरर-३च्या आधी काही दिवस, दिनांक १७ मार्चला केप कॅनाव्हेरलहूनच पहिल्या उपग्रहासाठी विचार न झालेल्या व्हॅनगार्ड अग्निबाणाच्या मदतीने एक खास

उपग्रह अवकाशात प्रक्षेपित करण्यात आला होता. व्हॅनगार्ड असेच नाव या उपग्रहाला देण्यात आले. व्हॅनगार्डमध्ये भूपृष्ठमितीचे (जीओडेसी) मोजमाप करणारे उपकरण होते. त्रिकोणमितीच्या तत्त्वांचा वापर करून अद्ययावत भिंगे आणि इलेक्ट्रॉनिक्स संवेदक घटकांच्या मदतीने तयार करण्यात आलेले हे सुदूर अंतरावरील सर्वेक्षणाचे उपकरण होते. मॅसॅच्युसेटस् राज्यातील केम्ब्रिजच्या स्मिथसॉनियन अ‍ॅस्ट्रोफिजीकल ऑब्झर्व्हेटरीने या उपग्रह प्रकल्पात भाग घेतलेला होता. व्हॅनगार्डचे वैशिष्ट असे की, त्यामध्ये असलेल्या उपकरणासाठी विद्युतऊर्जा सौरशक्तीद्वारे मिळवली जाणार होती. हा प्रयोग पहिल्यांदाच होणार होता.

व्हॅनगार्ड उपग्रह अक्षरशः हाताच्या पंजात सामावू शकेल एवढा म्हणजे १६.५ सेंटीमीटरचा आणि १.५ किलोग्रॅम वजनाचा अ‍ॅल्युमिनियमचा एक गोळा होता. या गोळ्यात भूपृष्ठमितीचे मोजमाप करणारे उपकरण सामावलेले होते. तसेच या गोळ्यावर बाहेरून ६ सौरतक्ते बसवलेले होते. तसेच या उपग्रहाला ६ अँटेना होते. बाहेरील सौरतक्ते आतील इलेक्ट्रॉनिक संवेदकांसाठी आणि रेडिओ लहरींच्या प्रक्षेपकांसाठी १५ मिलीवॅट एवढी विद्युतशक्ती पुरवणार होते. या सौर तक्त्यांसाठी हॅन्स झिग्लर यांनी योगदान दिलेले होते. झिग्लर हे सौरऊर्जा तंत्रज्ञानातील एक महत्त्वाचे तज्ज्ञ होते. तेही जर्मनीतूनच ऑपरेशन पेपरक्लीपअंतर्गत अमेरिकेत आले होते.

३१ जानेवारी रोजी प्रक्षेपित केलेल्या एक्सप्लोरर-१ उपग्रहाकडून मे महिन्यातील २३ तारखेपर्यंत रेडिओ संकेत प्राप्त होत राहिले. पुढे हा उपग्रह १९७०पर्यंत पृथ्वीभोवती भ्रमण करत राहिला.

उपग्रहाच्या शर्यतीत आता अमेरिका उतरली होती! असे सांगतात की, जर डॉ. ब्राऊन यांच्या कल्पनेतील पुरेपूर ज्युपिटर अग्निबाण आकाराला आला असता, तर पहिला उपग्रह अमेरिकेचा असता!

◆◆◆

७

नासा

अमेरिकेसाठी १९५८ हे वर्ष लक्षणीय ठरले. रशियाच्या स्पुटनिक उपग्रहानंतर अमेरिकेचा एक्सप्लोरर उपग्रहदेखील यशस्वीपणे अवकाशात गेला होता. जाहीर घोषणा केल्याप्रमाणे दोन्ही देशांनी आंतरराष्ट्रीय भूभौतिकी वर्षात आपापले ध्येय साकार केले होते. अंतराळविज्ञानात प्रगती होत होती. मात्र स्पुटनिक क्रायसिस म्हणून गाजलेल्या मुद्द्यामुळे अमेरिकेतील सामाजिक वातावरण ढवळून निघाले होते. त्याचा परिणाम सरकारवरही झाला होता. अंतराळविज्ञान हा मुद्दा अमेरिकेने प्रतिष्ठेचा करून घेतला होता, असेही म्हणता येईल. अमेरिकन विधीमंडळाच्या प्रतिनिधींचे नेते लिंडॉन जॉन्सन यांनी विधीमंडळात 'अवकाश कार्यक्रम आणि राष्ट्रीय सुरक्षा' या विषयावर खास चर्चा घडवून आणली होती. राष्ट्राध्यक्ष आयझेनहॉवर यांनी अद्ययावत संशोधन प्रकल्प संस्था (ॲडव्हान्स रिसर्च प्रोजेक्ट्स एजन्सी) स्थापन केली होती. संरक्षण खात्याशी संबंधित असलेल्या या संस्थेकडे भविष्यातील तंत्रज्ञान विकासाच्या दृष्टिकोनातून आराखडे तयार करण्याची जबाबदारी देण्यात आली होती. शिवाय, मॅसॅच्युसेटस् इन्स्टिटट्यूट ऑफ टेक्नॉलॉजीच्या प्रमुखांना राष्ट्राध्यक्षांच्या वैज्ञानिक सल्लागार समितीत घेण्यात आले होते. त्यांच्या मार्गदर्शनाखाली एक समिती राष्ट्रीय संरक्षणाबरोबरच नागरी, सामान्य दृष्टिकोनातून अवकाश कार्यक्रमाचा अभ्यास करणार होती. पूर्वीच्या 'नॅशनल ॲडव्हायजरी कमिटी फॉर एरॉनॉटिक्स'मधील (एनएसीए) अभ्यासगटाकडून अवकाशीय कार्यक्रमाबाबत मार्गदर्शनपर माहिती घेण्यात आली होती.

या सर्वांच्या अभ्यासावर आधारित अहवाल मिळाल्यानंतर राष्ट्राध्यक्ष आयझेनहॉवर यांनी विधिमंडळात याबाबत निवेदन दिले आणि २९ जुलैला अमेरिकन विधिमंडळाने नॅशनल एरोनॉटिक्स ॲंड स्पेस एजन्सी नामक कायदा मंजूर केला. या कायद्यानुसार राष्ट्रीय अवकाशिकी आणि अवकाश प्रशासन म्हणजेच नॅशनल एरोनॉटिक्स ॲंड स्पेस ॲडमिनिस्ट्रेशन (नासा) ही स्वतंत्र संस्था निर्माण करण्यात

एनसीएमधील अभ्यासगट

आली. नासाला अमेरिकन सरकारचा भाग असलेल्या कार्यकारी शाखेचा दर्जा देण्यात आला. नासाची अधिकृत घोषणा झाल्यानंतर नासाची संरचना कशी असावी या संदर्भातील घडामोडींना वेग आला.

विमानशास्त्रात खास संशोधन करण्यासाठी स्थापन झालेल्या नॅशनल ॲडव्हायजरी कमिटी फॉर एरोनॉटिक्स या संस्थेचे स्वरूप बदलण्यावर एकमत झाले. सुमारे ४ दशकांपूर्वी स्थापन झालेल्या या संस्थेने मुख्यत्वे संरक्षण दलांशी संबंधित संशोधनात बरेच काम केले होते. तथापि आता अग्निबाण, अवकाशयान, प्रक्षेपण, नियंत्रण यांबरोबर इंधन, यानवाहन संरचना, उड्डाणमंच, संकेत अवलोकन, संग्रहण प्रणाली इत्यादी विविध नवीन मुद्यांचा अभ्यास आवश्यक होता. याच बरोबरीने कुशल मनुष्यबळ विकास हाही महत्त्वाचा मुद्दा होता. या सगळ्याचा सर्वंकष विचार करून एनएसीए या संस्थेची नासा या नावाने व्यापक स्तरावर पुनर्रचना झाली.

नासाची उद्दिष्टे पुढीलप्रमाणे ठरवण्यात आली.

- वातावरण आणि अवकाश या विषयांच्या ज्ञानविषयक संकल्पनांचा विस्तार करणे.
- हवाई आणि अवकाशविषयक वाहनांसंदर्भात कामगिरी, वेग, सुरक्षा, उपयुक्तता आणि कार्यक्षमता इत्यादींबाबत सुधारणा करणे.
- अवकाशयान किंवा वाहने यांचा विकास हा साधने, उपकरणे तसेच सजीव आणि संबंधित रसद वाहून नेण्यासाठी कसा करता येईल याचा अभ्यास करणे.
- हवाई आणि अवकाशविषयक उपक्रमांचे उपयोजन वैज्ञानिक संशोधनासाठी तसेच शांततेसाठी होईल या दृष्टिकोनातून दीर्घकालीन अभ्यासाची तरतूद करणे.
- हवाई आणि अवकाशविषयक विज्ञान-तंत्रज्ञानात अमेरिकेला जागतिक नेतृत्व करता येईल या दृष्टीने वाटचाल करणे.
- संस्थेच्या या वाटचालीसाठी संरक्षण दले आणि नागरी संस्थांचे सहसंबंध प्रस्थापित करणे तसेच जगातील राष्ट्रांचे कायद्यान्वये सहचर्य निर्माण करणे.
- अवकाशविषयक विज्ञान-तंत्रज्ञानाचा विकास साधताना वैज्ञानिक आणि अभियांत्रिकी स्त्रोतांचा समन्वय साधणे.

अमेरिकेच्या राजधानीत नासासाठी खास मुख्यालय उभारण्याचे काम तातडीने सुरू झाले. तब्बल ७५ हजार चौरस फुटांच्या भूखंडावर ९ मजल्यांची इमारत उभी राहणार होती. सरकारकडून नासासाठी पहिल्या वर्षाकरिता ८.९ कोटी डॉलर्सचा निधी देण्यात आला.

राष्ट्राध्यक्ष आयझेनहॉवर यांनी केथ ग्लेन्नान यांची नासाच्या प्रमुखपदी, तर रॉय जॉन्सन यांची उपप्रमुखपदी निवड केली. केथ ग्लेन्नान हे विद्युत अभियांत्रिकीतील एक अनुभवी व्यक्तिमत्त्व होते. ते ओहायोमधील क्लिव्हलँड येथील केस इन्स्टिट्यूट

ऑफ टेक्नॉलॉजी या संस्थेचे संचालक होते. संरक्षण दलांमधील विविध संशोधन संस्थांसाठीही त्यांनी काम केलेले होते. उपप्रमुख रॉय जॉन्सन हे संरक्षण खात्याच्या संशोधन क्षेत्रात कार्यरत होते. राष्ट्राध्यक्षांनी स्थापन केलेल्या संरक्षण खात्याच्या ॲडव्हान्स रिसर्च प्रोजेक्ट्स एजन्सीचे ते प्रमुख होते. या दोन महत्त्वाच्या व्यक्तींखेरीज अमेरिकन सरकारसाठी वैज्ञानिक म्हणून महत्त्वपूर्ण कार्य करणारे गणिती हॉमर नॉवेल हेही नासामध्ये महत्त्वाच्या पदावर रुजू झाले.

३० सप्टेंबर १९५८ रोजी एनएसीए या नावाने ओळखली जाणारी संस्था १ ऑक्टोबर १९५८पासून नासा या नावाने ओळखली जाऊ लागली.

स्थापना झाल्यानंतर नासाने प्रथम अवकाश कार्यक्रम सल्लागार परिषद तसेच संशोधन आणि तंत्रज्ञान सल्लागार परिषद अशा दोन परिषदा निर्माण केल्या. याखेरीज अवकाश विज्ञान आणि उपयोजनासंदर्भात एक खास विभाग सुरू केला.

ग्लेन्नान यांना भूदलाच्या आर्मी बॅलेस्टिक एजन्सीच्या संचालकपदी असलेल्या डॉ. वेर्न्हर ब्राऊन यांचे कर्तृत्व माहीत होते. डॉ. ब्राऊन आणि त्यांचे सहकारी नासासाठी अवकाशवाहने निर्माण करण्याची जबाबदारी पेलू शकतात याची ग्लेन्नान यांना खातरी होती. मात्र सरकारमधील काही उच्च पदस्थांनी डॉ. ब्राऊन यांच्याकडे पुन्हा अवकाशवाहनाची जबाबदारी देण्याविषयी शंका उपस्थित केली. डॉ. ब्राऊन जरी अमेरिकेत राहत असले, तरी ते रशियाच्या बाजूचे आहेत असा संशय त्यांच्यावर घेतला जायचा. पण ग्लेन्नान यांनी डॉ. ब्राऊन यांना नासाच्या कामात सहभागी करून घेण्याची सरकारकडे विनंती केली. डॉ. ब्राऊन स्वतः पाहिलेल्या अवकाशप्रवासाच्या स्वप्नाशी प्रामाणिक होते. सरकारकडून ग्लेन्नान यांची विनंती मान्य झाली आणि डॉ. ब्राऊन नासात रुजू झाले. वर्षाअखेरीस संरक्षण दलाची जेट प्रपल्शन लॅबोरेटरीसुद्धा नासाचा विभाग म्हणून कार्य करू लागली. तसेच ओहायोतील लुईस फ्लाइट प्रपल्शन लॅबोरेटरीही नासाच्या अखत्यारीत आली. आर्मी बॅलेस्टिक एजन्सी आणि नेव्हल रिसर्च लॅबोरेटरी नासासाठी योगदान देण्यासाठी कटिबद्ध होत्याच.

स्वतंत्र अस्तित्व निर्माण झाल्यानंतर अवघ्या १० दिवसांत नासाने अमेरिकन हवाईदलाने विकसित केलेल्या पायोनियर-१ नामक प्राथमिक अवस्थेतील अवकाशयानाची चाचणी पार पाडली. पूर्वीच्या व्हॅनगार्ड अग्निबाणात काही बदल करून थॉर-एबल नामक एक वेगळाच अग्निबाण विकसित केला होता. या अग्निबाणाला जोडलेले यान प्रथमच अवकाशीय कक्षा भेदून बाहेर जाण्याचा प्रयत्न करणार होते. केप कॅनव्हरलच्या उड्डाणमंचावरून यशस्वीरीत्या झेपावलेला यानरूपी अग्निबाण ४३ तासांनंतर भरकटला. चाचणी अयशस्वी झाली असली, तरी कक्षा भेदून बाहेर जाण्याची चाचपणी झाली होती. या पायोनियर-१च्या प्रयोगानंतर ८ नोव्हेंबर आणि ६ डिसेंबरलाही पायोनियर-२, पायोनियर-३ अवकाशात सोडण्यात आले. हे

दोन्ही प्रयोग काही अंशी यशस्वी झाले. मात्र नासाने मानवरहित अंतराळप्रवास साध्य करण्यासाठी पायोनियर हा खास कार्यक्रम सुरूच ठेवला.

दरम्यान ७ डिसेंबरला हवाई दलातर्फे विकसित करण्यात येणार समानव अवकाश उड्डाण अर्थात अवकाशवीर प्रकल्प नासाकडे वर्ग करण्यात आला. १७ डिसेंबर रोजी नासाने या प्रकल्पाची मोठ्या दिमाखात घोषणा केली. या प्रकल्पाला मर्क्युरी (रोमन संस्कृतीतील पणनकार्य करणारा देवांचा दूत) असे नाव देण्यात आले होते. पृथ्वीच्या कक्षेत समानव अवकाशयान मोहीम राबवणे, अंतराळातील वास्तव्यासाठी माणसाच्या शारीरिक क्षमतेचा अभ्यास करणे आणि अंतराळातील भ्रमणानंतर माणसाला सुरक्षित पृथ्वीवर आणणे असे उद्देश या प्रकल्पासाठी निश्चित झाले. मर्क्युरी प्रकल्पाअंतर्गत नासाला ७ अवकाशवीर निर्माण करायचे होते. त्या संदर्भात शोध घेत असतानाच त्यांच्या प्रशिक्षणाचे उपक्रमही निश्चित करण्यात आले.

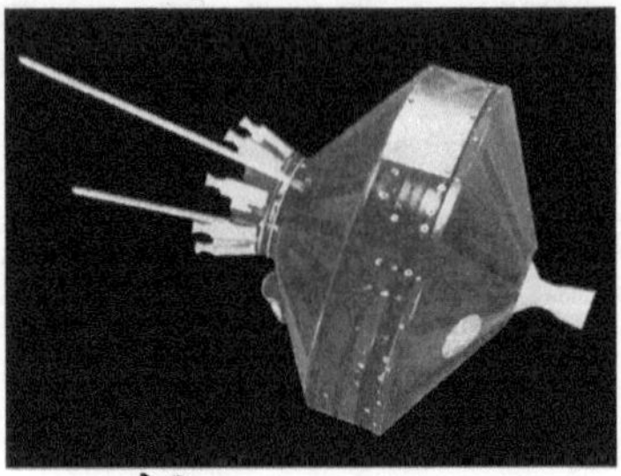

पायोनियर-१ अवकाशयान

मर्क्युरी प्रकल्पासंदर्भात अवकाशयानांचे नियंत्रण, अवलोकन करण्यासाठी केप कॅनाव्हेरलच्या उड्डाणमंचापासून काही किलोमीटर अंतरावर मर्क्युरी नियंत्रण केंद्र उभारण्यास सुरुवात झाली.

या दरम्यान आणखीही घडामोडी घडत होत्या. ॲडव्हान्स रिसर्च प्रोजेक्ट्स एजन्सीने एक संदेशवहन करू शकेल असा उपग्रह तयार केला होता. नासाचे उपप्रमुख रॉय जॉन्सन यांच्या नेतृत्वाखाली हे काम करण्यात आले होते. सिग्नल कम्युनिकेशन ऑफ ऑरबिटिंग रीले इक्विपमेंट (स्कोर) असे त्याचे नाव.

संरक्षण दलांसाठी संदेशवहनात संशोधन करणाऱ्या केनेथ स्मिथ या तरुण अभियंत्याने या उपग्रहाची संकल्पना मांडली होती. न्यू जर्सीतील कॉनमाऊथ येथील संरक्षण खात्याच्या एका प्रयोगशाळेत केनेथचे काम सुरू झाले. त्याच्याबरोबर आणखी ३५ सहकारी या कामात होते. केनेथने या कामात कमालीची गुप्तता पाळली होती.

१८ डिसेंबरला रात्री ११ वाजता केप कॅनाव्हरलच्या उड्डाणमंचावरून ॲटलास अग्निबाणाचे उड्डाण झाले. तिथेही हे उड्डाण म्हणजे ॲटलास अग्निबाणाचीच चाचणी असल्याचे वातावरण होते. सुमारे ४ टन वजनाचा हा अग्निबाण पृथ्वीभोवती लंबवर्तुळाकार कक्षेत १८५ ते १,४८४ किलोमीटर अंतरावरून भ्रमण करणार होता. या उपग्रहात संदेशवहन करणारी उपकरण यंत्रणा होती.

केनेथ स्मिथने विकसित केलेल्या संदेशवहन यंत्रणेमुळे पृथ्वीवरून प्रसारित केलेला संकेत उपग्रहाच्या संग्रहण यंत्रणेत संग्रहित करून ठेवता येणार होता. तसेच

संग्रहित केलेला तो संकेत पुन्हा पृथ्वीकडे प्रसारित करण्याचीही सुविधा या यंत्रणेत होती. संदेशवहनाच्या तांत्रिक परिभाषेत याला रिपीटर सिस्टिम असे संबोधले जाते. केनेथने विकसित केलेल्या रिपीटर सिस्टिममध्ये ध्वनीचे रूपांतर रेडिओ संकेतांमध्ये करून पृथ्वीवरील एका ठिकाणाहून निर्माण केलेला ध्वनी अति दूर ठिकाणी म्हणजे दुसऱ्या खंडात पाठवणे शक्य होणार होते. हा प्रयोग पहिल्यांदाच होत असल्यामुळे यात आवाज कुणाचा वापरायचा यावर विचारविनिमय चालला होता. कुणी तरी राष्ट्राध्यक्षांचाच आवाज वापरा असे सुचवले. ही सूचना आली त्या वेळी उड्डाणाला अवघा एक दिवस राहिला होता. मग घाईघाईने व्हाइट हाऊसमधून राष्ट्राध्यक्ष आयझेनहॉवर यांचा आवाज ध्वनिमुद्रित करण्यात आला.

१८ डिसेंबरच्या सकाळपर्यंत स्कोर उपग्रह अपेक्षित कक्षेत भ्रमणसुद्धा करू लागला होता. राष्ट्राध्यक्ष आयझेनहॉवर यांचा ध्वनिमुद्रित आवाज रेडिओ लहरींमध्ये रूपांतरित होऊन प्रक्षेपण केंद्रावरून उपग्रहाच्या दिशेने प्रसारित झाला. उपग्रहात त्या रेडिओ लहरी संग्रहित होऊन थोड्याच वेळात पुन्हा पृथ्वीकडे प्रसारित झाल्या. अमेरिकेच्या घरांमधील रेडिओ संचामधून आयझेनहॉवर यांचा आवाज नागरिकांच्या कानी पडला. 'मी अमेरिकेचा राष्ट्राध्यक्ष बोलतोय. माझा जो आवाज तुमच्यापर्यंत येतोय तो पृथ्वीबाह्य अवकाशात भ्रमण करणाऱ्या उपग्रहामुळे. ही आधुनिक विज्ञानाची किमया आहे. मला या खास माध्यमातून एक साधा संदेश द्यायचा आहे. आधुनिक विज्ञान सगळ्या मानवजातीसाठी असेल. समस्त माणसांच्या भल्यासाठी आणि पृथ्वीवर शांतता नांदण्यासाठी अमेरिका शुभेच्छा देत आहे!'

अमेरिकेत अशी आकाशवाणी पहिल्यांदाच घडली होती. त्यामुळे सगळे अमेरिकावासी हरखून गेले. त्यांच्यासाठी ही नाताळातील ख्रिसमस सणाची आगळीवेगळी भेट ठरली. स्कोर उपग्रहाबरोबरच त्याला भ्रमण कक्षेत नेणाऱ्या ॲटलास अग्निबाणाचा 'बोलणारा ॲटलास' असाच बोलबाला झाला.

पायोनियर-१, पायोनियर-२, पायोनियर-३ या अवकाशयानांच्या अपयशाच्या पार्श्वभूमीवर २४ डिसेंबरला ॲटलास या अग्निबाणाच्या मदतीने आंतरखंडीय प्रक्षेपणास्त्राची यशस्वी चाचणी घेतली गेली. दीड वर्षापूर्वी पहिला ॲटलास अग्निबाण केवळ २ किलोमीटर दूर गेला होता. आताच्या ॲटलासने ८१ टन वजन पेलत ९०० किलोमीटर अंतर कापले होते. पश्चिम अमेरिकेतील लोम्पोक शहराजवळील वॅन्डेनबर्ग हवाई तळावरून ॲटलासची झेप तपासली गेली होती. नासामुळे अवकाशस्पर्धेत उतरण्यासाठी अमेरिका सज्ज झाली होती!

◆◆◆

८

अवकाशस्पर्धा पुढे

अवकाशस्पर्धेबाबत १९५८ या वर्षात रशियात दखल घ्यावी असे फारसे काही घडले नाही. या वर्षात रशियात उपग्रहाच्या माध्यमातून चंद्राला भेट देण्याचा व्होस्टोक नावाने एक खास कार्यक्रम आखला गेला. नासाने आखलेल्या मर्क्युरी प्रकल्पाला दिलेले हे एक प्रकारचे उत्तरच होते. व्होस्टोकच्या पहिल्या टप्प्यात माणसाला पृथ्वीभोवती फिरवून आणण्याचे ठरले. माणसाचे पृथ्वीभोवतालचे भ्रमण यशस्वीपणे पार पडल्यानंतर माणूस चंद्राकडे प्रयाण करणार होता. व्होस्टोक कार्यक्रमाच्या पूर्वतयारीचा एक भाग म्हणून पहिल्या उपग्रहरूपी यानाच्या निर्माणाची तयारी सुरू करण्यात आली.

जगभर आणि विशेषतः अमेरिकेत स्पुटनिकचा चांगलाच बोलबाला झाला असला, तरी त्याच्या खऱ्या शिल्पकारांना अजून नावलौकिक तर सोडाच, थोडीही प्रसिद्धी मिळालेली नव्हती. उपग्रहाच्या क्षेत्रातील नेतृत्व यशस्वी होऊनही सेरगेई कोरोलेव्ह यांचे नाव रशियाला संरक्षण खात्याच्या एका संस्थेतील मुख्य अभियंता म्हणूनच माहीत होते. त्याशिवाय त्यांची वेगळी ओळख नव्हती.

रशियातर्फे २ जानेवारीला बैकोनूर इथून 'ल्यूना' नामक उपग्रह अवकाशात सोडण्यात येणार होता. ल्यूना म्हणजे रशियन भाषेत चंद्र. चंद्राकडे निघालेला उपग्रह म्हणून त्याचे नाव ल्यूना ठेवण्यात आले होते. या मोहिमेची आखणी आधीच्या वर्षातच केलेली होती. आधीच्या तीन महिन्यांमध्ये प्रक्षेपित केलेले अग्निबाण तसेच उपग्रहांच्या चाचण्या प्रारंभीच्या काही मिनिटांमध्येच अपयशी ठरल्या होत्या.

त्या पार्श्वभूमीवर या मोहिमेकडे विशेष लक्ष देण्यात येत होते. मोहिमेच्या पहिल्या टप्प्यात पृथ्वीपासून चंद्रापर्यंतचा मार्ग तपासला जाणार होता. यामध्ये संपूर्ण अंतराळ प्रवासादरम्यान अवकाशयानातील तापमान, दाब तसेच संबंधित इतर बाबींची तपासणी करायची होती. तसेच उपग्रहाचा प्रवास अपेक्षित होत आहे का हे अभ्यासले जाणार होते. त्यासाठी उपग्रहामध्ये रेडिओ लहरींच्या माध्यमातून खास संकेतांचे सातत्याने प्रक्षेपण होत राहील असा प्रक्षेपक लावला होता. त्याचबरोबर पृथ्वीबाह्य अवकाशातील चुंबकीय क्षेत्राचे मोजमाप करणारे उपकरण (मॅग्नोमीटर), ऊर्जाभारित कणांची शक्ती मोजणारे साधन (गायगर मीटर) आणि सूक्ष्म स्वरूपातील उल्का कणांचे मोजमाप करणारी यंत्रणा या उपग्रहाला जोडलेली होती. कक्षा मार्गातील प्रक्षेपकाचे संकेत १८३.६ मेगाहर्ट्झ रेडिओ लहरींद्वारे मिळणार होते तर अन्य

उपकरणांची माहिती १९.९ मेगाहर्ट्झ रेडिओ लहरींवर मिळणार होती. या प्रक्षेपणासाठी उपग्रहाला एकूण ५ अँटेना जोडले होते.

तसेच या मोहिमेत पृथ्वीच्या वातावरणातील प्रारणांचा अभ्यास केला जाणार होता. पृथ्वीच्या वातावरणात शिरणाऱ्या तसेच परावर्तित होणाऱ्या ऊर्जेचे अस्तित्व असते. वातावरणात अनुक्रमे तपांबर, स्थितांबर, मध्यांबर आणि आयनांबर ही आवरणे आहेत. यांमध्ये घडून येणाऱ्या विविध प्रकारच्या विद्युतचुंबकीय तरंगांचे उत्सर्जन किंवा विद्युतभारित आयनांचे मोजमाप केले जाणार होते. यासाठी सिंटिलेशन काऊंटर नामक एक उपकरण या उपग्रहाला जोडलेले होते. अशा अनेक उपकरणांमुळे ल्यूनाचे वजन ३६१ किलोग्रॅम झाले होते. सुमारे ०.९ मीटर व्यासाच्या आकाराचा आणि काहीसा जास्त उंचीच्या आकारात ल्यूना उपग्रह आकाराला आला होता.

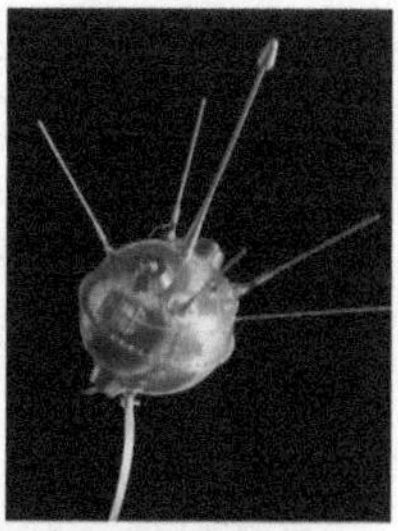

ल्यूना-१ उपग्रह

व्होस्टोक नावाचा अग्निबाण ल्यूनाला चांद्रमार्गात घेऊन जाणार होता. हा तीन चरणांचा अग्निबाण रशियाच्या अवकाशक्षेत्रातील पूर्वीच्या आर-७ सेम्योर्का या अग्निबाणात तिसरा चरण वाढवून विकसित करण्यात आला होता. या अग्निबाणाच्या यापूर्वी घेतलेल्या सगळ्या चाचण्या अयशस्वी झाल्या होत्या. त्यामुळे विशेष काळजी घेऊन तंत्रज्ञानात सुधारणा करण्यात आल्या होत्या. तिन्ही चरण मिळून या अग्निबाणाचे वजन सुमारे ३०० टन एवढे होते.

या मोहिमेला ल्यूनार इम्पॅक्टर असे नाव देण्यात आले होते. प्रत्यक्ष चांद्रभूमीवर काहीही प्रयोग किंवा मोजमापे होणार नव्हती. केवळ या यानरूपी उपग्रहाच्या माध्यमातून पाठवलेली सामग्री अपेक्षित प्रवास साध्य करत चांद्रभूमीपर्यंत सुखरूप जाते की नाही याची चाचपणी होणार होती. चंद्राच्या वातावरणात गेल्यावर ही उपकरण-साधने यानापासून वेगळी होत चांद्रभूमीवर सुरक्षितपणे पडण्याची सोय करण्यात आली होती.

हा उपग्रह पृथ्वीच्या गुरुत्वाकर्षण बलातून मुक्त होऊन चंद्राकडे जाणार होता. असा प्रयोग प्रथमच होत असल्यामुळे साहजिकच उत्कंठा होती. न्यूटनच्या वैश्विक गुरुत्वाकर्षणाच्या नियमानुसार पृथ्वीचे गुरुत्वाकर्षण साधारण ३ लाख ४६ हजार किलोमीटरच्या दरम्यान पूर्णतः संपुष्टात येते. तिथून पुढे चंद्राचे गुरुत्वाकर्षण सुरू होते.

प्रक्षेप मार्ग तपासण्यासाठी यात एक प्रयोग केला गेला. अग्निबाणाचा तिसरा चरण कार्यरत होताना म्हणजे यान आयनांबरातून पुढे जात असताना, यानाला जोडलेल्या एका बंदिस्त कुपीतून सोडियम वायू धुराची चमकदार रेषा उमटवत मुक्त केला जाणार होता. या रेषेमुळे यान वातावरणाच्या शेवटच्या थरातून बरोबर पुढे जात आहे का ते कळणार होते. तसेच या वायूचा वातावरणातील थरावर काय परिणाम होतो

हेही अभ्यासले जाणार होते. अवघा १ किलोग्रॅम वजनाचा वायू वापरून हा अभिनव प्रयोग केला जाणार होता. पण सोडियमची ही चमकदार रेषा कशी दिसणार होती?

ठरलेल्या वेळेत रात्री १०:४० वाजण्याच्या सुमारास कॉस्मोड्रमहून ल्यूनाचे प्रक्षेपण झाले. प्रक्षेपण झाल्यापासून अवघ्या ८ तासांत ल्यूना १ लाख १३ हजार किलोमीटर दूर गेला होता. सुमारे ८,९०० किलोमीटर प्रति तास वेगाने धावणाऱ्या ल्यूनाला पृथ्वीच्या परिभ्रमण गतीचा फायदा मिळाला होता.

ल्यूना-१चे उड्डाण

कझाकस्तानमधील अल्मा-अटा या शहराजवळ असलेल्या पर्वतावरील वेधशाळेतील दुर्बिणीतून ल्यूना आयनांबरतून पुढे जाताना मागे निर्माण झालेली चमकदार नारिंगी रंगाची धुराची रेषा पाहण्यात आली. ल्यूनाची मार्गक्रमणा योग्य दिशेने चालली होती. आता यापुढे पृथ्वीचा आधार संपला होता. यानाला आता स्वतःच पुढे जायचे होते. पृथ्वीच्या परिभ्रमण प्रभावाच्या बाहेर गेल्यामुळे साहजिकच यानाचा वेग काहीसा कमी झाला होता. मात्र यानाची मार्गक्रमणा अपेक्षित अशीच होती. कॉस्मोड्रमच्या नियंत्रण कक्षात ल्यूनाकडून अपेक्षित रेडिओ संकेत मिळत होते. नियंत्रण कक्षातील सगळेच या संकेतांकडे अहोरात्र लक्ष देऊन होते. ल्यूना आता पृथ्वीपासून सुमारे ४ लाख किलोमीटर दूर गेल्याचे स्पष्ट झाले होते. आजवरच्या इतिहासात सर्वप्रथम हे यान पृथ्वीपासून एवढे दूर आणि चंद्राच्या एवढे निकट पोहोचले होते. आता ते चंद्राच्या वातावरणात शिरून चांद्रभूमीवर कसे धडकते याकडे सर्वांचे लक्ष लागले होते.

आणखी एक दिवस उलटला. ल्यूना आता चंद्रापासून अवघ्या ५९९५ किलोमीटर अंतरावर पोहोचले. थोड्याच अवधीत ते आता चंद्राच्या वातावरणात शिरणार होते.

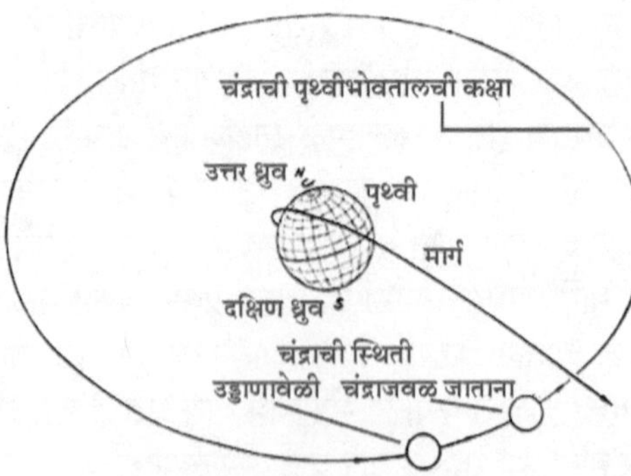

ल्यूना-१चा मार्ग

उत्सुकता शिगेला पोहोचलेली असतानाच ल्यूना चांद्रभूमीकडे जाण्याऐवजी अचानक पुढेपुढेच जाऊ लागल्याचे दिसले. आधीच्या दिवशी ल्यूनाकडून आलेले संकेत पुन्हा तपासले गेले. त्या संकेतांवरून असे दिसत होते की ल्यूना चंद्राच्या वातावरणाला स्पर्श करून भरकटले होते. हे यान आता सूर्याभोवतालच्या कक्षेत गेले होते. ल्यूनावर नियंत्रण राहिले नव्हते, मात्र त्याच्याकडून संकेत येत होते. आता केवळ येणाऱ्या संकेतांचे निरीक्षण करणे हाती होते. शेवटचा संकेत साधारण ६ लाख किलोमीटर अंतरावरून आला आणि त्यानंतर हळूहळू संकेत क्षीण झाले. प्रक्षेपक यंत्रणेचा विद्युत पुरवठा संपल्यामुळे हे घडत होते. इथून पुढे ल्यूनाची दिशा कळणे शक्य नव्हते. सर्वांची निराशा झाली असली, तरी मिळालेले यशही कमी महत्त्वाचे नव्हते. काही अंशी तरी यशस्वी ठरलेल्या या मोहिमेला ल्यूना-१ म्हणून जाहीर करण्यात आले. (कर्मधर्मसंयोगाने या मोहिमेच्या वेळी उड्डाणाआधी अग्निबाणाभोवती कुणीतरी लघवी केली म्हणून यश मिळाले अशी समजूत निर्माण होऊन पुढे प्रत्येक उड्डाणाआधी हीच प्रथा सुरू झाली.)

नव्या उत्साहाने ल्यूना-२ मोहिमेची तयारी सुरू झाली. आधीच्या अयशस्वी प्रयत्नांतून अनुभव मिळाल्याने ही मोहीम फत्ते करण्यासाठी रशियन वैज्ञानिकांनी झोकून दिलेले होते.

१२ सप्टेंबर १९५९ हा ल्यूना-२च्या उड्डाणाचा दिवस ठरला. स्थळ होते बैकोनूर. दुपारी १ वाजण्याच्या सुमारास ल्यूना-२ अवकाशात झेपावला. उड्डाणाची प्रक्रिया, त्यानंतरचे अवलोकन आणि नियंत्रण सगळे काही अपेक्षेप्रमाणे पार पडले. त्याच दिवशी सायंकाळी ७ वाजेपर्यंत ल्यूना-२ सुमारे १ लाख २६ हजार किलोमीटर दूर गेल्याचे स्पष्ट झाले होते. या वेळेस ल्यूना ऑस्ट्रेलियाच्या उत्तरेला असलेल्या गिनी बेटाच्या डोक्यावर असल्याची खातरी झाली होती. १३ सप्टेंबरच्या पहाटे एक वाजायच्या दरम्यान ल्यूना-२ने पृथ्वीचे आयनांबर ओलांडत पुढे जाणे अपेक्षित होते. अवलोकन करणारे तज्ज्ञ आता सोडियमच्या रेषेकडे नजर लावून बसले होते. या वेळी ही रेषा पाहण्यासाठी खास दुर्बीण विकसित करण्यात आली होती. तसेच या दुर्बिणीतून दिसणारी रेषा मुद्रित करण्यासाठीही खास इलेक्ट्रॉनिक कॅमेरारूपी यंत्रणा तयार केली गेली होती. अखेर तो क्षण आला. अग्निबाणाचा तिसरा चरण कार्यरत झाल्यानंतर कुंभ तारकासमूहात दुर्बिणीत एक लहानसा ठिपका दिसला आणि काही क्षणात तो मोठा होत

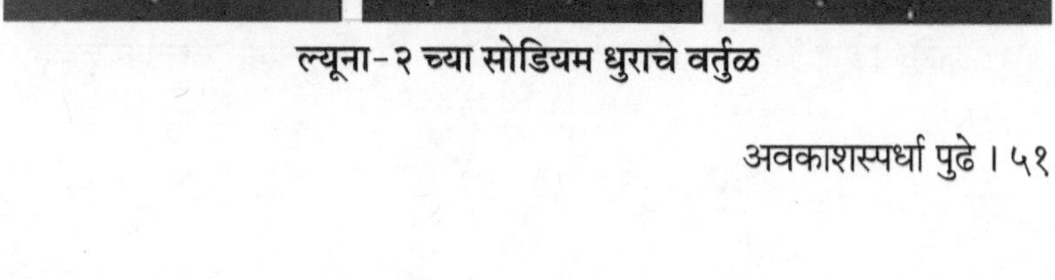

ल्यूना-२ च्या सोडियम धुराचे वर्तुळ

गेला. तीच ती रेषा होती. नारिंगी रंगाची, सोडियमच्या धुराची चमकदार रेषा! शेवटी, जिथून या रेषेची सुरुवात झाली होती तेथे धुराचे मोठे वर्तुळ (साधारण ६०० किलोमीटर व्यासाचे) आकाराला आले मात्र ते खूप अस्पष्ट होते. पृथ्वीचे अंगण ओलांडून ल्यूना-२ आता साधारण ३ किलोमीटर प्रती सेकंद वेगाने चंद्राकडे मार्गस्थ झाला होता.

पुढची उत्कंठा होती चंद्राच्या वातावरणात शिरून यानाने सुरक्षितपणे तिथल्या भूमीवर धडकण्याची. १३ सप्टेंबरच्या पहाटे ३ वाजण्याच्या सुमारास ल्यूना-२ चंद्राच्या निकट आला होता. या वेळी तरी अपेक्षेप्रमाणे घडेल अशी आशा आता दुणावली होती. हत्ती गेला आणि शेपूट राहिले असे काहीसे वातावरण होते. ल्यूना-२कडून अपेक्षित रेडिओ संकेत येत होते. आता सगळ्यांचेच श्वास रोखले गेले. ल्यूना-२ आता चांद्रभूमीवर ८०० किलोमीटर उंचीवर असावे. आत्तापर्यंतची कामगिरी उपग्रहाने चोख बजावली होती. उपग्रहातून दोन गोळे बाहेर पडले. साधारण फूटबॉलच्या आकाराचा एक आणि दुसरा त्यापेक्षा कमी आकाराचा. पंचकोनी आकारांचे हे दोन गोळे स्टेनलेस स्टीलपासून बनवलेले होते. या पंचकोनाच्या आकारात 'USSR January 1959' अशी अक्षरे कोरण्यात आली होती. एका पंचकोनावर रशियाचे चिन्ह होते. चांद्रभूमीला स्पर्श करण्याच्या शेवटच्या टप्प्यात हे दोन गोळे खाली पडून आपटून फुटावेत आणि अक्षरे तसेच चिन्ह कोरलेले पंचकोनी तुकडे चहूबाजूंना विखुरले जावेत अशी योजना होती. योग्य रीतीने फुटण्यासाठी या गोळ्यांच्या केंद्रभागात सौम्य प्रकारची स्फोटके ठेवण्यात आली होती.

रशियन चिन्हे असलेला, पंचकोनांचा गोळा

वातावरणात ८०० किलोमीटर उंचीवरून खाली जाताना उपग्रह चंद्राच्या वातावरणात गेला आणि तिथून खाली जाताना तो चंद्राभोवती प्रदक्षिणा मारत चांद्रभूमीवर जात राहिला. हे वाट पाहणे निरीक्षकांसाठी परीक्षा घेणारे ठरले. साधारण ३०-३२ मिनिटांमध्ये ते गोळे चांद्रभूमीवर पडले. ते फुटले असावेत कारण यानंतर येणारे रेडिओ संकेत एकाएकी थांबले. हेच तर अपेक्षित होते! हाच पुरावा होता चांद्रभूमीवर उपग्रह पोहोचल्याचा. युनियन ऑफ सोविएत सोशॅलिस्ट रिपब्लिक्स अशी अक्षरे कोरलेल्या दोन ॲल्युमिनियम धातूच्या पट्याही तिथे पोहोचल्या होत्या. एकच जल्लोष झाला. चंद्रावर सर्वप्रथम रशियाची पताका रोवली गेली! पृथ्वीवरच्या माणसाने निर्माण केलेली वस्तू चांद्रभूमीपर्यंत पोहोचली होती. माणसाने चंद्राला अप्रत्यक्षपणे स्पर्श केला होता. ही माणसाच्या कर्तृत्वाची, बुद्धिमत्तेची घोडदौड होती. ही विजयी पताका मानवाची होती!

पृथ्वीवरून आत्तापर्यंत चंद्राच्या विवरांना जी नावे दिली होती, त्यामधील आर्किमिडीज विवराजवळील मेर आयब्रियम प्रदेशात ल्यूना-२ धडकले होते. यामुळे

काय काय साध्य झाले होते? चंद्रापर्यंत जाता येते हे तर सिद्ध झालेच होते; पण त्याचबरोबर महत्त्वाची माहितीही मिळाली होती. चंद्राच्या वातावरणात दखल घ्यावी असे चुंबकीय क्षेत्र नव्हते, तसेच चंद्राभोवती वातावरणापलीकडे कुठल्याही ऊर्जेचे किंवा ऊर्जा उत्सर्जनाचे अस्तित्व असलेले क्षेत्र जाणवले नव्हते, ही नवीन माहिती या मोहिमेमुळे मिळाली होती.

रशियाचे एक पाऊल पुन्हा पुढे पडले होते. जगभरात या घटनेची दखल घेतली गेली होती. आता पुढच्या स्वप्नांची पूर्तता करण्यासाठीचा उत्साह वाढला होता.

यानंतर दोनच दिवसांनी, म्हणजे १५ सप्टेंबरला रशियाचे राष्ट्रप्रमुख ख्रुश्चेव्ह हे अमेरिकेच्या दौऱ्यावर आले होते. शीतयुद्धाच्या वातावरणाच्या पार्श्वभूमीवर हा रशियन नेत्याचा पहिलाच अमेरिका दौरा होता. या दौऱ्यात ख्रुश्चेव्ह यांनी अमेरिकन अध्यक्षांना ल्यूना-२ उपग्रहाबरोबर पाठवण्यात आलेल्या रशियाच्या पंचकोनी गोळ्याची प्रतिकृती भेट म्हणून दिली. यानंतर अवघ्या २२ दिवसांत रशियाने ल्यूना-३ ही मोहिमसुद्धा यशस्वीपणे पार पडली.

ल्यूना-३ उपग्रह

उड्डाणाचे ठिकाण आणि अग्निबाण वगळता ल्यूना-३ ही मोहीम थोडी वेगळी होती. या मोहिमेचा उद्देश चांद्रभूमीची छायाचित्रे काढण्याचा होता. यासाठी उपग्रहात वापरता येईल अशी छायाचित्रणाची प्रणाली तयार करण्याची जबाबदारी लेनिनग्राडस्थित वैज्ञानिक संशोधन संस्थेकडे देण्यात आली होती. उपग्रहातील छायाचित्रण पृथ्वीवरील केंद्राकडे रेडिओ संकेतांच्या स्वरूपात आल्यानंतर ते संकेत पुन्हा छायाचित्रात रूपांतरित करणाऱ्या इलेक्ट्रॉनिक्स यंत्रणेचे काम मॉस्कोची खगोलशास्त्रीय संस्था करत होती. रशियातील छायाचित्रण क्षेत्रातील क्रॅस्नोगॉरस्की नामक खाजगी उद्योगसमूह छायाचित्रण प्रणाली तयार करणार होता. या संयुक्त यंत्रणाप्रणालीला 'येनिसे' हे रशियातील महानदीचे नाव देण्यात आले होते.

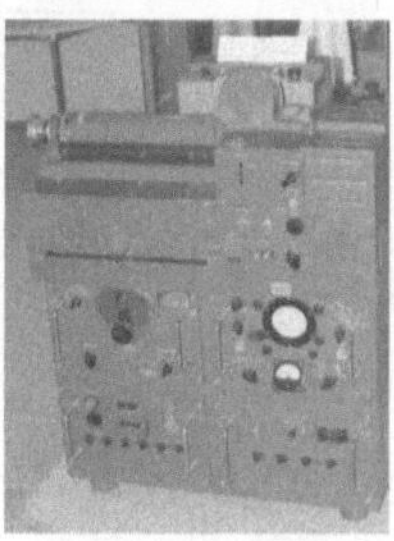
ल्यूना-३ उपग्रहाची छायाचित्र प्रणाली

उपग्रहाकडून येणारे रेडिओ संकेत संग्रहित करण्यासाठी खास अँटेना बनवले होते. इंग्लंडमधील चेशायर शहराजवळील जॉड्रेल बँक वेधशाळेच्या रेडिओ दुर्बिणीतूनही ल्यूना-३च्या रेडिओ संकेतांचा मागोवा घेतला जाणार होता. कोरोलेव्ह यांच्या नेतृत्वाखाली बोग्युस्लाव्हस्की आणि शेर्टोक हे वैज्ञानिक ल्यूना-३च्या तयारीवर लक्ष ठेऊन होते.

ल्यूना-३साठी छायाचित्रणासंदर्भात प्रणाली विकसित करणे जास्त आव्हानात्मक होते. उपग्रहामध्ये अशा प्रकारच्या यंत्रणेचा प्रथमच वापर होत होता. उपग्रह चंद्राभोवती फिरत असताना छायाचित्रणासाठी उपकरण विविध दिशांना वळवणे, छायाचित्रणात स्पष्टता येण्यासाठी भिंगे व त्याप्रमाणे नाभीय अंतर जुळवणे, छायाचित्रणासाठी वापरल्या जाणाऱ्या फितीची प्रक्रिया घडवून आणणे इत्यादी गोष्टी माणसाच्या हस्तक्षेपाशिवाय करायच्या होत्या.

बैकोनूरच्या उड्डाणमंचावरून सकाळी ठीक ६:४५ वाजता ल्यूना-३ने भूपृष्ठ सोडले. उड्डाण आणि नंतरचे कक्षेबाहेरपर्यंतचे नियंत्रण अवलोकन अपेक्षेप्रमाणे साध्य झाले होते. आता उपग्रहाच्या पुढील सुखकर प्रवासाची काळजी नव्हती. सगळे काही आलबेल होते. ल्यूना-३च्या उड्डाणानंतर कोरोलेव्ह आणि त्यांचे सहकारी बैकोनूरहून मॉस्कोमध्ये परतले.

सकाळी कार्यालयात आल्यानंतर कोरोलेव्ह यांनी आपला सहकारी शेर्टोक यांना दूरध्वनी केला, "शेर्टोक, पटकन माझ्याकडे ये. आत्ताच्या कामासंदर्भात बोलायचे नाहीये, आणि हो, आज सायंकाळी लगेच घरी जाता येणार नाही हे लक्षात ठेव."

येनिसेच्या आधीच्या सर्व चाचण्या यशस्वी झाल्या असल्यामुळे शेर्टोक काहीसे निवांत होते. कदाचित दुसरे काही काम असावे असे शेर्टोक यांना वाटले. ते कोरोलेव्ह यांच्याकडे पोहोचल्यावर कोरोलेव्ह म्हणाले, "शेर्टोक, आत्ताच बैकोनूरहून संदेश आलाय. ल्यूना-३कडून होणारे संदेशवहन अतिशय खराब आहे. आपल्याला लगेच निघायचे आहे. घरी जा आणि तुझ्या गरजेच्या वस्तू घेऊन ये. आपल्याला काही दिवस तिथेच मुक्काम करावा लागेल."

शेर्टोक येईपर्यंत कोरोलेव्ह ठिकठिकाणांहून ल्यूना-३बाबतची माहिती घेत होते. माहिती समाधानकारक नव्हती. असे का व्हावे? कोरोलेव्ह विचारमग्न झाले होते. त्यांनी सहकाऱ्यांना घेऊन हवाईदलाच्या खास विमानाने दुपारी ३ वाजता मॉस्को सोडले.

सायंकाळी ६ वाजायच्या दरम्यान त्यांचे विमान कोश्का पर्वत पार करत असताना जोरदार बर्फवृष्टी सुरू होऊन पुढचे दिसेनासे झाले. विमान याल्टाकडे वळवण्यात आले. तिथून खास गाडी करून कोरोलेव्ह आणि सहकारी क्रिमियन खगोलभौतिकी प्रयोगशाळेत आले. तिथे उभारलेली अँटेनाची रचना म्हणजे १०० चौरस मीटरचा एक खास धातू वापरून तयार केलेला परावर्तक होता. ही संरचना एका अवाढव्य ढकलगाडीवर ठेवलेली होती. या गाडीच्या शेजारीच एक लाकडी खोली संकेतांच्या संग्रहणासाठी तयार करण्यात आली होती.

गाडीतून उतरताच कोरोलेव्ह या खोलीत शिरले आणि यंत्रणेचे संचालन करणाऱ्या व्यक्तींशी त्यांनी चर्चा केली. यातून येनिसेतील दोष लगेच लक्षात आला.

अँटेनाकडून रेडिओ संकेत संग्रहित झाल्यानंतर त्यांची शक्ती वाढवून ते ज्या फिल्टरमधून पुढे नेले जात होते, त्या फिल्टरचे काही घटक खराब झाले असल्यामुळे संकेत मिळत नव्हते. ते घटक तात्काळ दुरुस्त करण्यात आले.

६ ऑक्टोबरच्या सायंकाळी ८ वाजल्यानंतर ल्यूना-३ चंद्रापासून ६,२०० किलोमीटर जवळ असल्याचे संकेत प्राप्त झाले होते. या मोहिमेची आता परिक्षा सुरू होणार होती. मात्र याच वेळी एक त्रुटी लक्षात आली. पुढच्या अपेक्षित मार्गक्रमणाचे संकेत मिळत नव्हते. प्रक्षेप मार्ग पुन्हा तपासण्यात आला. संपर्क साधणारी यंत्रणा क्वचितप्रसंगी पूर्ण क्षमतेने कार्य करत नसल्याने असे घडत होते. आता केवळ येणाऱ्या संकेतांवर अवलंबून राहावे लागणार होते.

७ ऑक्टोबरच्या सकाळी ९:३० ते १०:१० या वेळेत चंद्राच्या पलीकडून ल्यूना-३चा प्रवास सुरू असल्याचे कळले. चंद्राच्या भूपृष्ठाचे छायाचित्रण सुरू होते. त्या चित्रणाचे रेडिओ संकेत पृथ्वीकडे येण्यास सुरुवात झाली. सुमारे ७०% भागाचे निरीक्षण करत, साधारण ४० मिनिटांच्या कालावधीत २९ वेळा छायाचित्रण झाले. त्यापैकी १७ छायाचित्रांचे संकेत मिळाले. इतर संबंधित केंद्रांमध्येही अपेक्षित संकेत मिळत गेले.

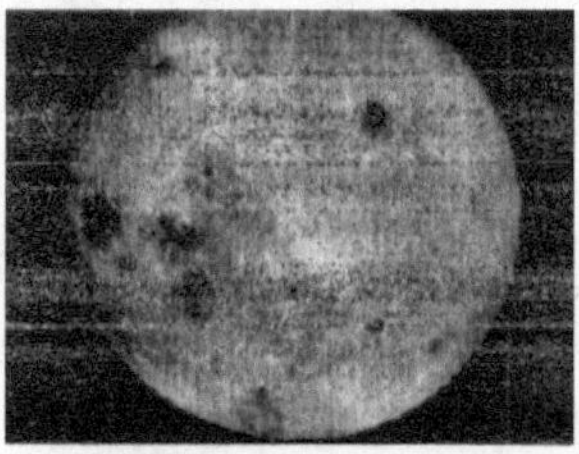
ल्यूना-३कडून मिळालेले चंद्राचे पहिले छायाचित्र

येनिसेचे सर्वेसर्वा ब्रॅझलवेझ तसेच डॉ. केल्डीश आणि रात्रभर ताटकळत बसलेल्या इतर वैज्ञानिकांना आता हायसे वाटले. पुढच्या दोन दिवसांमध्ये यातल्या काही संकेतांचे पृथःकरण करून पुन्हा छायाचित्र निर्माण करण्यात आले. चंद्राची दुसरी बाजू समजली होती. हे यश वेगळेच होते. आजवर चंद्राची चित्रे किंवा नकाशे तयार केले जात होते ते पृथ्वीवर बसूनच. आज छायाचित्रणाचे यंत्र थेट चंद्राजवळ गेले होते आणि त्याने चंद्र प्रथमच जवळून पाहिला होता. छायाचित्रे फारशी सुस्पष्ट नसली तरी मिळालेले हे यशही काही कमी नव्हते!

यातल्या एका छायाचित्राने 'चंद्रावर कुणीतरी आहे का' असे एक प्रश्नचिन्ह उभे केले होते. त्या छायाचित्रात चंद्राच्या क्षितिजावर एक उंच मनोरा दिसत होता. क्षितिजावरील इतर डोंगरांपेक्षा हा आकार वेगळाच होता. अर्थात, लगेचच तिथे काहीतरी आहे असे सिद्ध होत नव्हते. मात्र परग्रहावरील सजीव शोधणाऱ्यांना एक विषय मिळाला होता!

ल्यूना-३ हा फ्लायबाय प्रकारचा होता, म्हणजे एखाद्या अवकाशीय घटकाजवळून जात त्याची माहिती घेणारा. हा प्रकार पहिल्यांदाच यशस्वी झाला होता. याआधी नासाकडून पायोनियर उपग्रहासंदर्भात फ्लायबाय प्रकार अयशस्वी झाला

होता. याखेरीज ल्यूना-३मध्ये अवकाशीय घटकाच्या गुरुत्वीय शक्तीचा वापर कृत्रिम उपग्रहाच्या भ्रमणाचा वेग वाढवण्यासाठी आणि दिशा बदलण्यासाठी प्रथमच झाला होता. महत्त्वाचे म्हणजे सेमीकंडक्टरच्या वापरातून रेडिओ संकेत निर्माण करण्याचे नवीन तंत्रज्ञान उपग्रहासाठी वापरले गेले होते. प्रगतीचे पाऊल पुढेच पडत होते!

१७ ऑक्टोबरला ल्यूना-३ कडून पुन्हा चंद्राची छायाचित्रे मिळाली. दोनच दिवसांत ती रशियातील वृत्तपत्रांच्या मुखपृष्ठावर झळकली. त्यानंतर हळूहळू ल्यूना-३चा संपर्क अपेक्षेप्रमाणे बंद झाला.

अमेरिकेत नौदलाने १९५९च्या दरम्यान व्हॅनगार्ड-२ए हा उपग्रह अवकाशात सोडला. हवामान निरीक्षणासाठी पाठवलेला हा पहिला उपग्रह. व्हॅनगार्ड-२एमध्ये दोन दुर्बिणी होत्या. त्यांच्याद्वारे पृथ्वीच्या पृष्ठभागाचे निरीक्षण करण्यात आले. अर्धा मीटर व्यासाच्या मॅग्नेशियम धातूच्या एका गोलात या दोन दुर्बिणी बसवण्यात आल्या होत्या. दुर्बिणींमधून मिळणाऱ्या प्रतिमा रेडिओ लहरींमध्ये रूपांतरित करणारी यंत्रणा तसेच दिशादर्शक, संपर्क, नियंत्रण, अवलोकन करणाऱ्या यंत्रणाही त्यात होत्या. १७ फेब्रुवारीला केप कॅनाव्हेरलहून अवकाशात झेपावलेला हा उपग्रह १०.८ किलोग्रॅम वजनाचा होता. तो पृथ्वीभोवती दीर्घवर्तुळाकार कक्षेत सुमारे ५६० ते २,९०० किलोमीटर अंतरावरून भ्रमण करत राहिला. उड्डाणानंतर सुमारे १९ दिवस कार्यरत राहिलेल्या या उपग्रहाने पृथ्वीभोवतालच्या ढगांच्या आवरणाची छायाचित्रे पाठवण्यात यश मिळवले. असा प्रयोग प्रथमच झाला होता. पुढे या उपग्रहातील दुर्बिणींच्या नियंत्रणात बिघाड झाल्यामुळे निरीक्षणे झाली नाहीत. मात्र व्हॅनगार्ड-२एचा पृथ्वीभोवती फिरण्याचा कालावधी तब्बल ३०० वर्षांसाठी विकसित केलेला होता.

पायोनियर-४ची तपासणी करताना ब्राऊन व नासाचे तज्ज्ञ

ल्यूना-१ या रशियाच्या यशस्वी मोहिमेनंतर अमेरिकेनेही अशी चांद्रमोहीम आखावी असा दबाव येत राहिला. हेच पायोनियर-४च्या निर्मितीचे मुख्य कारण ठरले. ५१ सेंटीमीटर उंच आणि तळाशी २३ सेंटीमीटर व्यास अशा आकारमानाचा हा उपग्रह टोकाकडे निमुळता होत गेला होता. याचे वजन होते ६.१ किलोग्रॅम. ज्युनो-२ या अग्निबाणाच्या मदतीने केप कॅनाव्हेरलहून ३ मार्चच्या पहाटे चंद्राकडे मार्गस्थ झाला.

पायोनियर-४मुळे चंद्रापर्यंतच्या प्रक्षेपमार्गाचे निरीक्षण होणार होते. यासाठी त्याच्या टोकाला फोटोसेन्सर बसवलेला होता. ज्यामुळे चंद्रापासून सुमारे ३० हजार किलोमीटर अंतरावर पोहोचल्यानंतर खास रेडिओ संकेत पृथ्वीकडे पाठवले जाणार

होते. याखेरीज मार्गातील विद्युतचुंबकीय प्रारणाचे मोजमापही गायगर मीटरने केले जाणार जाणार होते. रेडिओ संकेत प्रक्षेपणासाठी ९६० मेगाहर्ट्झचा प्रथमच वापर होणार होता.

फायबर ग्लास वापरून या उपग्रहाचे आवरण तयार करण्यात आले होते. त्यावर सोन्याचा मुलामा देण्यात आला होता. या मुलाम्यावर पांढऱ्या रंगाचे पट्टे ओढले होते. त्यामुळे आतील तापमान १० ते ५० सेल्सिअस दरम्यान राहणार होते. ४ मार्चच्या मध्यरात्री पायोनियर-४ चंद्रापासून सुमारे ६८ हजार किलोमीटर अंतरापर्यंत पोहोचला. उपग्रहाच्या पुढील वाटचालीकडे सर्वांचे लक्ष लागले होते. मात्र या अंतरावरूनच तो भरकटला. यामुळे फोटोसेन्सरच्या माध्यमातून येणारे खास रेडिओ संकेत मिळाले नाहीत. प्रक्षेपणानंतर सुमारे ८२ तासांच्या कालावधीनंतर विद्युतघटाची ऊर्जा संपल्याने येणारे संकेत क्षीण होत गेले आणि पायोनियर-४चे अवतारकार्य संपले. मोहिमेत यश मिळाले नाही, तरी एवढ्या अंतरापर्यंत उपग्रह पाठवण्याचा अनुभव मात्र मिळाला.

पृथ्वीभोवती ठरावीक पट्ट्यांमध्ये असलेली प्रबळ प्रारणे पायोनियर-४ उपग्रहामुळे समजली होती. तसेच, पृथ्वीच्या भूचुंबकीय क्षेत्रात अडकलेल्या प्लाझ्मा स्वरूपातील अति ऊर्जेच्या विद्युतभारित मूलकणांची व्याप्ती आता समजली होती. पृथ्वीच्या सूर्याकडील बाजूला आणि विरुद्ध बाजूला असलेल्या प्रारणस्वरूपातील पट्ट्यांचा प्रभाव मोजला गेला. या प्रारणांचा प्रदीर्घ अभ्यास करणारे व्हॅन ॲलन यांच्या सन्मानार्थ या पट्ट्यांचे 'व्हॅन ॲलन बेल्ट' असे नामकरण करण्यात आले.

मार्चमध्ये ज्युपिटर अग्निबाणच्या पुढे जोडलेल्या कुपीतून एबल आणि मिस बेकर ही ऱ्हीसस प्रजातीची माकड नरमादीची जोडी अंतराळ प्रवास करून आली. सुमारे २,४०० किलोमीटर प्रवास करत १६ मिनिटे अंतराळप्रवासाचा अनुभव घेत दोघेही सुरक्षित खाली आले. माणसांच्या भावी अंतराळप्रवासासंबंधी उपयुक्त माहिती मिळण्यास हा अनुभव फार महत्त्वाचा होता. अवकाश मोहिमेच्या वेळी दोन वर्षांची असलेली मिस बेकर पुढे २५ वर्षे जगली. तिचा आपुलकीने सांभाळ करण्यात आला.

९ एप्रिल रोजी नासाने वॉशिंग्टनमध्ये एक विशेष पत्रकार परिषद आयोजित केली होती. मर्क्युरी सेव्हन म्हणून संबोधले गेलेले पहिले सात अंतराळवीर कोण याची घोषणा परिषदेत होणार होती. सुमारे २०० पत्रकार आणि इतर अनेक उत्सुक नागरिक या शूर वीरांना पाहण्यासाठी आतूर होते. नासाच्या मान्यवरांनी घोषणा करताच मर्क्युरी सेव्हनचे अंतराळवीर एका पाठोपाठ एक मंचावर आले. अमेरिकेचा पहिला अंतराळवीर म्हणून त्या सात जणांपैकी कुणाला मान मिळणार होता ते ठरायचे होते. स्कॉट कार्पेंटर, गॉर्डन कूपर, जॉन्ह ग्लेन, गस ग्रीसम, वॅली शिर्रा, ॲलन शेफर्ड आणि डेक स्लेटॉन हे ते सात धाडसी अंतराळवीर होते. त्यांची ओळख झाल्यानंतर पत्रकारांनी

त्यांना त्यांच्या तयारीबद्दल, धाडसाबद्दल विचारले. कौटुंबिक प्रश्नही विचारले. सर्वांनीच देशासाठी या मोहिमेत सहभागी होत असल्याचे गौरवपूर्वक सांगितले. परिषद संपताना पत्रकारांनी शेवटचा म्हणून एक प्रश्न विचारला, "तुमच्यापैकी किती जणांना आपण निश्चित परत येऊ असा आत्मविश्वास आहे?" क्षणभर शांतता पसरली. पण दुसऱ्याच क्षणी एका पाठोपाठ एक असे सातही अंतराळवीरांचे हात उंचावले गेले आणि पत्रकार परिषद संपली!

पत्रकार परिषदेनंतर या सातही अंतराळवीरांना अमेरिकेत खूप लोकप्रियता मिळाली. त्यांची तुलना कुणी दर्यावर्दी कोलंबस, खलाशी फर्डिनांड, यात्रिक डॅनियल यांच्याशी, तर कुणी राईट बंधूंशी केली. अवकाशवीरांची मानसिक खंबीरता तपासण्यासाठी त्यांच्यासमोर एका अग्निबाणाच्या उड्डाणानंतर स्फोट घडवण्यात आला. कुणीही विचलित झाले नव्हते.

त्या वर्षीच्या ७ ऑगस्टला एक्सप्लोरर-६ उपग्रहाचे उड्डाण झाले. जेट प्रपल्शन लॅबोरेटरीत निर्माण झालेला हा उपग्रह ६४.४ किलोग्रॅमचा होता. पृथ्वीच्या वातावरणातील विविध थरांमधील ऊर्जा-प्रारणे, वैश्विक किरणे, भूचुंबकीय थर आणि सूक्ष्म उल्काकणांचा अभ्यास एक्सप्लोरर-६द्वारे केला जाणार होता. विद्युतऊर्जा मिळण्यासाठी एक्सप्लोरर-६ला सौर तक्ते वापरले गेले होते. या तक्त्यांमुळेच या उपग्रहाचे वजन वाढले होते.

एक्सप्लोरर-६ उपग्रह

उड्डाणानंतर एक्सप्लोरर-६ दीर्घवर्तुळाकार कक्षेत साधारण १२.५ तासांत एक भ्रमण पूर्ण करू लागला. पुढे या उपग्रहाने अपेक्षित असलेली सर्व निरीक्षणे करून माहिती पाठवली. विशेषतः व्हॅन अॅलनचा पट्टा म्हणून ओळखल्या जाणाऱ्या पृथ्वीभोवतालच्या चुंबकीय क्षेत्राची अधिक सखोल माहिती एक्सप्लोरर-६मुळेच मिळू शकली. सुमारे ६० दिवस हा उपग्रह कार्यरत राहिला.

या उपग्रहाच्या पाठोपाठ नासाने पायोनियर मानवरहित कार्यक्रम मालिकेचा एक भाग म्हणून दि. २४ सप्टेंबरला पायोनियर-पी-१ हे एक उपग्रहरूपी यान अवकाशात पाठवण्याचे ठरवले. केप कॅनाव्हेरलहून अॅटलास सी-एबल या अग्निबाणाच्या मदतीने ते पृथ्वीपासून चंद्राच्या कक्षेपर्यंत प्रवास करणार होते. या उपग्रहात केवळ दूरदर्शन पद्धतीची छायाचित्रण यंत्रणा आणि चुंबकीय वातावरणाचे संवेदन करणारे उपकरण या गोष्टी होत्या. मात्र या उपग्रहाला घेऊन जाणाऱ्या अग्निबाणाची प्रणाली अंतिम चाचणीत खराब झाली. यामुळे हे उड्डाण रद्द झाले आणि पायोनियर-पी-३ची तयारी सुरू झाली.

पायोनियर-पी-३चा उद्देश होता पृथ्वी आणि चंद्र यांच्यातील प्रवास मार्गाचा अभ्यास करणे. पृथ्वीच्या वातावरणातून बाहेर पडत चंद्राच्या वातावरणातील

कक्षेत काही भ्रमणे पूर्ण करण्याचे कार्य पायोनियर-पी-३ वर सोपवलेले होते. यासाठी छायाचित्रण प्रणाली, सूक्ष्म उल्काकणांचा वेग मोजणारे साधन तसेच पृथ्वी ते चंद्रादरम्यान जाणवणारी प्रारणे तपासणारे उपकरण अशी सामग्री होती. यावेळी यशाची खातरी बाळगून २६ नोव्हेंबरला पायोनियर-पी-३ अवकाशात झेपावण्यासाठी सज्ज झाला. मात्र उड्डाणानंतर अवघ्या १०४ सेकंदात या उपग्रहाची नियंत्रण यंत्रणा बंद पडली आणि पुन्हा एक अपयश पाहण्याची वेळ आली.

या दरम्यान १३ ऑक्टोबरला अवकाशात पाठवण्यात आलेल्या एक्सप्लोरर-७ या उपग्रहाने मात्र अवकाशीय वातावरणाच्या माहितीत मोलाची भर टाकली. ४१.५ किलोग्रॅम वजनाचा हा उपग्रह ७०० ते ५०० किलोमीटर अंतरावरून दोन वर्षे कार्यरत राहणार होता. एक्सप्लोरर-७द्वारे वातावरणातील प्रारणांबरोबरच सौर ऊर्जेतील क्ष-किरणांचा वेध घेण्याचा प्रथमच प्रयत्न केला गेला.

१९५९च्या वर्षाअखेरीस एक्सप्लोरर-६साठी अमेरिकेकडून एक वेगळाच प्रयोग केला गेला. हवाईदलाने निर्माण केलेल्या एका उपग्रहविरोधी प्रक्षेपणास्त्राची चाचणी एक्सप्लोरर-६वर करण्यात आली. बोल्ड ओरियन नावाचे प्रक्षेपणास्त्र एक्सप्लोरर-६ त्याच्या १,८०० किलोमीटर आवाक्यात आल्यानंतर डागण्यात आले. अवघ्या ६.४ किलोमीटर अंतरावरून बोल्ड ओरियन पुढे गेले.

मिस सॅम

याखेरीज या वर्षात माकडांना अंतराळभ्रमण करून आणण्याचेही काही प्रयोग झाले. आत्तापर्यंत वेगवेगळ्या प्रजातीच्या माकडांवर अंतराळभ्रमणाचे प्रयोग झाले. त्यांमध्ये काही दगावले, तर काही वाचले. १९५९च्या डिसेंबरमध्ये पुन्हा एकदा ऱ्हीसस प्रजातीच्या माकडाला अवकाशात पाठवले गेले. मिस सॅम या नावाची ती मादी होती. यावेळी मिस सॅमसाठी लिटल जोए-२ नावाची खास अवकाशकुपी निर्माण केली होती. मर्क्युरी कार्यक्रमाअंतर्गत ही मोहीम पार पडली. मिस सॅमला पुढेही एकदा अंतराळभ्रमणाची संधी मिळाली.

माणूस चंद्रावर पाठवून त्याला पुन्हा पृथ्वीवर सुरक्षित परत आणणे या आव्हानात्मक मोहिमेची तयारी रशियात सुरू होती. त्यासाठी सक्षम अवकाशयान निर्माण करण्याचे काम महत्त्वाचे होते. यासाठीचे काही प्रस्ताव कोरोलेव्ह यांनी १९६०मध्ये सरकारकडे सादर केले. यामध्ये झॉन्ड नामक प्रकल्पाचा प्रस्ताव होता. झॉन्ड या रशियन शब्दाचा अर्थ अन्वेषक असा होतो. झॉन्ड प्रकल्पाच्या अंतर्गत अन्वेषक प्रकारची अवकाशयाने चंद्र तसेच पृथ्वीजवळच्या शुक्र आणि मंगळ या ग्रहांकडे पाठवण्याचा आराखडा कोरोलेव्ह यांनी विकसित केला होता. चंद्रावर माणूस पाठवतानाच समांतरपणे सूर्यमालेतील जवळच्या अन्य ग्रहांचीही माहिती मिळवणे हा

या प्रकल्पाचा उद्देश होता. आगामी कालखंडात ग्रह पादाक्रांत करण्यासाठी ही माहिती जाणून घेणे महत्त्वाचे होते.

याचबरोबरीने अंतराळवीरांच्या तयारीकडे विशेष लक्ष देण्यात आले. निकोलाय कॅमानीन या रशियातील प्रसिद्ध आणि कुशल वैमानिकाकडे त्याची जबाबदारी सोपवण्यात आली. १९३४मध्ये उत्तर धृवीय प्रदेशात हिमनगांमध्ये भरकटलेले रशियाचे चेलियुस्किन नावाचे जहाज निकोलायने धाडसी कामगिरी बजावत सुखरूप वाचवले होते. रशियाच्या हवाईदलाच्या प्रमुखांनी अंतराळवीरांच्या प्रशिक्षणासाठी निकोलायची शिफारस केली आणि रशियात अंतराळवीर प्रशिक्षणाची सुरुवात झाली. तीन स्तरांत प्रशिक्षण देण्याची रूपरेषा आखण्यात आली. यात सर्वसामान्य प्रशिक्षण, सामूहिक आणि संघ अशी वर्गवारी केली गेली. प्रशिक्षणाच्या पहिल्या टप्प्यात हवाईदलाशी संबंधित २० उमेदवारांची अंतराळवीर म्हणून निवड झाली होती. यामध्ये लेफ्टनंट हुद्यावर असलेल्या युरी गागरीन होता.

मॉस्कोपासून ३० किलोमीटरवर अंतराळवीर प्रशिक्षण केंद्र उभारण्याची तयारी सुरू झाली. गुरुत्वाकर्षणरहित वातावरण, अवकाशयानसदृश प्रारूपे तसेच संपर्क-नियंत्रण-अवलोकन इत्यादी सुविधा तिथे उभारल्या जाणार होत्या.

यानंतरच्या एप्रिल महिन्यात ल्यूना ए-३ नामक उपग्रहांची दोन उड्डाणे करण्यात आली. हे फ्लायबाय प्रकारातील उपग्रह होते. यातला १४ एप्रिलला सोडलेला उपग्रह २ लाख किलोमीटर अंतरापर्यंत गेला, तर १९ एप्रिलला सोडलेला उपग्रह उड्डाणाच्या वेळीच बिघडला.

यानंतर अवकाशयानांसंदर्भात व्होस्टोक कार्यक्रमाचा भाग म्हणून कोरॅब्ल नावाचे उपग्रहरूपी यान १५ मे रोजी अवकाशात झेपावले. कोरॅब्लशी आधीच्या स्पुटनिकचेही नाव जोडले होते. म्हणून ही मोहीम कोरॅब्ल-स्पुटनिक-१ अशी होती. या मोहिमेचा उद्देश पृथ्वीच्या वातावरणात काही दिवस प्रवास करत पुन्हा पृथ्वीवर सुरक्षितरीत्या उतरण्याचा होता. पुढील समानव मोहिमांसाठी उपयुक्त असल्यामुळे माणूस सुरक्षित बसू-वावरू शकेल अशी कुपी, त्यात आवश्यक सुविधा तसेच संपर्क यंत्रणा इत्यादींची चाचणी होणार होती. या मोहिमेदरम्यान कुपीत माणसाची प्रतिकृती ठेवण्यात आली होती. प्रवासादरम्यान हे यान विविध अवस्थांमध्ये फिरले. जर त्या प्रतिकृतीसाठी ते गैरसोयीचे ठरले, तर ध्वनिमुद्रित केलेला मानवी आवाज पृथ्वीवर ऐकायला येईल अशी व्यवस्था यात होती. त्या कृत्रिम माणसालाही नाव दिले होते.

व्होस्टोक या २ चरणांच्या अग्निबाणाच्या मदतीने १.५ टन वजनाचे कोरॅब्ल-स्पुटनिक-१ यान बैकोनूरहून सकाळी आकाशात झेपावले. अपेक्षेप्रमाणे पहिले तीन दिवस या यानाने पृथ्वीपासून २८० ते ६७५ किलोमीटर दरम्यान वर्तुळाकार कक्षेत भ्रमण केले. चौथ्या दिवशी मात्र हे यान नियंत्रण प्रणालीत दोष निर्माण झाल्यामुळे

वातावरणाच्या वरच्या थरात जाऊन अनियंत्रित झाले. नव्या जोमाने सगळे पुन्हा कामाला लागले आणि १९ ऑगस्टला कोरॅब्ल-स्पुटनिक-२ उड्डाणास सज्ज झाले. कोरॅब्ल-स्पुटनिक-१ आणि २ यांमध्ये फरक हाच होता की, या यानात मानवी प्रतिकृतीऐवजी श्वान पाठवले जाणार होते. या वेळी बेल्का आणि स्ट्रेल्का या मादी श्वान निवडण्यात आल्या होत्या. त्याबरोबर एक ससा, ४२ लहान आणि २ मोठे उंदीर आणि फळांवर बसणाऱ्या माशाही होत्या. प्रत्येकाची सोय वेगवेगळी होती. याखेरीज वनस्पतींची काही रोपे आणि शेवाळांचे काही प्रकारही यानातून अंतराळाचा फेरफटका मारून येणार होते. दोन्ही श्वानांना यानरूपी कुपीतून बाहेर पाहता यावे म्हणून खास खिडकी तयार केली होती आणि याच खिडकीला छायाचित्रणाची यंत्रणा जोडली होती. त्यांचा आवाज पृथ्वीवर ऐकू येण्यासाठी खास सुविधा केली होती. या सजीवांना अवकाशात जगवण्यासाठी निर्माण केलेल्या सुविधांमुळे यानाचे वजन ४.६ टन झाले होते.

दुपारी १:४५ वाजता कोरॅब्ल-स्पुटनिक-२ने पृथ्वी सोडली. हे यान पुन्हा पृथ्वीकडे परतणार असल्याने त्याबद्दल उत्कंठा होती. याच्या नियंत्रण-अवलोकनासाठी जर्मनी आणि स्वीडन या देशांमधील रेडिओ केंद्रेही सहभागी झाली होती. साधारण ९० मिनिटांमध्ये कोरॅब्ल-स्पुटनिक-२ पृथ्वीभोवती एक भ्रमण पूर्ण करणार होते. चौथे भ्रमण होत असताना एक श्वान घाबरल्यासारखे दिसले. मात्र पुढे काही त्रास दिसला नाही. सुमारे १६ कक्षीय भ्रमणे पूर्ण करून या यानाची कुपी दुसऱ्या दिवशी सकाळी ११ वाजायच्या दरम्यान हवाईछत्रीच्या मदतीने सुरक्षित खाली आली. श्वानद्वयीला तातडीने कुपीतून बाहेर काढले गेले आणि त्यांची वैद्यकीय तपासणी झाली. इतर सजीवही संबंधित प्रयोगशाळांमध्ये रवाना झाले. श्वानद्वयीपैकी फक्त बेल्काला उलटीचा त्रास झाला. दोन-अडीच तासांनी झालेल्या पत्रकार परिषदेला ओलेग गाझेन्को या वैज्ञानिकासह बेल्का आणि स्ट्रेल्का हे दोन श्वानही उपस्थित राहिले. रशियाला मिळालेले हे मोठे यश होते. समानव अंतराळ प्रवास आता आवाक्यात येऊ लागला होता.

बेल्का आणि स्ट्रेल्का यांची पत्रकार परिषद

अमेरिकेने याच दरम्यान एको नावाचा एक वेगळाच उपग्रह अवकाशात सोडला होता. धातूचे आवरण असलेला, ३०.५ मीटर व्यासाचा हा एक पोकळ गोळा होता. पृथ्वीभोवती तिच्याच गतीने सुमारे १,५०० किलोमीटर उंचीवरून भ्रमण करत रेडिओ लहरींचे परावर्तन करणे एवढेच त्याचे कार्य होते. या उपग्रहावरून परावर्तित झालेले कोरॅब्ल-स्पुटनिक-२चे संकेतही अमेरिकेला मिळाले होते. त्यामुळे बेल्का आणि स्ट्रेल्का यांची नावे अमेरिकेतही पोहोचली होती.

या दरम्यान कोरोलेव्ह यांनी रशियन सरकारकडे द्रवरूपातील हायड्रोजन अग्निबाणांसाठी इंधन म्हणून विकसित करण्यासाठी परवानगी मागितली. द्रवरूपी हायड्रोजनची इंधन म्हणून कार्यक्षमता उत्तम होती. तथापि हे इंधन हाताळणे मोठे जबाबदारीचे होते. कारण इंधनासाठी हायड्रोजन द्रवरूपात राहण्यासाठी -२५३ सेल्सिअस तापमानाची गरज होती. त्यासाठी खास यंत्रणा-प्रणाली विकसित करणे आवश्यक होते.

अवकाश मोहिमांच्या आघाड्यांवर सर्वत्र प्रगती होत असतानाच बैकोनूरच्या उड्डाणमंचावर एक दुर्घटना घडली. आंतरखंडीय प्रक्षेपणास्त्राची एक चाचणी घेण्यात येणार होती. नेडेलिन नावाचा एक संरक्षण दलातील अधिकारी या प्रक्षेपणास्त्र प्रकल्पाचा प्रमुख होता. या प्रक्षेपणास्त्रासाठी नायट्रोजन टेट्रॉक्साईड नामक इंधन वापरले गेले होते. वापर नीट झाला नाही तर हे इंधन अतिशय विषारी आणि अपायकारक ठरू शकते असे तज्ज्ञ सांगत होते. मात्र नेडेलिनने त्यांचा सल्ला धुडकावला होता. ऑक्टोबर महिन्यातील चाचणीच्या वेळी हेच इंधन अग्निबाणाच्या टाकीत भरत असताना भडका उडाला. यात १००पेक्षा जास्त कामगारांचा बळी गेला.

हे वर्ष संपताना म्हणजे १ डिसेंबर रोजी रशियाकडून आणखी एक उपग्रह अवकाशात गेला, तो म्हणजे कोरॅब्ल-स्पुटनिक-३. कोरॅब्ल-स्पुटनिक-२सारखीच ही मोहीम होती. फक्त या वेळी शोल्का आणि मुश्का या दोन मादी श्वान अवकाशात जाणार होते. मात्र या उपग्रहाचे यान भूपृष्ठाकडे खालच्या कक्षेत येताना यानाच्या कुपीने पेट घेतला आणि त्यात या श्वानांना प्राण गमवावे लागले.

अंतराळमोहिमेसाठीच्या या घडामोडी घडत असताना इतरही काही घटना घडत होत्या. अमेरिकेतील न्यू जर्सीमधील प्रिन्स्टन विद्यापीठात युजेन शूमाकर नावाचा एक तरुण पीएच.डी. करत होता. त्याच्या संशोधनासाठी तो ॲरिझोना राज्यातील एका विवराचा अभ्यास करत होता. हे विवर उल्कापाषाणाच्या उत्पातातून निर्माण झाले होते. अशाच विवरांच्या अभ्यासातून शूमाकर पुढे उल्कापाषाण आणि खगोलीय ग्रह-उपग्रहांच्या अभ्यासाकडे वळला. आणि त्यातूनच नंतर ॲस्ट्रोजिऑलॉजी या शाखेचा उदय झाला.

दुसरीकडे अंतराळवीरांचे प्रशिक्षण प्रगतीपथावर होते. त्या प्रशिक्षणात युरी गागरीन इतरांच्या तुलनेत उजवा ठरला होता. मॉस्कोपासून दूरवरील क्लुशिनो खेड्यातील हा युवक हवाईउड्डाणाचे शिक्षण घेऊन लेफ्टनंट पदापर्यंत पोहोचला होता. त्याच्याकडे शारीरिक क्षमता तर होतीच, पण त्याचबरोबर बुद्धिमत्ता, अचूक निर्णयक्षमता, बदलत्या परिस्थितीला सामोरे जाण्याचे भान या अनेक कसोट्यांवर युरी अधिक सक्षम असल्याचे दिसत होते.

◆◆◆

९

पहिला अंतराळवीर

१९६१ उजाडले. रशियन अंतराळवीरांचे प्रशिक्षण आता शेवटच्या टप्प्यात आले होते. अंतराळ कार्यक्रमानुसार पहिल्या मोहिमेत एकच अंतराळवीर पाठवला जाणार होता. त्यामुळे ही संधी कुणाला मिळणार यांची उत्कंठा होती. युरीसारखेच सक्षम आणखीही काही जण शर्यतीत होते. यावर अंतिम निर्णय घेण्यासाठी एक वेगळीच पद्धत वापरली गेली. प्रशिक्षणप्रमुखांनी प्रत्येकाला स्वतंत्रपणे भेटायला बोलवले आणि 'तुझ्या व्यतिरिक्त दुसरा कोण अंतराळवीर म्हणून सक्षम आहे असे तुला वाटते?' असा प्रश्न विचारला. बहुतेकांनी युरीच्या नावाला पसंती दिली होती! यानंतर युरीला बोलावण्यात आले. 'जर तुला अवकाशभ्रमणाची संधी मिळाली, तर तू काय मनोगत व्यक्त करशील?' असे विचारत बोलते केले. त्याने चक्क भाषणच केले. त्याच्या बोलण्यातून जाणवले की मानवी संस्कृतीत होऊ घातलेल्या भावी अलौकिक पराक्रमासाठी त्याने झोकून द्यायचे ठरवले आहे. युरीची निवड निश्चित होण्यासाठी इतके पुरेसे होते.

युरी गागरीन आणि सेरगेई कोरोलेव्ह

वैद्यकीय पथकाकडून युरीची वैद्यकीय तपासणी करण्यात आली आणि युरीची अवकाशाकडे जाण्याची वाट मोकळी झाली. लवकरच युरी आणि कोरोलेव्ह यांची भेट घडवण्यात आली.

याआधीच्या महिन्यात अंतराळवीरांच्या प्रशिक्षणादरम्यान एका २४ वर्षीय युवकाचा मृत्यू झाला होता. त्या पार्श्वभूमीवर, या क्षेत्रात अनुभवाने ज्येष्ठ आणि अंतराळवीरांसाठी वडिलांच्या ठिकाणी असलेल्या कोरोलेव्ह यांची भेट युरीसाठी निश्चितच त्याचे मनोबल उंचावणारी होती.

आता रशियातील वैज्ञानिक अवकाशात स्थिर स्वरूपातील प्रयोगशाळा किंवा तत्सम ठिकाण कसे उभारता येईल यावर विचारविनिमय करत होते, तर चंद्रावर सुरक्षित उतरून तिथून परतण्यासाठीचा सक्षम अग्निबाण आणि अवकाशस्थानक यांच्या आराखड्यावर कोरोलेव्ह काम करत होते.

याचबरोबरीने रशियामध्ये आणखी एका मोहिमेची सुरुवात झाली होती - शुक्र या ग्रहावर स्पेस प्रोब पाठवण्याची. आताशी कुठे चंद्र आवाक्यात येऊ घातला होता;

मात्र माणूस तर त्याहीपुढे धावत होता. आकांक्षांपुढती गगन ठेंगणे! कार्यक्रम (व्हेनेरा प्रोग्रॅम) निश्चित झाला होता. या मालिकेतील व्हेनेरा-१ आणि त्याच प्रकाराचे एक प्रायोगिक, अशी दोन फ्लायबाय प्रकाराची याने फेब्रुवारीत शुक्राकडे जाण्यासाठी झेपावली. मात्र या दोन्ही मोहिमा अपयशी ठरल्या.

समानव चांद्र मोहिमेच्या अंतर्गत पहिल्या टप्प्यात पृथ्वीभोवती मानवाला फिरवून आणण्यासाठी व्होस्टोक-१ मोहीम निश्चित झाली होती.

व्होस्टोक-१ मोहिमेसाठी वापरल्या जाणाऱ्या अग्निबाणाची तयारी

व्होस्टोक-१साठी अंतराळवीराची कुपी सेरगेई कोरोलेव्ह यांनी विकसित केली होती. अग्निबाणाच्या शेवटच्या टोकावर असलेली ही कुपी तिसऱ्या टप्प्यात कार्यरत होणार होती. ही कुपी दोन भागांची होती. पहिला भाग २.३ मीटर व्यासाचा गोल होता ज्यात अंतराळवीराचे आसन आणि इतर नियंत्रणासाठीची यंत्रणा होती. पायाकडच्या बाजूला बाहेरचे दृश्य दिसेल अशी खास गोलाकार खिडकी केलेली होती. आसनाच्या डाव्या बाजूला बंद नळीत, पेस्ट स्वरूपात खाद्यसामग्री ठेवण्यात आली होती. उजव्या बाजूला छायाचित्रण आणि संपर्क यंत्रणा होत्या. आसनाच्या पाठीमागे एका बाजूला पिण्याचे पाण्याची आणि दुसऱ्या बाजूला नैसर्गिक विधींसाठी सोय होती. एखाद्या अवजड वाहनाच्या चालकाच्या कक्षाएवढ्या जागेत हे सगळे साकारले होते. यातील वैशिष्ट्य म्हणजे संकटप्रसंगी केवळ ४० सेकंदांमध्ये अंतराळवीराचे आसन बाहेर पडेल अशी खास तरतूद केली गेली होती. लढाऊ विमानांपासून विकसित झालेल्या या प्रकारच्या आसनाला हवाईछत्री तसेच अन्य जीवनावश्यक साधने जोडून अद्ययावत केले गेले होते.

कुपीचा दुसरा भाग २.४ मीटर व्यासाचा अपगामी अग्निबाण (रेट्रोरॉकेट) असलेला होता. या भागात अग्निबाणाला लागणारे इंधन आणि संबंधित प्रणाली, तसेच कुपीची दिशा, वेग इत्यादींचे मोजमापन करणारी साधने होती. पहिल्या भागातील संपर्क, दळणवळण यंत्रणांसाठीचे विद्युतऊर्जेचे घटही या भागात ठेवलेले होते. दोन्ही भागांच्या मध्यभागी अंतराळवीरासाठीचा ऑक्सिजन ठेवलेला होता. याखेरीज दोन्ही भागांवर संपर्क, दळणवळणासाठी अँटेना बसवले होते. पहिल्या भागाचे वजन २.४६ टन तर दुसऱ्याचे २.४३ टन झाले होते. ही कुपी एका आवरणात बंदिस्त केली जाणार होती. अग्निबाणाच्या उड्डाणानंतर ३ मिनिटांनी हे आवरण दूर होणार होते.

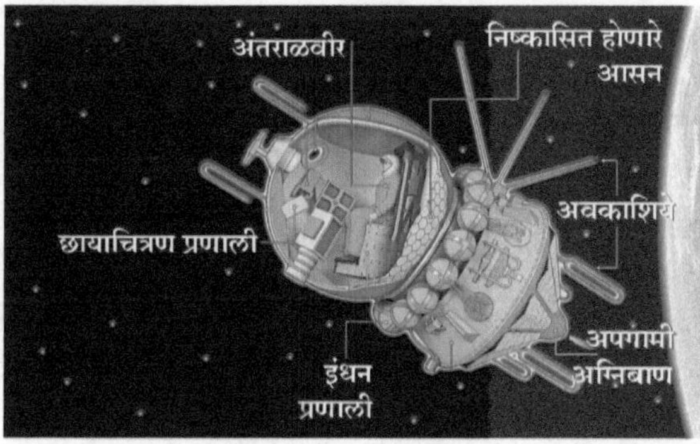

व्होस्टोक-१ अवकाशयान

युरीच्या अंतराळभ्रमणासाठी खास पोशाख तयार करण्यात आला होता. यासाठी अग्निरोधक आणि उष्णतारोधक पदार्थ वापरले होते. या पोशाखालाच शिरस्त्राणही जोडलेले होते. संपर्क साधण्यासाठीचा रेडिओ संच या पोशाखाच्या आत ठेवण्यात आला होता. या पोशाखाला पाण्यापासूनही सुरक्षित बनवले होते. पाठीमागे हवाईछत्री जोडलेली होती. कुपीच्या बाहेर पडल्यानंतर केवळ २० सेकंदांच्या आत ही हवाईछत्री उघडणार होती. कुठूनही पटकन नजरेस पडेल असा नारिंगी रंग या पोशाखाला दिला होता.

१२ एप्रिलचा दिवस उजाडला. आज माणूस प्रथमच अंतराळात भ्रमण करणार होता. ऐन वेळी गरज लागली, तर दुसरा अंतराळवीर घर्मन हासुद्धा प्रवासासाठी तयार होता. प्रकृती ठीक नसतानाही कोरोलेव्ह बैकोनूरला आलेले होते. युरी आणि घर्मन सकाळी ७ वाजता उड्डाणमंचाजवळ आले. दोघांना अंतराळवीराचा पोशाख चढवण्यात आला. अवकाशयानाकडे जाण्याआधी युरीची पुन्हा एकदा वैद्यकीय तपासणी झाली. त्याची प्रकृती उत्तम होती. घर्मनने युरीला शुभेच्छा दिल्या. आता युरी, कोरोलेव्ह तसेच त्याचे प्रशिक्षक कॅमानिन अवकाशयानाच्या दिशेने निघाले.

उड्डाणमंचाच्या स्वयंचलित जिन्याने युरी कुपीजवळ आला. कोरोलेव्ह यांनी त्याला जवळ घेतले. युरीने त्यांना सलाम केला. कोरोलेव्ह यांनी युरीच्या गालाचे चुंबन घेत त्याच्या डोळ्यांत पाहिले. 'मी परत येणार!' युरीने ठामपणे सांगितले. सगळ्यांच्या शुभेच्छा घेत युरी कुपीत स्थानापन्न झाला आणि कुपीचा दरवाजा बंद झाला. आता सर्वजण नियंत्रण-अवलोकन कक्षात परतले.

कुपीतून युरी नियंत्रण-अवलोकन कक्षाशी संपर्क साधत होता. वातावरणात उत्साह होता. युरीला थोडा वेळ त्याच्या आवडीचे संगीत ऐकवण्यात आले. नियंत्रण-अवलोकन कक्षातील तंत्रज्ञ आणि कोरोलेव्ह यांनी युरीला अखेरच्या सूचना दिल्या.

युरीने रशियन भाषेत 'पोयेखाली!' म्हणजे 'चल, निघू या' म्हणत सर्वांचा निरोप घेतला आणि बरोबर ९ वाजून ७ मिनिटांनी व्होस्टोक-१ अंतराळात झेपावले.

व्होस्टोक-१चे उड्डाण

बरोबर ९ वाजून १० मिनिटांनी कुपीचे आवरण दूर झाले. पायाखालच्या खिडकीतून युरीने डोकावले. हिरवी-निळी पृथ्वी दूरदूर जात होती.

यानंतरच्या नोंदी पुढीलप्रमाणे होत्या.

९:१३ उड्डाण व्यवस्थित सुरू आहे. राशीमेघांच्या खालील पृथ्वी दिसत आहे.

९:१४ आता आपल्या देशाच्या मध्यावरून वरवर जात आहे.

९:१८ आता सायबेरियातून पुढे जात आहे आणि कक्षेत प्रवेश झाला आहे.

९:२१ युरीचे स्थान प्रशांत महासागराच्या उत्तरेला असल्याचे कळले. कुपीतील तापमान, दाब, आर्द्रता ठीक असल्याचे युरीने सांगितले. विशेषतः भारशून्यतेच्या अनुभवाबद्दल सांगितले.

भ्रमणादरम्यान नियंत्रण कक्षातून युरीचे अंतराळयानातील कुपीत झालेले दर्शन

९:२५ दीर्घवर्तुळाकार कक्षेत वळण घेत व्होस्टोक-१ पृथ्वीच्या उत्तरेकडून दक्षिणेकडे वळले. वळताना युरीने खॅबारोव्हस्क नामक नियंत्रण केंद्राशी संपर्क साधण्याचा प्रयत्न केला, मात्र संपर्क होऊ शकला नाही.

९:३७ व्होस्टोक-१ प्रवास करत प्रशांत महासागराच्या उत्तरेला असलेल्या हवाई बेटांच्या वर होते आणि इथे असताना युरीसाठी सूर्यास्त झाला होता. होय, सूर्यास्तच! ही किमया व्होस्टोक-१च्या गतीमुळे घडून आली होती. व्होस्टोकची गती तब्बल २८ हजार किलोमीटर प्रति तास म्हणजेच साधारण ८ किलोमीटर प्रति सेकंद होती.

९:४८ व्होस्टोक-१ विषुववृत्ताला पार करून दक्षिणेकडे निघाले होते. अमेरिका झोपेत असताना युरी प्रशांत महासागर पार करत होता.

१०:०७ व्होस्टोक-१ अंटार्क्टिका खंडावरून उत्तरेच्या दिशेने वळले होते. पृथ्वी पुन्हा सूर्याच्या प्रकाशात येत होती.

१०:२३ युरीने काही मिनिटांच्या अंतराने संपर्क प्रस्थापित केले होते. तसेच व्होस्टोक-१ आफ्रिकेचा पश्चिम किनारा ओलांडत विषुववृत्त पार करत होते.

१०:२७ व्होस्टोक-१च्या वातारणात प्रवेश करणाऱ्या कुपीच्या नियंत्रणाची चाचपणी करण्यात आली. युरीने सर्व काही व्यवस्थित असल्याचे सांगितले.

१०:३२ व्होस्टोक-१पासून वातारणात प्रवेश करणारी कुपी अलग झाली आणि युरीचा नियंत्रणकेंद्राशी असलेला संपर्क संपला.

१०:५५ कुपी रशियाच्या सॅराटोव्ह प्रांतातील एंजेल्स शहराच्या जवळ आली होती आणि साधारण २.५ किलोमीटर उंचीवर असताना युरी कुपीतून बाहेर आला होता. हवाईछत्रीचे कार्य योग्य रीतीने पार पडले होते. युरी एका निर्जन प्रदेशात अलगद खाली आला होता.

आखलेल्या मोहिमेनुसार युरी स्टालिनग्राड (आताचे व्होल्गोग्राड) शहराजवळ उतरणे अपेक्षित होते. मात्र, तसे न होता तिथून उत्तरेला ३७५ किलोमीटर दूर युरी उतरला. युरीच्या रूपाने मानव पहिल्यांदाच पृथ्वीच्या कक्षेत प्रदक्षिणा करून पुन्हा सुरक्षितरीत्या पृथ्वीवर उतरला होता.

युरीला आकाशातून जमिनीवर येताना पाहिले ते शेतात आजीला मदत करणाऱ्या रुमिया नावाच्या एका बालिकेने. रुमियाने आजीला हाक दिली आणि आकाशाकडे बोट केले. असे आगळेवेगळे ध्यान त्या प्रथमच पाहत होत्या. काही क्षण दोघी घाबरल्या. मात्र जमिनीवर उतरल्यावर युरीने त्यांच्याशी स्थानिक भाषेत संवाद साधला, "घाबरू नका. मी तुमच्यासारखाच रशियाचा नागरिक आहे. मी अंतराळातून परत येतोय. मला मॉस्कोला दूरध्वनी करण्यासाठी दूरध्वनी केंद्र कुठे आहे तेवढं सांगा."

संरक्षण खात्यातील हवाईदलाची टेहळणी पथके युरीच्या कुपीवर नजर ठेवूनच होती. त्यांनीही युरीचा लगेच शोध घेतला. रुमियाच्या आजीने युरीला हवाईछत्री दूर

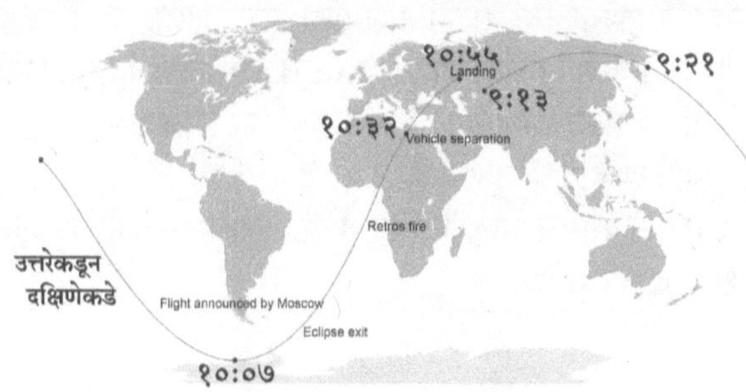

व्होस्टोक-१चा भ्रमणमार्ग

करायला मदत केली. घरातून दूधाचा पेलाही आणून दिला. तोपर्यंत हवाईदलाचे पथक युरीपर्यंत पोहोचले होते. संरक्षण खात्याशी संपर्क झाला आणि युरी मॉस्कोकडे रवाना झाला. युरी जिथे उतरला तिथून जवळच कुपीही खाली आली होती. संरक्षण खात्याने कुपी ताब्यात घेतली आणि संबंधित तपासणीसाठी अवकाशसंशोधन प्रयोगशाळेत रवाना केली.

व्होस्टोक-१ची कुपी जमिनीवर आल्यानंतर

युरीची पृथ्वीप्रदक्षिणा सुरू झाल्यापासून 'रशियन सरकारने युरीच्या अवकाशभ्रमण मोहिमेची जाहीर घोषणा तातडीने करावी' असा कोरोलेव्ह यांचा सरकारकडे आग्रह होता. कारण युरी आकाशातून जमिनीवर येताना कदाचित कुठे भरकटला, तर त्या प्रदेशात त्याला 'घुसखोर' म्हणून पकडले जाईल व पुढे समस्या निर्माण होतील. सरकारने त्यांची ही मागणी मान्य केली. युरी अंतराळात असतानाच मॉस्को रेडिओ केंद्रातून युरी लेव्हिटॅन या सरकारी प्रवक्त्याने या मोहिमेची जाहीर घोषणा केली.

अवघ्या पावणेदोन तासांच्या अवकाशभ्रमणानंतर युरी गागरीन सगळ्या रशियाला आणि जगाला माहीत झाला. त्याच्यावर मानसन्मानांचा पाऊस पडला. मात्र त्याला या सन्मानांपर्यंत घेऊन जाणारे कोरोलेव्ह अज्ञात राहिले. युरीला मिळालेली लोकप्रियता एवढी होती की, त्या वर्षी जन्मलेल्या अनेक बालकांची नावे 'युरी' ठेवली गेली.

युरीच्या अवकाशभ्रमणानंतर, 'अवकाशभ्रमणाच्या दंतकथा प्रत्यक्षात उतरवण्यासाठीच आम्ही जन्माला आलोय', 'आमचे अवकाशभ्रमण शांततेसाठी', 'अवकाशावर विजय', 'अवकाशात जाण्याचा मार्ग रशियातून जातो' अशा विविध घोषणांनी रशियात अवकाश विजय साजरा केला जात होता. कुठेतरी या घोषणांबरोबर थोडा 'अहम्' दिसत होता.

अमेरिकेने या घटनेचे स्वागतच केले. 'तंत्रज्ञानातील उत्कृष्ट साध्यता!' अशा शब्दांमध्ये राष्ट्राध्यक्षांचा संदेश रशियाला प्राप्त झाला. जगभरातही युरीच्या पृथ्वी प्रदक्षिणेने वातावरण अचंबित झाले. भारताचे तत्कालीन पंतप्रधान पंडित नेहरू यांनीही 'युरीची मोहीम म्हणजे माणसाने निसर्ग शक्तीवर मिळवलेला एक प्रकारचा विजयच आहे!' अशा शब्दांत कौतुक केले.

माणसाने प्रथमच अवकाशातून पृथ्वीप्रदक्षिणा केली होती! आता पृथ्वीपल्याडचे आकाश साद घालत होते.

◆◆◆

१०

संक्रमण आणि पुढे

रशियाच्या युरी गागरीनच्या अवकाशीय भ्रमण मोहिमेचे केवळ स्वागत करून थांबेल ती अमेरिका कसली? आठवड्याच्या आतच राष्ट्राध्यक्षांच्या कार्यालयातून एक खास पत्र उपराष्ट्राध्यक्षांना रवाना झाले. हो, तेच ते २० एप्रिल १९६१चे पत्र. ज्यामध्ये समानव चांद्रमोहिमेसाठीची विचारणा करण्यात आलेली होती. या पत्राने नासासहित इतर वैज्ञानिक क्षेत्रांमध्ये कार्य करणाऱ्या तज्ज्ञांमध्येही काहीशी चलबिचल झाली होती. कारण गेल्या तीन वर्षांपासून, पायोनियर या मानवरहित नऊ मोहिमांपैकी केवळ एकच मोहीम अंशतः यशस्वी झाली होती. कृत्रिम उपग्रहांबाबतीत यश मिळाले असले, तरी अमेरिकेसाठी चांद्रमोहीम अजून दूर होती.

अमेरिकेचे राष्ट्राध्यक्ष जॉन एफ. केनेडी यांचे पत्र उपराष्ट्राध्यक्ष लिन्डॉन बी. जॉन्सन यांना मिळाले आणि पुढील सूत्रे हालण्यास सुरुवात झाली. देशाच्या प्रमुखांनी आणि उपप्रमुखांनी दिलेले ते सूचनारूपी आदेशच होते.

जेम्स वेब यांनी त्याच वर्षी फेब्रुवारीत नासाच्या संचालकपदाचा कार्यभार स्वीकारला होता. डॉ. जेरोम विजनर हे नामवंत विद्युत अभियंते होते आणि त्यांनी दुसऱ्या महायुद्धात रडार प्रणाली विकसित करण्यासाठी विशेष योगदान दिलेले होते. रॉबर्ट मॅकन्मारा हे गणित आणि अर्थशास्त्रातील एक नामवंत व्यक्तिमत्व होते. या सर्वांनी मग तातडीने चांद्रमोहिमेबाबत सर्वंकष विचार सुरू केला. दुसरीकडे नासा आणि संबंधित तंत्रज्ञांचे प्रयत्नही सुरू होतेच.

त्यानंतरच्या महिन्यात मर्क्युरी-रेडस्टोन-३ ही पृथ्वीच्या वातावरणात समानव भ्रमण करणारी नासाची मोहीम यशस्वी ठरली. ही मोहीम फ्रीडम-७ या नावानेही ओळखली जाते. मर्क्युरी प्रकल्पाअंतर्गत ज्या सात व्यक्ती अवकाशवीर म्हणून निवडल्या गेल्या होत्या, त्यांपैकी ॲलन शेपर्ड या प्रशिक्षणात उत्कृष्ट ठरला. त्याला अमेरिकेचा पहिला अंतराळवीर होण्याचा मान मिळाला.

५ मे रोजी केप कॅनाव्हेरलहून रेडस्टोन या एकच चरण असलेल्या अग्निबाणाच्या साहाय्याने फ्रीडम-७ची कुपी अवकाशात जाणार होती. वातावरणात उंचावर जाऊन हे कुपीरूपी यान पुन्हा जमिनीवर सुरक्षित उतरणार होते. पृथ्वीभोवती समानव अवकाशयानाची चाचणी करणे, माणसाची आकाशातील वास्तव्यक्षमता तपासणे आणि सुरक्षितरीत्या माणूस आणि अवकाशयान पुन्हा हस्तगत करणे हे या मोहिमेचे उद्देश होते.

अवकाशवीरांची वैद्यकीय तपासणी, आहार, पोशाख यांची नासाने शास्त्रशुद्ध काळजी घेतली होती. पहाटे ५ वाजून १५ मिनिटांनी ॲलन मोहिमेसाठी सज्ज होऊन कुपीतील आसनावर विराजमान झाला होता. आहार म्हणून त्याला मांसाहार, कॉफी आणि संत्र्याचा रस देण्यात आला होता. ॲलनचा पोशाखही नारिंगी होता.

ॲलन शेपर्ड अवकाशयानाच्या कुपीत प्रवेश करताना

फ्रीडम-७ मोहिमेची गंमतीदार घटना : अल्प वेळेची मोहीम म्हणून कुपीत नैसर्गिक विधींची कुठलीही सुविधा नव्हती. उड्डाणावेळी चांगलेच ढग दाटून आले म्हणून तासापेक्षाही जास्त उशीर झाला. तेवढ्यात ॲलनचा कुपीतून संदेश आला. त्याला लघवीला आली होती. आता काय करायचे? घोडचूक कळली होती. ॲलन रडकुंडीला आला. अंतराळपोशाखातील संवेदकांमुळे 'तुला काहीही करता येणार नाही.' नियंत्रणकक्षातून संदेश गेल्यावर आता काय? ॲलनपुढची समस्या बिकट होती. मग त्याला संवेदक यंत्रणा थोडा वेळ बंद करून पोशाखातच मोकळे होण्याचे आणि ऑक्सिजनच्या मदतीने स्वच्छता करण्याचे आदेश देण्यात आले. आणि मग उड्डाणाचा मार्गही मोकळा झाला. ठीक ९ वाजून ३४ मिनिटांनी फ्रीडम-७ने केप कॅनाव्हेरलचा उड्डाणमंच सोडला आणि क्षणार्धात ते आकाशात उंच झेपावले.

फ्रीडम-७चे उड्डाण

ही मोहीम केवळ १५ मिनिटांची होती. पहिल्या पाच मिनिटांमध्ये अवकाशयान १८६.४ किलोमीटर उंचीवर पोहोचून भूपृष्ठाकडे वळण्याच्या बेतात होते. पुढच्या पाच मिनिटांत ते भूपृष्ठापासून केवळ तीन किलोमीटर उंच होते. आता त्याचा वेग १७० मीटर प्रती सेकंदापासून नऊ मीटर प्रति सेकंद इतका कमी झाला. फ्रीडम-७ ॲटलांटिक महासागरात उतरणार होते. शेवटी, ९ वाजून ४९ मिनिटांनी केप कॅनाव्हेरलपासून साधारण ४८६ किलोमीटर दूर ॲटलांटिक महासागरात ती कुपी सुरक्षित उतरली. नासाच्या वतीने आपत्ती निवारण दलाचे पथक तयारच होते. अवघ्या अकरा मिनिटांत ॲलनला हेलिकॉप्टरच्या मदतीने बाहेर काढण्यात आले. कुपीही हस्तगत केली गेली.

उड्डाणमंचाजवळच्या समुद्र किनाऱ्यावरून हजारो लोकांनी ॲलनची अंतराळ झेप प्रत्यक्ष पाहिली होती, तर दूरदर्शनच्या माध्यमातून अमेरिकेच्या राष्ट्राध्यक्षांसह लाखो नागरिकांनी अमेरिकेची ही पहिली समानव अंतराळ मोहीम अनुभवली होती.

राष्ट्राध्यक्ष केनेडी फ्रीडम-७ मोहीम पाहताना

फ्रीडम-७च्या यशस्वी मोहिमेतून नासाला अपेक्षित असलेल्या अग्निबाण, अवकाशयानाच्या चाचण्या यशस्वीपणे पार पडल्या होत्या. त्याचबरोबर अंतराळवीरांकडून अवकाशयानाच्या नियंत्रणाची महत्त्वपूर्ण चाचणीही प्रथमच पार पडली होती. एकूणच मर्क्युरी-रेडस्टोन-३ अर्थात फ्रीडम-७ मोहिमेने अमेरिकेला पृथ्वीच्या बाहेरची दिशा दाखवण्यास मोलाची मदत केली होती.

महत्त्वाकांक्षी अमेरिकेला धीर धरणे शक्यच नव्हते. दिनांक २१ मे रोजी राष्ट्राध्यक्ष जॉन एफ. केनेडी यांनी सिनेट आणि प्रतिनिधींची संयुक्त सभा आयोजित केली. महत्त्वाच्या प्रसंगीच बोलावण्यात येणाऱ्या अशा सभेमधल्या राष्ट्राध्यक्षांच्या निवेदनाला खास महत्त्व होते.

'सन्माननीय संसद अध्यक्ष, उपराष्ट्राध्यक्ष आणि संसदेतील माझ्या सहकाऱ्यांनो' असे म्हणत सुरुवातीला देशातील सद्यस्थितीतील आव्हाने, सुरक्षा, नागरी परिस्थिती तसेच पुढे जगभरातील समस्या या मुद्यांचा आढावा घेत केनेडी यांनी अवकाश विषयाच्या अनुषंगाने एका महत्त्वाच्या मुद्याला हात घातला.

'आपल्याला जर ही आव्हाने पेलायची असतील तर, अवकाशस्पर्धेत सर्वोत्तम स्थान मिळवावे लागेल. मी असे जाहीर करतो की, अमेरिका पुढच्या १० वर्षांत चंद्रावर माणूस पाठवेल आणि त्याला सुरक्षित पुन्हा पृथ्वीवर आणेल. ही मोहीम मानवतेच्या हितासाठीच असेल!'

या महत्त्वाकांक्षी प्रकल्पाचे महत्त्व, प्रकल्पासाठीचे आर्थिक नियोजन, यासाठीचे विज्ञान-तंत्रज्ञान या सगळ्याचा आढावा केनेडी यांनी या वेळी सादर केला.

'आपण चंद्रावर जायलाच पाहिजे, हे आता राष्ट्रीय ध्येय समजण्यात यावे!' असे आग्रही प्रतिपादन करत राष्ट्राध्यक्षांनी देशातील प्रत्येक नागरिकाकडून यासाठीच्या योगदानाची अपेक्षा केली. त्याचबरोबर आपण यात यशस्वी होऊ, असा आत्मविश्वास व्यक्त केला.

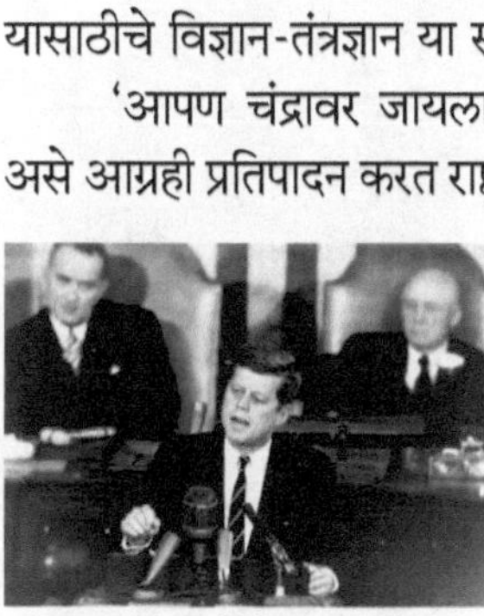

राष्ट्राध्यक्ष केनेडी संसदेत निवेदन करताना

राष्ट्राध्यक्षांच्या संसदेतील निवेदनानंतर महिनाभरातच, जूनमध्ये ऑस्ट्रियातील व्हिएन्ना येथे रशियन राष्ट्रप्रमुख ख्रुश्चेव्ह यांची आणि अमेरिकन राष्ट्राध्यक्ष केनेडींची एक महत्त्वपूर्ण भेट संपन्न झाली. दुसऱ्या महायुद्धाच्या समाप्तीनंतर आणि अवकाशस्पर्धेच्या पार्श्वभूमीवर दोन

बलाढ्य देशांचे प्रमुख प्रथमच थेट समोरासमोर भेटत असल्याने या भेटीला विशेष महत्त्व प्राप्त झाले होते.

अवकाशस्पर्धेच्या निमित्ताने वाढत चाललेले ताणतणाव कमी करण्यासंदर्भात व्हिएन्ना परिषदेत चर्चा होणार होती. ख्रुश्चेव्ह प्रथमच बाहेरील देशांच्या दौऱ्यावर आले होते. या परिषदेत बरेच सकारात्मक निर्णय घेण्यात आले. या परिषदेत ख्रुश्चेव्ह यांनी कोरॅब्ल-स्पुटनिक-२ अवकाश मोहिमेतून सुरक्षित परतलेल्या स्ट्रेल्का या श्वानाचे पिल्लू केनेडींना भेट म्हणून दिले. दोन देशांमधील नातेसंबंध सुधारण्यासाठी अवकाश मोहीम करून आलेल्या श्वानाच्या पुढच्या पिढीने पुढाकार घेतला होता!

लिबर्टी बेल-७ मोहिमेची कुपी पुन्हा मिळवताना

अमेरिकेत २१ जुलै रोजी फ्रीडम-७सारखीच मर्क्युरी-रेडस्टोन-४ उड्डाण मोहीम पार पडली. या मोहिमेला लिबर्टी बेल-७ असे नाव देण्यात आले होते. व्हर्जिल ग्रीसम हा अंतराळवीर या वेळी अंतराळात भ्रमण करून आला.

अमेरिकेनेही या मोहिमेआधी जानेवारीत मर्क्युरी-रेडस्टोन-२ ही एक खास मोहीम यशस्वी केली होती. यात चिंपांझी प्रजातीच्या एका माकडाला अवकाशयानाच्या कुपीतून अवकाशभ्रमण करून आणले होते. हॅम असे नामकरण केलेला हा ४ वर्षे वयाचा आपला पूर्वज ३१७ किलोमीटर उंच आणि ६७९ किलोमीटर दूर अंतरावरून पुन्हा जमिनीवर आला होता. सजीवाची अंतराळात असतानाची शारीरिक क्षमता या मोहिमेमुळे अभ्यासायला मिळाली. कुपीची नियंत्रणक्षमता, सक्षमता ध्वनीच्या माध्यमातील दळणवळण प्रणाली आणि अखेरच्या टप्प्यात अवकाशयानापासून कुपीचे अलग होणे या काही महत्त्वाच्या घटकांची तपासणी यामुळे झाली होती.

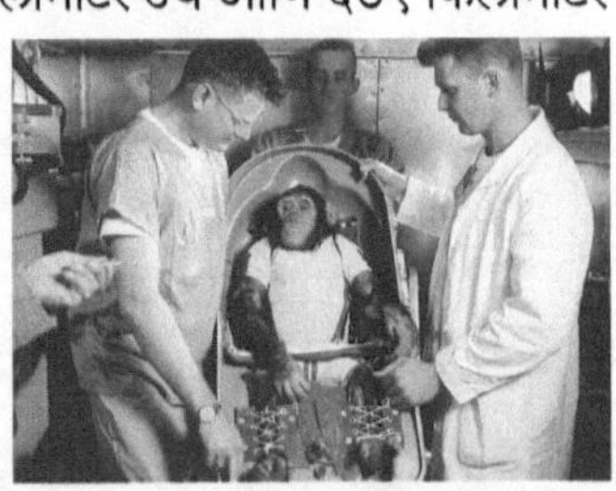

हॅमच्या अवकाशमोहिमेची तयारी

राष्ट्राध्यक्षांच्या जाहीर घोषणेनंतर नासाने आपल्या कार्याची गती वाढवली. अंतराळवीरांची सुरक्षितता, अवकाशयान तंत्रज्ञान, वैज्ञानिक प्रयोग असे क्रम ठरवत गुणवत्तापूर्ण कार्यासाठी नासाच्या संरचनेतही आवश्यक बदल होऊ लागले. अभ्यास, संशोधनासंदर्भात विद्यापीठे, अन्य संस्था, प्रयोगशाळांशी संबंध साधण्यात आले.

रशियात ६ ऑगस्ट रोजी टिटोव्ह हा अंतराळवीर व्होस्टोक-२ या मोहिमेअंतर्गत अवकाशात भ्रमण करून आला. मात्र युरीपेक्षा टिटोव्ह बराच जास्त वेळ म्हणजे २५ तास १८ मिनिटे अवकाशात होता. या कालावधीत त्याच्या १७.५ प्रदक्षिणा पूर्ण झाल्या. यामुळे त्याला वजनरहित अवस्थेचा भरपूर अनुभव मिळाला, मात्र मळमळीचा त्रासही झाला. टिटोव्हने सातव्या ते बाराव्या फेऱ्यांदरम्यान चक्क साडेआठ तास झोपही काढली. झोपेनंतर त्याला काही वेळ खूप थकवा जाणवला. या दरम्यान टिटोव्हने देशाचे सर्वेसर्वा ख्रुश्चेव्ह यांच्याशी संपर्क साधला, तसेच दहा मिनिटे पृथ्वीचे छायाचित्रण केले. अंतराळात माणसाचे २४ तास वास्तव्य, झोप घेणे असे आगळे पराक्रम प्रथम करत पुढील अंतराळ प्रवासासाठी रशियाची दमदार पावले पडत होती!

इकडे अमेरिकेत नासाने पहिल्या चांद्र मोहिमेसाठी 'अपोलो' हा प्रकल्प हाती घेतला. या प्रकल्पाअंतर्गत अवकाशयानासाठी खास कुपी विकसित करण्याची जबाबदारी नॉर्थ अमेरिकन ॲव्हिएशन या विमानविषयक आस्थापनेला देण्यात आली.

चंद्रापर्यंतचा प्रवास साध्य करणारा 'नोव्हा' हा नवीन अग्निबाण विकसित करण्यासाठी विल्यम फ्लेमिंग यांच्या अध्यक्षतेखाली नासामध्ये एक समिती स्थापन करण्यात आली. याखेरीज सॅटर्न या अग्निबाणाचाच सी-५ हा प्रकार विकसित करण्याची जबाबदारी निकोलस गॉलोविन या भौतिकशास्त्रज्ञाच्या अध्यक्षतेखालच्या समितीला देण्यात आली.

तर दुसरीकडे नासाने सॅटर्न-१ या अग्निबाणाच्या मालिकेतील एसए-१ प्रकारची यशस्वी चाचणी पार पाडली. या अग्निबाणाचे वैशिष्ट्य म्हणजे, अमेरिकेच्या आजवरच्या इतिहासातील अवजड प्रकारच्या अग्निबाणापेक्षा हा प्रकार तीनपट उंच, सहापट जास्त इंधन सामावेल असा आणि दहापट जास्त प्रणोद (थ्रस्ट) असलेला होता. उपकक्षीय भ्रमण साध्य करून या अग्निबाणाची तपासणी करण्यात आली. सॅटर्नचे पुढील प्रकार आणखी अवजड असणार होते.

तसेच नासाने थेट चंद्रावर जाण्याआधी चंद्राची जास्तीत जास्त जवळून छायाचित्रे काढण्यासाठी खास अन्वेषक प्रकाराचे अवकाशयान पाठवण्यासंदर्भात रेंजर नामक अवकाश कार्यक्रमाची आखणी केली. या कार्यक्रमाचा भाग असलेल्या रेंजर-१ आणि २ मोहिमांची चाचणी ऑगस्ट आणि नोव्हेंबर महिन्यांत करण्यात आली होती. या दोन्ही चाचण्या अयशस्वी झाल्या. पण नासाने या चाचण्यांसाठी जी उड्डाणविषयक ॲटलास-ॲजेना नामक खास प्रणाली उभारली होती ती मात्र योग्य असल्याचे दिसले होते.

याचबरोबरीने नासाने अवकाश विज्ञान आणि उपयोजन या कार्यालयाची जबाबदारी वाढवली. या कार्यालयाची जबाबदारी सांभाळणाऱ्या हॉमर न्यूवेल यांनी राष्ट्रीय स्तरावर नियोजन करण्यास सुरुवात केली. यासाठी नासाशी संलग्न विद्यापीठांशी

समन्वय साधत चंद्राबाबतच्या वैज्ञानिक प्रयोगांची तसेच संबंधित उपकरण प्रणालींची आखणी केली. याची जबाबदारी भौतिकीय-रसायनशास्त्रातील नोबेल पारितोषिकविजेते हेरॉल्ड युरी यांच्याकडे सोपवण्यात आली.

रशियन राष्ट्रप्रमुख ख्रुश्चेव्ह घर्मन आणि युरीसमवेत

नोव्हेंबर महिन्यात रशियात एका विशेष कार्यक्रमाचे आयोजन करण्यात आले होते. जगातील पहिला अंतराळवीर असा नावलौकिक मिळवलेल्या युरी गागारिनचा मॉस्कोच्या प्रसिद्ध लाल चौकात राष्ट्रप्रमुखांच्या हस्ते गौरव करण्यात आला. व्होस्टोक-२ मोहिमेद्वारे अवकाशात जाऊन आलेल्या घर्मन टिटोव्हलाही यावेळी सन्मानित करण्यात आले.

अंतराळवीरांना प्रसिद्धी मिळाली. मात्र त्यांना घडवणारे किंबहुना रशियात अवकाश विज्ञानाची पायाभरणी करण्यासाठी स्वतःचे आयुष्य वेचणारे कोरोलेव्ह मात्र सन्मानापासून उपेक्षितच राहिले. मॉस्कोमधल्या या कार्यक्रमात त्यांच्या नावाचा साधा उल्लेखही झाला नाही. या समारंभात मान्यवर म्हणूनही त्यांना स्थान नव्हते. तरीही ते अवकाशविज्ञानाच्या प्रेमापोटी कार्यक्रमाला उपस्थित राहिले. नंतर असे समजले की, कार्यक्रमानंतर परतताना कोरोलेव्ह यांची गाडी बिघडली. रस्त्याच्या कडेला गाडी उभी करून कोरोलेव्ह यांनी स्वतःच गाडीची दुरुस्ती केली. इतका हा प्रसिद्धी पराङ्मुख सज्जन गृहस्थ!

रशियाबरोबरच जगभरातील देशांनी युरीला आमंत्रित केले. यामध्ये भारताचाही समावेश होता. ऑक्टोबरमध्ये युरी सपत्नीक भारतदौऱ्यावर आला होता. युरी प्रथम मुंबईला आला. तिथल्या मुक्कामात युरीचे शिवाजी पार्कवर जाहीर भाषण झाले होते.

सपत्नीक युरी गागारीन आणि पंतप्रधान नेहरु

(शिवाजी पार्कवर वैज्ञानिकाचे जाहीर भाषण! यानंतर आणखी कुठल्या वैज्ञानिकाला शिवाजी पार्कवर भाषण करण्याची संधी मिळाल्याची नोंद आहे का, याचा आढावा घ्यायला हवा. नाही का?)

मुंबईनंतर युरी दिल्लीला गेला. दिल्लीदौऱ्यात त्याची पंतप्रधान नेहरुंशी भेट झाली. युरीला लखनौ आणि हैदराबाद येथेही आमंत्रित करण्यात आले होते.

मॉस्कोत झालेल्या युरीच्या सत्कार समारंभानंतर घडलेला एक मजेशीर किस्सा: कार्यक्रमानंतर फक्त युरी आणि ख्रुश्चेव्ह हे दोघेच असताना ख्रुश्चेव्ह यांनी युरीला हळूच विचारले, ''युरी तुला अवकाशात देव दिसला का?'' यावर युरीने कपाळावर आठी आणत नापसंतीने 'हो दिसला!' असे उपरोधिकपणे सांगितले. यावर ख्रुश्चेव्ह हळू आवाजात त्याच्या कानाजवळ पुटपुटले, ''हे कुणालाही सांगू नकोस!''

या कार्यक्रमाला एका चर्चचे धर्मगुरूही आले होते. त्यांनीही कार्यक्रमानंतर युरी एकटा असताना त्याला बाजूला घेत विचारले, ''बेटा, तुला अवकाशात देवाचे दर्शन झाले का?'' यावर युरीने, 'नाही! मला अवकाशात भ्रमणादरम्यान तसे काहीही दिसले नाही' असे सांगितले. हे ऐकताच तात्काळ धर्मगुरू म्हणाले, ''हे कुणालाही सांगू नकोस!''

१९६१ हे वर्ष जणू अवकाशस्पर्धेचे वर्ष ठरले. आता त्यात चंद्रस्पर्धाही निर्माण झाली होती. अमेरिकेने चांद्रमोहिमेची जाहीर घोषणा करून आपणही या स्पर्धेसाठी तुल्यबळ आहोत हेच जगासमोर स्पष्ट केले होते. त्यामुळे साऱ्यांचेच लक्ष आता चांद्रस्पर्धेत कोण जिंकणार याकडे लागून राहिले होते.

◆◆◆

११

अवकाश मोहिमेसाठी चंद्रच का?

ज्या चंद्रावर पाऊल ठेवण्यासाठी मानव ईर्षेने अट्टाहास करत होता, तो चंद्र आहे तरी कसा? त्याचा इतिहास-भूगोल काय आहे? त्याचे वैज्ञानिक गुणविशेष काय आहेत? आणि महत्त्वाचे म्हणजे विज्ञान-तंत्रज्ञान युगातील माणसाने अवकाश स्पर्धेत प्रथम चंद्राचीच मोहीम हाती का घेतली? - प्रत्यक्ष चांद्रमोहिमेची माहिती करून घेण्याआधी सर्वसामान्यपणे मनात उद्‌भवणाऱ्या या प्रश्नांची उत्तरे शोधण्याचा हा प्रयत्न.

चंद्र, पृथ्वीचा एकुलता एक उपग्रह. चंद्राचे आकर्षण मानवाला आदिकाळापासून असावे. सूर्य हा निसर्गाच्या कालचक्रात, उन्हाळ्यात त्रासदायक वाटतो. आदिमानवाच्या काळात ऋतू ही संकल्पना नसली तरी उन्हाची तीव्रता जाणवली असेल आणि त्यातून तेवढ्यापुरता सूर्य नक्कीच त्रासदायक वाटला असेल. त्या मानाने चंद्र सौम्य वाटला असेल. चंद्र नियमित दर्शन देणारा नसला तरी सूर्याच्या तुलनेत आल्हाददायक असल्यामुळे चंद्राचे आकर्षण खचितच वेगळे असावे. पुढे पुढे सूर्य आणि चंद्राच्या भ्रमणाची नियमितता जाणून घेत माणसाने निसर्गाचे आकलन करणे सुरू केले. उन्हाळा, पावसाळा, हिवाळा यांचे चक्र त्याच्या लक्षात आले. या चक्रातून वनस्पती आणि अन्नधान्याच्या निर्मितीची नियमितता त्याला समजली. शेती संकल्पनेची सुरुवात झाली. यामुळेच शिकारी करत भटकत फिरणारा माणूस स्थिरावत गेला. दिनमानाचे कालचक्र अधिक बारकाईने मोजण्यासाठी चंद्राचाच आधार मानवाने घेतला.

अंधाऱ्या रात्री पडणारा चंद्राचा शीतल प्रकाश (चांदणे) मानवाला सुखावून गेला असेल. दिवसागणिक चंद्राचे वाढत आणि कमी होत जाणे या नैसर्गिक घटनांमुळे त्याला चंद्राबद्दल प्रचंड कुतूहल वाटले असेल. आपली आणि चंद्राची ओळख फार प्राचीन काळापासून आहे.

पृथ्वीतलावर अशी एकही मानवी संस्कृती नाही की, ज्यामध्ये चंद्राचा उल्लेख नाही. लयास गेलेल्या आणि आज अस्तित्वात असलेल्या सगळ्या संस्कृतींमध्ये, धर्मांमध्ये, प्रदेशांमध्ये, समाजामध्ये चंद्राचा उल्लेख आवर्जून आढळतो. दक्षिण भारतातील कुंभकोणमजवळ थिंगलूर गावी चंद्राचे मंदिर आहे. भारताखेरीज चीनमध्ये, तसेच पेरू देशातील माचु-पिचु पर्वतातही चंद्राची मंदिरे आहेत. मेक्सिकोच्या सॅन जर्वसियो या बेटावर आणि मेक्सिकोच्या दक्षिणेला असलेल्या वाळवंटात पिरॅमिडच्या स्वरूपात चंद्राच्या खाणाखुणा आहेत. अभ्यासकांच्या म्हणण्यानुसार हे माया

संस्कृतीचे दाखले आहेत. मानवी संस्कृतीमधील चंद्राचा उल्लेख वा चंद्राचे स्थान हा खास स्वतंत्र ग्रंथाचा विषय ठरावा एवढा याचा आवाका आहे.

मानवी जीवनातील सर्व कला-माध्यमांत: साहित्य, संगीत, चित्र, शिल्प या आणि अन्य कलाप्रकारांमध्ये चंद्राचा उल्लेख दिसतोच. हा उल्लेख देव-देवता म्हणून तर आहेच, मात्र त्याचबरोबर चक्क चेटूक, खलनायक आणि जादूटोण्याबाबतही चंद्राशी संबंध जोडलेला आढळून येतो.

> प्रत्येक संस्कृतीमधील चंद्राची नावे हासुद्धा खास अभ्यासाचा विषय ठरावा. काही देशांत ऋतूंनुसार आणि महिन्यांनुसारही चंद्राची नावे ठेवण्यात आल्याचे दिसून येते.
> चंद्राचे संबोधन आणि देश किंवा संस्कृतीचे नाव कंसात:
> सीन (मेसोपोटेमियन), सेलेन (ग्रीक), चांग (चीन), ल्यूना (रोमन), चॉन्सू (इजिप्त), बदरा (अरेबिक), सुकुयोमी (जपान), अल्लाह (मुस्लिम), माह (पार्शियन), तर भारतीय संस्कृतीत चंद्राला अनुमती, राका, कुहू, अशी अनेक नावे आहेत.

चंद्राबद्दल नाना प्रकाराच्या कथा-दंतकथाही निर्माण झाल्या आहेत. मात्र माणसाच्या ज्ञान-विज्ञानाच्या कक्षा रुंदावत गेल्या तसे चंद्राविषयीचे ज्ञान समृद्ध होत गेले.

याबाबत उत्खननात सापडलेल्या काही मृत प्राण्यांच्या हाडांच्या अवशेषांवर नियमित चंद्रदर्शनाचे संकेत म्हणता येऊ शकतील अशी चिन्हे कोरल्याचे आढळून येते. वैज्ञानिकांच्या मते ही हाडे सुमारे ३२ हजार वर्षांपूर्वीची असावीत. तसेच इसवी सनपूर्व सातव्या/आठव्या शतकात बॅबिलोनियन संस्कृतीतही चंद्र दर्शनाच्या चक्राचा अभ्यास केलेला आढळतो.

ज्ञात माहितीनुसार, इसवी सनपूर्व ५०० वर्षांदरम्यानच्या कालखंडात ग्रीक तत्त्वज्ञ ॲनॅक्सागोरसने सूर्य आणि चंद्र गोलाकार असल्याचे प्रतिपादन करत चंद्र स्वयंप्रकाशी नसल्याचे सूतोवाच केले. त्या काळातल्या धार्मिकतेला हे रुचणारे नव्हते, धर्मानुसार ते स्वर्गाच्या संकल्पनेला धक्का देणारे होते. त्यामुळे हा प्रमाद ठरवून ॲनॅक्सागोरसला हद्दपारीची शिक्षा सुनावण्यात आली होती. ग्रीक संस्कृतीमधीलच पायथागोरस, डेमोक्रिटस, ॲरिस्टॉटल आणि इरॅटोस्थेनस या विद्वज्जनांनीही चंद्राबाबत शास्त्रीय माहिती जाणून घेतल्याचा इतिहास आहे.

ग्रीकमध्ये इसवी सनपूर्व ३१० ते २३० या कालखंडात अरिस्टार्कस या गणिती आणि खगोलअभ्यासकाने चंद्र आणि पृथ्वी यांदरम्यानचे अंतर मोजण्याचा प्रयत्न

केला होता. साधारण याच कालखंडात चीन तसेच अन्य देशातील अभ्यासकांनी चंद्रामुळे पृथ्वीवरील सागरांना भरती, ओहोटी येत असल्याचा अभ्यास केल्याचे पुरावे आहेत. पुढे हिप्पार्कस या ग्रीक वैज्ञानिकाने चंद्राचे पृथ्वीपासूनचे अंतर पृथ्वीच्या त्रिज्येच्या ५९ पट असल्याचे प्रतिपादन करत चंद्रकक्षेचाही अभ्यास केला होता.

'चंद्राचा पृथ्वीवर पडणारा प्रकाश हा प्रावर्तीत होणारा सूर्यप्रकाश असून, ग्रहणे सावलीमुळे घडून येतात', असे प्रतिपादन भारतीय खगोलशास्त्रज्ञ आर्यभट्टाने (पहिला) केले होते. पुढे हब्श मरवाझी या पर्शियन खगोलशास्त्रज्ञाने बगदादमधील वेधशाळेतून निरीक्षणे करत चंद्राचा व्यास मोजण्याचा प्रयत्न केला. यानंतर इस्लामी भौतिकशास्त्रज्ञ अल हाजेन याने काही साधने विकसित करत चंद्राकडून परावर्तित होणाऱ्या प्रकाशाची चाचणी करण्यासाठी प्रयोग केले.

आधुनिक विज्ञानाच्या कालखंडात, १६००च्या दरम्यान काचेच्या भिंगाची दुर्बिण विकसित झाल्यानंतर चंद्राची निरीक्षणे वेगाने होऊ लागली. यात अर्थात गॅलीलिओने सर्वप्रथम निरीक्षणे केली आणि चंद्राच्या निरीक्षणात अचूकता आली.

सतराव्या शतकाच्या शेवटी चंद्राचे वस्तुमान काढले गेले. तसेच गुरुत्वाकर्षण सिद्धान्त आणि गतीविषयक नियमांमुळे खगोलविषयक गणितालाही सैद्धान्तिक बैठक मिळत गेली आणि शास्त्रीय दृष्टिकोनातून चंद्राच्या गतीचा अभ्यास सुरू झाला.

दुर्बिणीचा शोध लागण्याआधीची निरीक्षणे केवळ डोळ्यांनी केलेली असल्याने त्या वेळी बनवलेले नकाशे अचूक नव्हते. मात्र दुर्बिणींद्वारे केलेल्या निरीक्षणांमुळे चंद्राच्या नकाशांमध्ये अचूकता आली. चंद्राच्या नकाशाचा इतिहास सुरू होतो तो जगप्रसिद्ध संशोधक, चित्रकार लिओनार्दो दा विंची याने १५००च्या दरम्यान चितारलेल्या चित्रापासून. मात्र त्याने काढलेले चित्र प्रकाशित झाले नाही. पुढे तब्बल एका शतकानंतर गॅलीलिओने केलेल्या निरीक्षणांच्या आधारे चंद्राचे वस्तुस्थितीला धरून असलेले चित्र अथवा नकाशा प्रथमच जगासमोर आला. यानंतर चंद्राच्या चित्ररूपी नकाशात भर पडत गेली तसेच त्याच अचूकताही येत गेली. हे नकाशे धातूच्या पत्र्यांवर कोरलेले किंवा चामड्यावर मुद्रित केलेले असायचे.

जोहॅनस हेवेलियसने तयार केलेला चंद्राचा नकाशा

अधिक तपशीलवार आणि बिनचूक म्हणता येईल असा नकाशा १६४७मध्ये जोहॅनस हेवेलियस या पोलंडच्या खगोलशास्त्रज्ञाने निर्माण केला. आश्चर्याची बाब म्हणजे हेवेलियस

वास्तव्य करत असलेल्या शहराचा त्या वेळी महापौर होता. (खगोलशास्त्रज्ञ आणि महापौर? आज आपण ही कल्पनाही करू शकणार नाही!) हेवेलियसने सेलेनोग्राफिया हा चंद्राच्या नकाशांचा खास प्रबंधही प्रकाशित केला.

याच कालावधीत जिओव्हॅनी रिक्यॉली या इटलीतील खगोलशास्त्रज्ञाने चंद्रावरील गोलाकार ठिकाणांना नावे दिली. ही नावे मुख्यत्वे युरोपातील तत्त्वज्ञ आणि खगोलशास्त्रज्ञांची होती. विवरे असलेल्या ठिकाणांना चक्क समुद्र समजण्यात आले होते.

या कालवधीनंतर दुर्बिणीच्या माध्यमातून चंद्राचा शास्त्रीय अभ्यास जोमाने सुरू झाला. १७५३मध्ये क्रोशियातील रॉजर बोस्कोव्हिच या भौतिकशास्त्रज्ञाने चंद्रावर पृथ्वीसारखे वातावरण नसल्याचे सूतोवाच केले. १७७९मध्ये जॉहॅन श्रॉटर या जर्मन खगोलशास्त्रज्ञाने प्रथमच चंद्राचा सूक्ष्म निरीक्षणांच्या आधारे तपशीलवार नकाशा निर्माण केला. एकोणिसाव्या शतकात विल्हेम बेअर आणि जॉहॅन मॅडलर या युरोपातील वैज्ञानिकांनी चंद्रावर पाणी आणि वातावरण नसल्याचे नमूद केले.

दुर्बिणीतून निरीक्षण करताना संशोधकांना चंद्रावर कधीही ढग दिसले नाहीत. याचा अर्थ चंद्रावर हवेचा दाब नसल्याचा निर्वाळा मिळत होता. तसेच चंद्राच्या कडा दुर्बिणीतून पाहताना रेखीव दिसायच्या. यातून तिथे वातावरण नसल्याचे कळून येत होते. जर चंद्रावर वातावरण असते तर, चंद्रावरील सूर्योदयादरम्यान आणि सूर्यास्तादरम्यान संधीप्रकाश दिसणे अपेक्षित होते. पृथ्वीवरील संधीप्रकाशाचे कारण वातावरणातील वायूकण किंवा धूलिकण असतात हे ज्ञात असल्यामुळे चंद्रावर तत्सम कणयुक्त वातावरण नसल्याचे सिद्ध होत होते. चांद्रमोहिमेचे आणखी एक महत्त्वाचे कारण म्हणजे मानवासाठी चंद्र हा अवकाशातील पृथ्वीच्या सर्वात जवळचा घटक होता.

गॅलीलिओच्या निरीक्षणांनंतर अभिनव खगोलशास्त्राचे पर्व सुरू झाले होते. कारण तोपर्यंत खगोलीय निरीक्षणे केवळ डोळ्यांनी केली जायची. काचेची दुर्बीण वापरून खगोलीय निरीक्षणे केली ती सर्वप्रथम गॅलीलिओने. 'चंद्र चकचकीत किंवा मुलायम पृष्ठभाग असलेला नाही, तर पृथ्वीसारखाच आहे' हे गॅलीलिओने निरीक्षणानंतर सांगितले. गुरू ग्रहाचेही उपग्रह गॅलीलिओने शोधले होते. यामुळे ग्रह-उपग्रहांच्या अभ्यासाला भविष्यात वेगळी दिशा मिळाली. त्यानंतरच्या खगोलअभ्यासकांनी मंगळ, शनी या ग्रहांच्याही उपग्रहांचा शोध घेत युरेनस, नेपच्यून आणि प्लुटो हे सूर्यमालेतील अन्य ग्रह शोधून काढले होते.

एडविन हबल या अमेरिकन भौतिकशास्त्रज्ञाने १९२३मध्ये आकाशगंगेची व्याप्ती पुराव्याद्वारे सिद्ध केली होती. तसेच विश्व प्रसरण पावत असल्याचे निरीक्षणजन्य पुरावे दिले होते. १९५०च्या दरम्यान विश्वातील हायड्रोजन या महत्त्वाच्या मूलद्रव्याचे

अस्तित्व समजले होते. तसेच, फ्रँक ड्रेक या अमेरिकेतील खगोलभौतिकशास्त्रज्ञाने परग्रहावरील सजीवसृष्टीचा वेध घेण्यासाठी समीकरण मांडले होते. त्यासाठीचे मानवरहित अवकाशयान बनवण्याचा आणि रेडिओ लहरींच्या माध्यमातून संपर्क साधण्याचा अभ्यासही सुरू झाला होता.

१९५०पर्यंत चंद्राचे पृथ्वीपासून अंतर पराशय पद्धत वापरून काढले जात होते. पराशय पद्धत म्हणजे निरीक्षकाच्या स्थानातील बदलामुळे अवकाशीय घटकांच्या स्थानात दिसणारा सापेक्ष बदल. हा बदल अंशात्मक पद्धतीत मोजला जातो. अवकाशीय घटक जितका जवळ, तितका त्याचा पराशय जास्त असतो. चंद्राबाबत पराशय पद्धतीबरोबरच त्रिकोणमिती, म्हणजे त्रिकोणाच्या बाजू आणि कोन यांच्या परस्परसंबंधांचा अभ्यास करूनही चंद्राबाबत अंतराचे मोजमाप करण्यात आले.

याखेरीज, चंद्राला लागणारे ग्रहण म्हणजे पृथ्वीच्या छायेतून चंद्राचे मार्गक्रमण होत असताना त्यावर पडणारी सावली तसेच पिधान म्हणजे चंद्राच्या पलीकडे एखादा ग्रह किंवा तारा भ्रमण करत असताना चंद्राचे अंतर आणि व्यासाचे मोजमाप करण्यात आले. पिधानासंदर्भात जर चंद्रापलीकडील ग्रह किंवा तारा चंद्राच्या कडेने जात असेल, तर चंद्रावरील पर्वत आणि विवरांच्या उंची-खोलीचे मोजमाप करण्यात आले. याखेरीज एकाच वेळी थेट रेखावृत्तावरून तसेच रेखावृत्ताच्या बाजूकडील दोन दूरच्या ठिकाणांहून चंद्रावरील खास विवराची निरीक्षणे करून अधिकाधिक अचूक मोजमापे करण्याचा प्रयत्न केला गेला.

१९५०नंतर मात्र पृथ्वीवरून रेडिओ दुर्बिणींच्या वापरातून विशिष्ट तरंगलांबीच्या सूक्ष्म लहरींचे स्पंद (पल्स) चंद्राच्या पृष्ठभागावर प्रक्षेपित करत आणि तेथून परावर्तित झालेल्या स्पंदांच्या संग्रहणातून तरंगलांबीतील झालेल्या बदलांच्या आधारे चंद्राची मोजमापे अभिनव पद्धतीने करण्यात येण्यास प्रारंभ झाला.

चंद्राची उत्पत्ती कशी झाली याबद्दलही अनेक परिकल्पना मांडण्यात आल्या आहेत. सूर्यमालेतील अन्य ग्रहांबरोबरच तसेच पृथ्वीप्रमाणेच चंद्र निर्माण झाला असावा असे सर्वप्रथम युडोर्ड रॉश या फ्रेंच खगोलशास्त्रज्ञाने १८७३मध्ये म्हटले होते. तर याच कालावधीत उत्क्रांतीवादाचा सिद्धान्त मांडणाऱ्या डार्विनच्या मुलाने, जॉर्ज डार्विनने १८७८मध्ये प्रथम चंद्राबाबत विखंडनाची परिकल्पना मांडली. त्याच्या मते एके काळी पृथ्वीचाच भाग असलेला चंद्र काही कालांतराने काही क्रियेमुळे पृथ्वीपासून विलग झाला असावा आणि चंद्र ज्या ठिकाणापासून विलग झाला तिथे आता प्रशांत महासागर निर्माण झाला असावा.

पुढे थॉमस जॅकसन या अमेरिकन खगोलशास्त्रज्ञाने 'चंद्राची निर्मिती पृथ्वीप्रमाणेच पण अन्यत्र झाली असावी आणि हा छोटा ग्रह फिरत फिरत आकस्मिकपणे पृथ्वीच्या

जवळ आला असता, पृथ्वीने त्याला आपल्या गुरुत्वाकर्षणाने आकर्षित करून आपला उपग्रह बनविला असावा' अशी परिकल्पना मांडली.

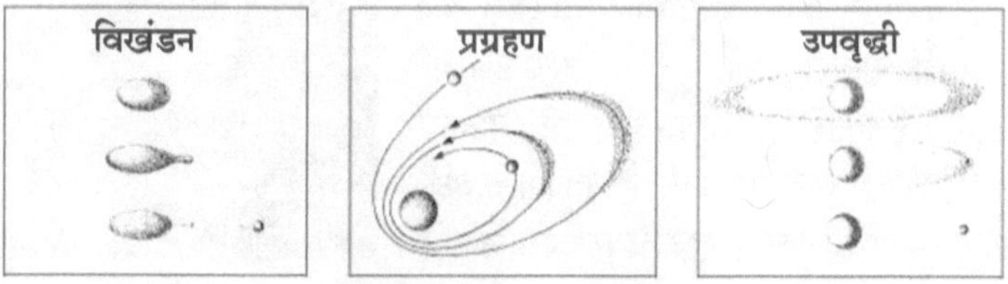

चंद्रनिर्मितीच्या परिकल्पना

अलीकडे १९७४मध्ये, विल्यम हार्टमन आणि डोनाल्ड डेव्हिस या अमेरिकन शास्त्रज्ञांनी चंद्राच्या निर्मितीची आणखी एक शक्यता व्यक्त केली. त्यांच्या मते पृथ्वीच्या निर्मितीच्या काळात एखादा महाकाय अवकाशीय घटक पृथ्वीवर जोरात आदळला असावा (जायंट इम्पॅक्ट) आणि या धडकेतून एक लहान तुकडा बाहेर पडून पृथ्वीभोवती फिरत राहिला असावा, ज्याला आपण चंद्र म्हणतो.

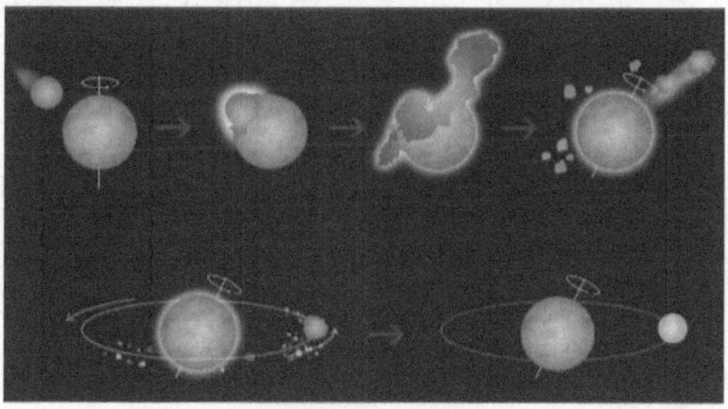

जायंट इम्पॅक्ट शक्यता

अवकाश विज्ञान-तंत्रज्ञानाची पायाभरणी होत असलेल्या कालखंडातील अवकाश मोहिमांचा इतिहास अभ्यासल्यास, सूर्यमालेतील काही जवळच्या ग्रहांकडे मानवरहित मोहिमा आखल्या जात होत्या असे दिसते. त्या तुलनेत चंद्र जवळचा असल्यामुळे चंद्राचा प्रवास कमी वेळेचा होता. मात्र असे असले तरी समानव अंतराळ मोहीम ही मोठी परीक्षाच होती. अवकाशयानाच्या माध्यमातून चंद्रापर्यंत जाण्याच्या आणि तेथून सुरक्षित परत येण्याच्या चाचण्या यशस्वी होत होत्या. तथापि, त्यांत अजूनही परिपूर्णता आली नव्हती. अर्थात तोपर्यंत चंद्राचा बराच भौगोलिक अभ्यास झालेला असल्याने चांद्रमोहिमेसाठी माणसाला आता आत्मविश्वास आला होता. शिवाय, आता चंद्राचे प्रारूप (गोल) तयार झाले होते. हे प्रारूप पूर्णत्वाला

आणण्यासाठी खगोलशास्त्राची आवड असलेल्या जॉन रसेल या इंग्लिश चित्रकाराने आपल्या आयुष्याची तीस वर्षे खर्ची घातली होती. पुढे तर प्रत्येक वर्षी चंद्राचे नकाशे अद्ययावत होत गेले. यातील महत्त्वाची बाब अशी की हे नकाशे केवळ कल्पनाचित्र किंवा रेखाचित्रसदृश्य नव्हते तर दुर्बिणीच्या माध्यमातून छायाचित्रण केलेले होते. यातील ३०० इंच नकाशा म्हणून ओळखला जाणारा एक प्रसिद्ध नकाशा आहे.

जॉन रसेलकृत चंद्राचा नकाशा

आधुनिक कालखंडात चंद्राचा भौगोलिक अभ्यास 'सेलेनोलॉजी' म्हणून ओळखला जातो. हा शब्द 'सेलेना' या ग्रीक शब्दावरून तयार झाला आहे.

आजपर्यंत माणूस चंद्राबाबत जे काही पाहत होता ते पृथ्वीवरूनच. मात्र या कालखंडात विज्ञान-तंत्रज्ञानाच्या जोरावर माणसाला चांद्रभूमीला स्पर्श करण्याचे वेध लागले. चंद्राबाबत आपण जे काही इथे बसून पाहतोय ते खरोखरच तिथे आहे का, ही उत्सुकता माणसाला लागून राहिली होती.

मग पृथ्वीबाह्य आकाश आकळल्यानंतर पहिल्या टप्प्यात; चंद्राच्या निकट जात, त्या वातावरणात डोकावणारी फ्लायबाय मोहीम; चंद्राच्या वातावरणातून पृष्ठभागावर पडणारी इम्पॅक्टर मोहीम; चंद्राच्या भूमीवर उतरणारी लॅन्डर मोहीम; त्यापुढे, चंद्राभोवती भ्रमण करणारी ऑरबीटर मोहीम; आणि शेवटच्या टप्प्यात चंद्राच्या जमिनीवर आरोहण करत तिथले घटक घेऊन पुन्हा पृथ्वीवर परतणारी सॅम्पल रिटर्न मोहीम; यामध्येही मानवरहित आणि समानव मोहीम; असा मानवाचा अलौकिक प्रवास त्याच्या ध्येयाच्या दिशेने होत होता. शेवटच्या टप्प्यातील मोहिमांमुळे मानवी इतिहासात चंद्राला प्रथम स्पर्श करण्याची आणि त्याद्वारे आपल्या देशाचे नाव उंचावण्याची मोठी संधी होती.

यातूनच चांद्रमोहीम उदयास येत मानवी संस्कृतीचा एक वेगळा इतिहास आकाराला आला!

◆◆◆

१२

चांद्रमोहिमेची तयारी

अमेरिका : १९६२

१९६२च्या जानेवारीत नासाने रेंजर कार्यक्रम मालिकेतील रेंजर-३ या अन्वेषकाची चंद्राकडे पाठवण्यासाठी चाचणी घेतली. रेंजर-१ आणि रेंजर-२च्या तुलनेत या अन्वेषक यानाने केवळ ३६ हजार किलोमीटरपर्यंतच झेप घेतली होती.

लगेचच पुढच्या महिन्यात नासाने मर्क्युरी प्रकल्पांतर्गत पृथ्वीभ्रमणाची तिसरी समानव अंतराळमोहीम यशस्वी केली. फ्रेंडशिप-७ नाव दिलेल्या या मोहिमेत जॉन ग्लेन हा तिसरा अमेरिकन अवकाशवीर अंतराळात जाऊन आला. यात अंतराळवीराने पृथ्वीच्या वातावरणात सुमारे १४९ ते २४८ किलोमीटर उंचीदरम्यान ८८ मिनिटांमध्ये तीन प्रदक्षिणा पूर्ण केल्या. पुन्हा एकदा अवकाशयान आणि अंतराळवीरांसंदर्भात सर्वंकष क्षमता तसेच साहाय्यकारी प्रणालींची चाचणी झाली होती.

याबरोबरच आंतरखंडीय प्रक्षेपणास्त्र म्हणून विकसित केलेल्या टायटन अग्निबाणाची चाचणी झाली. इंधन आणि टाकी मिळून तब्बल १ लाख ५४ हजार किलोग्रॅम वजनाबरोबरच बहुविध चरणाच्या या अग्निबाणाची ८ हजार किलोमीटर अंतरापर्यंत यशस्वी चाचणी झाली. टायटन अग्निबाण काही टन वजनाची अवकाशकुपी सुदूर अंतरापर्यंत सहज अंतराळात नेऊ शकणार होता.

याच कालावधीत मर्क्युरी आणि अपोलो प्रकल्पांसाठी साहाय्यकारी म्हणता येईल असा आणखी एक प्रकल्प नासाने सुरू केला होता. त्याचे नाव जेमिनी. याच्या अंतर्गत अवकाशवीरांसाठी एक ते दोन आठवड्यांपर्यंत अवकाशप्रवासाचे तंत्रज्ञान विकसित करण्यात येणार होते. मुख्य अवकाशयानाला जोडल्या जाणाऱ्या कुपीपासून चांद्रभूमीवर उतरण्यासाठी अलग होणारी आणि पुन्हा जोडली जाणारी कुपी, त्या कुपीचे नियंत्रण, तसेच गरज पडल्यास अवकाशात कुपीबाहेर भ्रमण करणे किंवा चांद्रभूमीवर चालणे, आणि महत्त्वाचे म्हणजे चांद्रभूमीवरून आणलेल्या साहित्यासहित सुरक्षित पृथ्वीवर उतरणे इत्यादीसंदर्भात संशोधन, अभ्यास सुरू होता. या प्रकल्पाला चंद्रापर्यंत जाणारा पूल असे संबोधले गेले. या प्रकल्पाचाच भाग म्हणून मॅकडॉनेल या खाजगी आस्थापनेने नमुनासदृश अवकाशकुपीचे प्रारूप नासाला सादर केले.

त्या वर्षीच्या जून महिन्यात चांद्रमोहिमेसंदर्भातील सर्व कामाचा आढावा नासाने घेतला आणि जुलैमध्ये केप कॅनाव्हेरल येथे एक उड्डाण सुविधा उभारली. आगामी

महाअवजड अग्निबाणांच्या विकासासाठी ही सुविधा उभारली गेली होती. मेरिट द्वीपकल्पातील या परिसराला अवकाशयानांचे बंदर अशीच ओळख मिळाली होती.

अवकाश मोहिमांच्या व्यवस्थापनाकरता नासाने एक अवकाश कृती दल (स्पेस टास्क ग्रुप) स्थापन केले होते. अवकाशमोहिमांच्या व्याप्तीबरोबर या दलाचाही विस्तार होत गेला. अवकाश कृती दल आता समानव अवकाशयान केंद्र म्हणून काम करणार होते. टेक्सास राज्यातील राइस विद्यापीठाने दिलेल्या जागेवर त्याचे मुख्यालय उभारण्यात आले. या केंद्राला राष्ट्राध्यक्ष केनेडी यांनी सप्टेंबरमध्ये भेट दिली. या भेटीदरम्यान त्यांनी राइस विद्यापीठाचे आभार मानलेच, शिवाय 'अमेरिका चंद्रावर का जाऊ इच्छिते' या मुद्यावर देशातील नागरिकांबरोबर जाहीर संवादही साधला :

> *'आमच्यासाठी ही नवी सागरी मोहीम आहे. अनंत आकाशरूपी सागरात नवी माहिती मिळवण्यासाठी आम्ही पाऊल टाकणार आहोत. नवीन प्रगती साध्य करणार आहोत. याचा फायदा मानवजातीलाच होईल. अंतराळाच्या मालकीबाबत अजून कुठलाही विग्रह, मतभेद किंवा बाधा निर्माण झालेली नाही. तथापि, पृथ्वीतलावर शत्रुत्व निर्माण होऊन अवकाशमोहिमा होऊ शकत नाहीत. अवकाशमोहिमांचा विजय मानवतेच्या उत्थानासाठीच असेल. आम्हाला प्रश्न केला जातोय की, चंद्रावर का जायचे? तर, आपण गिर्यारोहण का करतो? कारण पर्वत तिथे आहे म्हणून! मग आम्ही चंद्रावर का जातोय तर, चंद्र तिथे आहे म्हणून. या ध्येयासाठी आम्ही शक्ती आणि कौशल्य पणाला लावू. मला खातरी आहे; आमचे ध्येय दशकाच्या आतच पूर्णत्वाला जाईल. त्यात चालढकल होणार नाही.'*

राइस विद्यापीठातील एका विस्तीर्ण मैदानावर सुमारे पस्तीस हजार नागरिकांसमोर हा कार्यक्रम झाला.

आर्थिक तरतुदींबाबतही राष्ट्राध्यक्ष या वेळी बोलले. याआधी अवकाशमोहिमांसाठी प्रतिवर्षी साधारण १८० कोटी डॉलर्सची तरतूद करण्याविषयी त्यांनी अमेरिकन संसदेला विनंती केली होती. मात्र त्यानंतर अवघ्या दोन वर्षांत या खर्चात तिप्पट वाढ झाली होती आणि चांद्रमोहीम पूर्ण होईपर्यंत यात अंदाजे आठपट वाढीची शक्यता होती. हा निधी उभारण्यासाठी अर्थातच नागरिकांच्या करात वाढ होणे क्रमप्राप्त होते. 'राष्ट्रीय हितासाठी अमेरिकेचे नागरिक इतके योगदान देतील' असा विश्वास केनेडींनी आपल्या भाषणात बोलून दाखवला. केनेडींचे हे भाषण देशभर गाजले.

चांद्रमोहिमांवर इतका खर्च देशाने करावा का याबाबत बरीच मतांतरे होती. काही अभ्यासकांच्या मते हा पैसा इतर समाजोपयोगी कामांसाठी तसेच शिक्षणासाठी सरकारने खर्च करणे अधिक रास्त होते.

या दौऱ्यादरम्यानच केनेडींनी अलाबामा राज्यामधील रेडस्टोन अग्निबाण निर्मिती केंद्रालाही भेट दिली.

चांद्रमोहिमेबरोबरच सूर्यमालेतल्या इतर ग्रहांच्या बाबतीतही नासाची चाचपणी सुरू होती. मरीनर नावाचे फ्लायबाय प्रकारातील उपग्रहरूपी यान शुक्र ग्रहाच्या दिशेने पाठवण्याचा प्रयत्नही जुलै आणि ऑगस्ट महिन्यांत झाले. मरीनर-१ उड्डाणानंतर अवघ्या ५ मिनिटांमध्ये अयशस्वी ठरले, तर मरीनर-२ शुक्रापर्यंत पोहोचायला सुमारे ५ महिन्यांचा कालवधी लागणार होता. तसेच, पृथ्वीच्या वातावरणात शिरकाव करणाऱ्या सौर प्रारणातील प्रकाश किरणांचा अभ्यास करण्यासाठी एक उपग्रह सोडण्यात आला होता. तो पृथ्वीभोवती फिरत सूर्याच्या दिशेने निरीक्षण करणार होता. साधारण ५१० ते ५४० किलोमीटर उंचीवरून हा उपग्रह ९५ मिनिटांमध्ये एक प्रदक्षिणा पूर्ण करणार होता. या उपग्रहाला 'ऑरबिटिंग सोलर ऑब्झर्वेटरी' असे नाव देण्यात आले होते.

दळणवळण प्रकारातील टेलस्टार या उपग्रहाचेही नासाने प्रक्षेपण केले. टेलस्टारमुळे प्रथमच आंतरखंडीय दूरदर्शन सुविधा सुरू झाली. याखेरीज नासाने कॅनडा आणि ब्रिटनचेही उपग्रह अवकाशात सोडले.

ॲस्ट्रोजिऑलॉजीची रुजवात करणारे शूमाकर यांनाही नासाने चांद्रमोहिमेत समाविष्ट करत त्यांच्याकडे चंद्रावर माणूस पाठवल्यानंतर करायच्या वैज्ञानिक प्रयोगांबाबत अभ्यास आणि नियोजन करण्याची जबाबदारी सोपवली.

स्कॉट कार्पेंटर या अवकाशवीराने मर्क्युरी-ॲटलास-७ मोहिमेच्या माध्यमातून तीन कक्षीय भ्रमणे तर, वॅली शिरनें मर्क्युरी-ॲटलास-७ मोहिमेच्या माध्यमातून सहा कक्षीय भ्रमणे पूर्ण केली. भ्रमण कालावधीत स्कॉट कार्पेंटरने द्रव पदार्थांवर वजनरहित अवस्थेत काय परिणाम होतो हे तपासले, तर वॅली शिरनें अवकाशयान आणि पृथ्वीवर उतरण्याची कुपी यांच्या नियंत्रण तसेच इंधनाबाबत चाचण्या केल्या.

१९६२च्या अखेरीस नासाला आणखी एक यश मिळाले. शुक्र ग्रहाकडे ऑगस्टमध्ये सोडलेले मरीनर-२ अन्वेषकयान डिसेंबरमध्ये तिथे पोहोचले. शुक्र ग्रहाच्या वातावरणात मरीनर-२चा यशस्वी प्रवेश झाला. त्या वातावरणातील विविध प्रारण-ऊर्जांचा वेध मरीनर-२ने घेतला. पृथ्वी ते शुक्र या मार्गातील ऊर्जाभारित कणांची, चुंबकीय क्षेत्राची माहितीही मिळाली.

यादरम्यान नासाने रेंजर-४ आणि रेंजर-५ ही अन्वेषकयाने अवकाशात सोडली. मात्र या दोन्ही मोहिमा अयशस्वी झाल्या. दोन्ही अन्वेषकयाने साधारण तीन

दिवसांचा प्रवास करत चंद्राच्या कक्षेपर्यंत पोहोचली; पण तेथून चांद्रभूमीची छायाचित्रे पाठवण्यात अपयशी ठरली.

रशिया : १९६२

रशियातही अवकाश कार्यक्रम नियोजनानुसार आणि वेगाने सुरू होता. अमेरिकेच्या राष्ट्राध्यक्षांनी केलेल्या चांद्रमोहिमेच्या जाहीर घोषणेचे पडसाद रशियात उमटले आणि अवकाशस्पर्धा प्रकर्षाने दिसू लागली. रशियाच्या अवकाश कार्यक्रमाची सूत्रे कॅमानिन यांच्याकडे आली होती.

पहिल्या स्पुटनिक उपग्रहाच्या यशाच्या वेळेसच कोरोलेव्ह यांनी चांद्रप्रवासाबरोबरच मंगळ मोहिमेचे स्वप्न पाहिले होते. त्या दृष्टीने थर्ड जनरेशन मार्स व्हीनस (थ्रीएमव्ही) अशा एका कार्यक्रमाची आखणी केली होती. या कार्यक्रमांतर्गत विविध वर्णपटात छायाचित्रण करू शकेल अशी प्रणाली आणि दीर्घ काळ विद्युतऊर्जा पुरवू शकेल अशी यंत्रणा असलेल्या दोन भागांच्या यानाची निर्मिती केली जाणार होती. त्यासाठीच्या अद्ययावत अग्निबाणरूपी वाहनाचीही निर्मिती करण्यात येणार होती. अशा अग्निबाणाच्या मदतीने पृथ्वीच्या अवकाशात एक स्थान निर्माण करून तेथून मंगळ किंवा शुक्राच्या दिशेने समानव मोहिमेसाठी प्रयाण करणे अशीही एक कल्पना कोरोलेव्ह यांच्या मनात होती. मात्र काही तांत्रिक अडचणींमुळे ही संकल्पना प्रत्यक्षात येत नव्हती.

याच दरम्यान कोरोलेव्ह यांनी सोयुझ नामक अवकाशयानाचा विकास सुरू केला होता. सोयुझ म्हणजे रशियन भाषेत संघ. हा एक महत्त्वाचा टप्पा होता.

सोयुझ तीन भागांचे होते. यात, पहिला अवकाशवीरांच्या वास्तव्याचा भाग, ऊर्जा-उपकरणांचा दुसरा भाग आणि पृथ्वीकडे परत येणारा तिसरा भाग अशी रचना होती. या तीन भागांची एकत्रित जोडणी पृथ्वीच्या कक्षेत भ्रमण होत असताना साकार होणार होती. तीन अवकाशवीरांची सोय असलेल्या सोयुझ अवकाशयानासाठीच्या अंतिम आराखड्याला मार्च महिन्यात सरकारकडून मंजुरी मिळाली आणि सोयुझसाठी खास इमारतीचे कामही लगेच सुरू झाले. यासाठीचे संशोधनही सुरू होतेच.

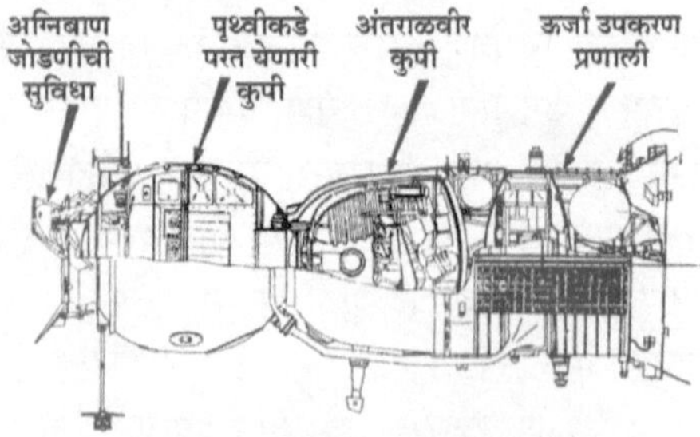

सोयुझ अवकाशयानाची रचना

या वर्षात व्होस्टोक-३ आणि व्होस्टोक-४ अवकाशयानातून ॲन्ड्रियन

निकोलॅव्ह आणि पॅव्हेल पॉपोव्हिच हे दोघे अंतराळवीर अवकाशभ्रमण करून आले. या मोहिमांचा उद्देश दोन अवकाशयानांमधील संपर्क प्रणाली तपासण्याचा होता.

११ ऑगस्टला व्होस्टोक-३ तर १२ ऑगस्टला व्होस्टोक-४ अवकाशात गेले. साधारण १६० ते २१० किलोमीटर उंचीदरम्यान दोन्ही अवकाशयाने भ्रमण करत होती. व्होस्टोक-३ने ८५ मिनिटांच्या अंतराने ६४ फेऱ्या आणि व्होस्टोक-४ने ८८ मिनिटांच्या अंतराने ४८ फेऱ्या पूर्ण केल्या. व्होस्टोक-३ आणि व्होस्टोक-४ अवकाशयानांची उड्डाणे बैकोनूरच्या युरीने झेप घेतलेल्या उड्डाणमंचावरूनच झाली. या मंचाला आता 'गागरीन स्टार्ट' असे नाव मिळाले होते.

व्होस्टोक-३ अवकाशयान

दोन्ही अवकाशयानांची उड्डाणे, भ्रमणे, नियोजित प्रयोग आणि संपर्क साधण्याची प्रात्यक्षिके यशस्वीरीत्या पार पडली. मात्र व्होस्टोक-४ पुन्हा पृथ्वीवर उतरताना अवकाशयानाच्या कार्यात बिघाड निर्माण झाला. कुपीचे तापमान कमी होऊ लागल्याने आणि भूकेंद्राशी संपर्कही तुटल्याने अवकाशवीर पॅव्हेलने कुपीचे नियंत्रण स्वतः करत जमिनीवर उतरण्याचा निर्णय घेतला. तो जमिनीवर येताना त्याच्या हवाईछत्रीला वाऱ्याचा जोरदार तडाखा बसला आणि पॅव्हेल जखमी झाला. त्याच्या चेहऱ्याला बऱ्याच जखमा झाल्या होत्या. तर, व्होस्टोक-३मधून ठरल्याप्रमाणे १५ ऑगस्ट रोजी हवाईछत्रीच्या मदतीने अवकाशवीर ॲन्ड्रियन दुपारी १२च्या सुमारास कझाकस्तानमधील कॅरागन्डा शहराजवळ अलगद उतरला.

नोव्हेंबरमध्ये रशियाने मंगळ ग्रहाकडे मार्स-१ हे अन्वेषकयान पाठवले. रशियाने आखलेल्या मंगळ कार्यक्रमाअंतर्गत ही मोहीम होती. रशियाचा हा चौथा प्रयत्न होता. हे यान मंगळ ग्रहाच्या वातावरणाचा वेध घेणार होते. मात्र मंगळ ग्रहापासून लाखभर किलोमीटर अंतरावर असताना त्याचा संपर्क तुटला.

हे वर्ष संपताना रशिया आणि अमेरिका पुन्हा एकदा आमनेसामने आले. या वेळी अवकाशस्पर्धेपेक्षा वेगळेच कारण यामागे होते. रशियाबरोबर मैत्रीपूर्ण संबंध असलेल्या क्यूबा या देशात साम्यवादी राजवट सुरू होती. काही महिन्यांपूर्वी रशियाने क्यूबात आंतरखंडीय आण्विक क्षेपणास्त्रांचा तळ उभारला होता. अमेरिकेला याचा सुगावा लागताच अमेरिकेने क्यूबाची नाकेबंदी केली. रशियालाही याबाबत विचारणा केली. वातावरण तापले आणि या दोन बलाढ्य देशांमध्ये युद्धाचे ढग जमू लागले. मात्र संयुक्त राष्ट्रसंघाचे सचिव यु. थांट यांनी तातडीने हस्तक्षेप करत परिस्थिती आटोक्यात आणली.

आणखी एक अत्यंत महत्त्वाचे :

या तप्त कालखंडात क्यूबाकडे निघालेल्या रशियाच्या अण्वस्त्रसज्ज पाणबुडीच्या निमित्ताने चुकीच्या संदेशामुळे दोन्ही देश अण्वस्त्रे वापराच्या निर्णयापर्यंत आले होते. पण पाणबुडीच्या कप्तानांकडून संयम राखला गेला. काहीही अनर्थ घडला नाही आणि पृथ्वीवासीय नष्ट होण्यापासून वाचले. (या घटनेनंतरही पुन्हा एकदा आपण सगळे मरता मरता वाचलो आहोत; त्याबद्दल पुढे सांगतो.)

अमेरिका : १९६३

१९६३च्या जानेवारी महिन्यात अमेरिकेत सॅटर्न-५ या अग्निबाणाच्या विकासाला डॉ. वेर्न्हर ब्राऊन यांच्या देखरेखीखाली सुरुवात झाली. नंतरच्या दोन महिन्यांत याची चाचणी घेतली जाणार होती. या अग्निबाणाच्या मदतीने अपोलो प्रकल्पांतर्गत सुमारे ४१ टन वजनाची उपग्रहरूपी अवकाशवीरांची कुपी चंद्रापर्यंत नेण्याची आणि सुरक्षित परतण्याची सुविधा निर्माण करण्यात येणार होती.

डॉ. ब्राऊन आणि सॅटर्न-५ अग्निबाण इंजिन प्रणाली

एप्रिलमध्ये नासाने जेमिनी प्रकल्पासाठी एका खाजगी आस्थापनेला पहिली कुपी तयार करण्यासाठी परवानगी दिली. पुढील काही महिन्यांत ही कुपी चाचणीसाठी तयार होणे अपेक्षित होते.

मर्क्युरी प्रकल्पाच्या माध्यमातून करण्यात येणाऱ्या समानव अवकाशमोहिमेच्या सगळ्या चाचण्या पार पडल्याने हा प्रकल्प मे महिन्यापासून थांबवण्यात आला.

जुलैमध्ये हवाईदल आणि नासाने संयुक्तरीत्या एक्स-१५ फ्लाइट ९० नामक एका अवकाशवाहनाची चाचणी घेतली. अग्निबाणसदृश्य प्रणाली या अवकाशवाहनाला प्रथमच वापरण्यात आली असल्यामुळे वेग नियंत्रण, हवेतील घर्षणाबाबतची क्षमता ते अवकाशपोशाख इत्यादी काही घटक या चाचणीत तपासले गेले. असे वाहन अवकाशयानाला जोडून अंतराळात घेऊन जाणे आणि परतीच्या प्रवासात कुपीऐवजी अशा अवकाशवाहनातून विमानासारखे जमिनीवर उतरणे साध्य होणार होते. मात्र यासाठी अंतराळवीराला वैमानिकाचीही भूमिका पार पाडावी लागणार होती.

या दरम्यान सिंककॉम नावाचा जिओसिंक्रोनस (पृथ्वीच्या परिवलनाशी सुसंगतपणे कक्षीय भ्रमण करणारा) प्रकारचा संदेशवहन उपग्रह अमेरिकेने अवकाशात सोडला. या प्रकारच्या उपग्रहामुळे आंतरखंडीय संदेशवहनाचे दालन आता खुले झाले होते. या प्रकारातील उपग्रहांमुळे आकाशवाणी, दूरदर्शन किंवा हवामान इत्यादी माहितीची देवाणघेवाण सहजसाध्य झाली होती.

पुढच्या महिन्यात लिटल जोए-२ या अग्निबाणाची चाचणी झाली. मर्क्युरी प्रकल्पासाठी निर्माण केलेला हा अग्निबाण पुढे लिटल जोएमध्ये रूपांतरित करून तो अपोलो अवकाशयानासाठी अद्ययावत करण्यात आला. चाचणीदरम्यान या अग्निबाणाच्या तिन्ही भागांची प्राथमिक तपासणी केली गेली. पहिला भाग नियंत्रण करणारा, त्यापासून दूर होत चांद्रभूमीवर उतरणारा आणि पुन्हा तेथून उड्डाण करणारा दुसरा भाग आणि या दोन्हींसाठी समन्वय साधणारा तिसरा भाग असे याचे तीन भाग होते.

समानव चांद्रमोहिमेचा भाग म्हणून निरीक्षणासंदर्भात ऑरबिटर मोहिमेसाठी आवश्यक आर्थिक निधीची मागणी सरकारकडे करण्यात आली. विधीमंडळातील प्रतिनिधींचे म्हणणे होते की, जर समानव मोहिमांसाठी चंद्राचे निरीक्षण करण्यासाठी सर्वेयर हा प्रकल्प आखलेला असेल, तर हा जास्तीचा खर्च कशासाठी? मग राजकीय व्यक्तींना सर्वेयर आणि ऑरबिटर मोहिमांमधला शास्त्रीय आणि तांत्रिक फरक नासाने समजावून दिला. त्याचा परिणाम म्हणून ही मागणी मान्य झाली व २ कोटी डॉलर्सचा निधी मंजूर होत पुढचा मार्ग सुलभ झाला.

गेरॉल्ड क्युपियर

दुसरीकडे, नासाने ॲरिझोना विद्यापीठात कार्यरत असलेले, सूर्यमालेच्या पलीकडील लघुग्रहांचा पट्टा शोधणारे गेरॉल्ड क्युपियर आणि कॉर्नेल विद्यापीठातील खगोलभौतिकशास्त्रज्ञ थॉमस गोल्ड यांच्याकडे चांद्रभूमीवर उतरण्याची जागा निवडण्याची जबाबदारी दिली. या प्राध्यापक महोदयांनी भू-रसायनशास्त्र, हवामानविज्ञान इत्यादी क्षेत्रांतील तज्ज्ञांशी सल्लामसलत करत चांद्रभूमीवर उतरण्यासाठी सूर्यप्रकाश, तापमान, जमिनीवरील धूळ, वातावरणात जाणवणारे उत्सर्जन इत्यादी परिणामकारक ठरणाऱ्या घटकांचा अभ्यास सुरू केला. याचबरोबरीने चंद्राकडे जाणारा मार्ग अधिक निर्धोक पद्धतीने आखण्यासाठी गणिते, समीकरणे मांडण्यास सुरुवात झाली.

या दरम्यान भूगोलतज्ज्ञ शूमाकर यांनी ॲरिझोनामधील विवरांच्या स्थळांच्या भेटीसाठी नासाच्या अंतराळवीरांना आमंत्रित केले. शूमाकर यांच्यामुळे अंतराळवीरांना विवरांच्या अनुषंगाने भौगोलिक माहिती मिळाली.

अमेरिकेतील भूभौतिकशास्त्रज्ञ लॉइड बर्कनर यांच्या मार्गदर्शनाखाली अवकाश विज्ञान मंडळाने आयोवा विद्यापीठात एक अभ्याससत्र घेतले होते. त्यानुसार चंद्रावर जाण्यासाठी कुठल्या वैज्ञानिक प्रयोगांना प्राधान्य देणे गरजेचे असावे, चंद्रावरील भेटीदरम्यान दोन व्यक्तींकडून एकाच वेळी कुठली माहिती गोळा करणे योग्य ठरेल, चांद्रभूमीवर पुढील भेटींच्या अनुषंगाने उपकरणे ठेवणे उचित असेल का इत्यादी मुद्द्यांवर चर्चा झाली होती. हे मुद्दे नासाने नेमलेल्या सॉनेट समितीच्या अहवालात समाविष्ट करण्यात आले.

तसेच एल्बर्ट किंग आणि डोनाल्ड फ्लॉरे हे दोन भूगोल शास्त्रज्ञ मोहीम नियंत्रण केंद्राच्या अवकाश पर्यावरण विभागात रुजू झाले. या शास्त्रज्ञद्वयीने अंतराळवीरांना भौगोलिक अभ्यासाच्या दृष्टिकोनातून प्रशिक्षणाचे कार्यक्रम आखले. यात, चांद्रभूमीवरून आणलेल्या घटक-पदार्थांची साठवण, हाताळणी आणि तपासणी कशी करायची याचे मार्गदर्शन केले.

नोव्हेंबरमध्ये हॉमर न्यूवेल यांनी चांद्रमोहिमेच्या वैज्ञानिक प्रयोगांसंदर्भात समानव अवकाश विज्ञान विभाग सुरू केला. या विभागाकडे समानव अवकाशयान केंद्र आणि चंद्रावरील नियोजित वैज्ञानिक प्रयोग याची जबाबदारी सोपवण्यात आली. तसेच चांद्रमोहिमेसाठी जे अंतराळवीर निवडले जाणार होते त्यांच्या निवडीच्या निकषांचाही अभ्यास सुरू झाला. काही तज्ज्ञांच्या मते अवकाशिकी विषयातील अभियंता असलेल्या अंतराळवीराला वैज्ञानिक म्हणून प्रशिक्षण देण्यात यावे, तर काहींच्या मते वैज्ञानिक असलेल्या व्यक्तीला अवकाशयान हाताळण्याचे प्रशिक्षण देऊन अंतराळवीर म्हणून प्रशिक्षित करण्यात यावे असे होते.

याच महिन्यात अमेरिकेला एक मोठा राजकीय धक्का बसला. चांद्रस्पर्धेसाठी धडाडीने निर्णय घेणारे आणि चंद्रावर पाय ठेवणारा माणूस आपल्या देशाचा असायला हवा अशी महत्त्वाकांक्षा असलेले राष्ट्राध्यक्ष केनेडी यांची हत्या झाली. टेक्सास राज्यातील डॅलस शहरात गेले असताना मिरवणूकीदरम्यान केनेडींवर गोळ्या झाडण्यात आल्या. अवकाशविज्ञानाबरोबरच वाढता वंशभेद, आर्थिक विषमता या प्रश्नांवरही त्यांनी महत्त्वपूर्ण निर्णय घेतले होते. सामाजिक न्यायाची तळमळ असलेल्या या मानवतावादी, तरुण आणि उमद्या नेत्याच्या आकस्मिक निधनाने सारे जग हळहळले. नासासाठी तर ही मोठीच हानी होती.

हत्येच्या आधी एक आठवडा केनेडी यांनी सॅटर्न अग्निबाणाच्या चाचणीदरम्यान उड्डाणप्रसंगी केप कॅनाव्हेरलला भेट दिली होती. या भेटीमुळे वैज्ञानिकांचा उत्साह दुणावला होता. केनेडींची भेट त्यांची कॅनाव्हेरलची अखेरची भेट ठरली.

राष्ट्राध्यक्ष केनेडींची नोव्हेंबरमधील नासा भेट

या वर्षाच्या शेवटी नासाच्या समानव अवकाश उड्डाण कार्यालय आणि अवकाश विज्ञान उपयोजन कार्यालय यांच्याकडे ल्यूनार ऑरबिटर प्रकल्पाच्या विकासाची जबाबदारी सोपवण्यात आली. या दोन्ही कार्यालयांनी लँग्ले संशोधन केंद्राच्या मदतीने अवकाशयान आणि छायाचित्रणाची यंत्रणा कशी असावी याची रूपरेषा निश्चित केली.

याच वर्षी मॅसॅच्युसेट्स इन्स्टिटयूट ऑफ टेक्नॉलॉजीमध्ये उच्च शिक्षण घेणाऱ्या एडविन ऑल्ड्रिन याने आपला संशोधन शोधनिबंध अवकाशयानासंबंधित विषयावर मांडला होता. भ्रमणादरम्यान दोन अवकाशयानांची सुलभ जोडणी साध्य करणारे संशोधन या शोधनिबंधाच्या माध्यमातून सादर केले होते. आपले संशोधन भावी अवकाश मोहिमांसाठी उपयुक्त ठरेल असे त्याने त्यात नमूद केले होते.

रशिया : १९६३

वर्षाच्या सुरुवातीलाच रशियाच्या स्टार सिटीतील अंतराळवीर प्रशिक्षण केंद्रात कोरोलेव्ह आल्याची माहिती प्रशिक्षणार्थींना देण्यात आली. कोरोलेव्ह यांनी आपल्याबरोबर अवकाशयानाच्या कुपीचे एक प्रारूप आणले होते. भेटायला आलेल्या प्रशिक्षणार्थींना ते दाखवून त्यांनी सांगितले, 'ही अवकाशभ्रमणाच्या परतीच्या प्रवासाठीची कुपी आहे. या कुपीतून तुम्हाला जमिनीवर सुरक्षित उतरवण्याचे प्रयोजन आहे. अवकाशयानाप्रमाणेच या कुपीचेही संचलन तुम्हाला शिकायचे आहे. खुल्या सागरात पोहता येणे ही ज्याप्रमाणे दर्यावर्दींसाठी आवश्यक बाब असते, तसेच अवकाशात भ्रमण करता येणे ही अंतराळवीरांसाठी गरजेची गोष्ट आहे. त्याला आपण अवकाशीय पदभ्रमण (स्पेसवॉक) म्हणू या. अर्थात त्याचेही प्रशिक्षण तुम्हाला लवकरच देण्याची व्यवस्था होईल.'

अवकाशीय पदभ्रमणाचे महत्त्व विशद करताना त्यांनी सर्वांशी संवाद साधला. प्रशिक्षणार्थींपैकी एकाला त्यांनी म्हटले, ''तुझं नाव मी विसरलोय.''

''मी, ॲलेक्सी लिओनोव्ह.''

''हो हो, आठवलं. जरा अंतराळवीराचा पोशाख परिधान करून येतोस का?''

''येस सर!'' म्हणत ॲलेक्सी तेथून गेला आणि पोशाख घालून लगेचच परतला.

''जरा या कुपीत जाऊन बस आणि हा असा बाहेर ये.''

कोरोलेव्ह यांनी सुचवल्याप्रमाणे ॲलेक्सीने प्रात्यक्षिक केले.

''आता बघ, या कुपीला आणि तुझ्या पोशाखाला एका मजबूत दोराने बांधलेले असेल. आता तू पुन्हा बाहेर ये आणि कुपीच्या या बाहेरील भागाच्या कडेने पायाचा किंवा हाताचा आधार घेत फिरून दाखव.''

कोरोलेव्ह यांनी इतर प्रशिक्षणार्थींनाही असाच सराव करण्यास सांगितले. आपल्यावर सोपवल्या जाणाऱ्या कामगिरीची कल्पना ॲलेक्सीला आली होती.

२ एप्रिलला रशियाने ल्यूना-४ हे अवकाशयान चंद्राकडे पाठवले. यान उतरतानाची काही मोजमापे तसेच उतरल्यानंतर काही उपकरणे सुरू करून त्यांची निरीक्षणे नोंदवत ती माहिती ल्यूना-४ने रेडिओ संकेतांच्या माध्यमातून पृथ्वीकडे पाठवणे अपेक्षित होते. यासाठीच या अवकाशमोहिमेला लॅन्डर असे संबोधले गेले

होते. या अवकाशयानासाठी मॉलनिया हा अग्निबाण वापरण्यात आला होता. याच्या मदतीने सुमारे १४०० किलोग्रॅम वजनाचे ल्यूना-४ बैकोनूरहून चंद्राकडे झेपावले होते. उड्डाणानंतर पृथ्वीपासून साधारण १६७ ते १८२ किलोमीटर उंचीदरम्यान असताना ते भरकटले. पृथ्वी आणि चंद्रादरम्यान अनपेक्षित कक्षेत फेऱ्या मारत ते चंद्राकडे गेले. मात्र यानाकडून चंद्राऐवजी भलतीकडे जाण्याचे संकेत प्राप्त झाले. लॅन्डरचे रूपांतर फ्लायबाय मोहिमेत झाले. याआधी याच अवकाशयानाच्या इम्पॅक्टर आणि लॅन्डर प्रकारातील चार चाचण्या झाल्या होत्या. त्या अयशस्वी ठरल्या होत्या. तरीही ल्यूना-४बद्दल विश्वास होता. मात्र यश मिळाले नाही. यामुळे आता चंद्रावर लॅन्डर प्रकाराचे अवकाशयान पाठवण्यासाठी रशियाला अजून तयारी करावी लागणार होती.

जूनमध्ये रोजी व्हॅलेंटिना तेरेश्कोव्हा ही पहिली महिला व्होस्टोक अवकाशयानातून अंतराळभ्रमण करून आली. ही एक संयुक्त मोहीम होती. आधी दोन दिवस वॅलेरी बैकोव्हस्की हा अंतराळवीर व्होस्टोक-५मधून अवकाशात गेला. तो पाच दिवस अंतराळभ्रमण करणार होता. पाठोपाठ व्होस्टोक-६मधून व्हॅलेंटिना अवकाशात झेपावली. रशियातील अंतराळ विज्ञानाचे अध्वर्यू सेरगेई कोरोलेव्ह अंतराळवीर म्हणून महिलांची निवड करण्याबाबत फारसे अनुकूल नव्हते. त्यांनी ठरवूनच टाकले होते की, अंतराळवीर हा जास्तीत जास्त ७२ किलोग्रॅम वजनाचा, १७५ सेंटीमीटरपर्यंत उंचीचा, २५ ते ३० वयोगटातील आणि पुरुषच असला पाहिजे! मात्र १९६०पर्यंत अंतराळवीर म्हणून इच्छुक प्रशिक्षणार्थींची संख्या २००वर पोहोचली होती. त्यात अनेक तरुणीही होत्या. व्हॅलेंटिना त्यातीलच एक. छोट्या खेड्यातून आलेल्या या तरुणीचे वडील सैन्यदलात वाहन चालक होते. व्हॅलेंटिना दोन वर्षांची असताना दुसऱ्या महायुद्धात ते मृत्यू पावले होते. त्यांच्या मृत्यूनंतर कापडाच्या कारखान्यात काम करून व्हॅलेंटिनाच्या आईने तिला मोठे केले होते. शालेय शिक्षण पूर्ण झाल्यानंतर तांत्रिक पदविका प्राप्त करून व्हॅलेंटिनाही तिथेच काम करून आईला हातभार लावू लागली. मात्र वडिलांचे धाडसी गुण अंगात पुरेपूर उतरलेल्या व्हॅलेंटिनाला तिचा धाडसी स्वभाव शांत बसू देत नव्हता. युरी गागरीनचा आदर्श ठेवत ती हौशी हवाई प्रशिक्षण केंद्रात जाऊ लागली. तिथे ती हवाईछत्रीच्या मदतीने जमिनीवर उतरण्यात पारंगत झाली. अंतराळवीरांच्या प्रशिक्षणात हवाईछत्रीचे हे कौशल्य आवश्यक असते असे तिच्या कानावर आले आणि तिने प्रशिक्षणासाठी अर्ज केला. त्या वर्षी अंतराळवीरांबाबत केवळ पुरुषांनाच उमेदवारी देण्याची धोरणे बदलली आणि व्हॅलेंटिनाच्या निमित्ताने वेगळा इतिहास घडला!

व्हॅलेंटिना तेरेश्कोव्हा

व्होस्टोक-६ मोहिमेअंतर्गत व्हॅलेंटिनाने सुमारे तीन दिवस अवकाशात व्यतीत केले. प्रति ८९ मिनिटे एक फेरी या दराने तिने पृथ्वीभोवती ४८ फेऱ्या पूर्ण केल्या. तर व्होस्टोक-५मधून वॅलेरीने पृथ्वीभोवती ८२ फेऱ्या पूर्ण केल्या. दोघेही पृथ्वीपासून १८० ते २३० किलोमीटर उंची दरम्यान भ्रमण करत होते. १९ जूनला तीन तासांच्या फरकाने दोघेही सुरक्षित जमिनीवर उतरले. रशियन राष्ट्रप्रमुख ख्रुश्चेव्ह यांनी व्हॅलेंटिनाच्या भ्रमणादरम्यान तिच्याशी संपर्क साधला होता.

अंतराळवीर व्हॅलेंटिना

या मोहिमेत संदेशवहनाच्या अनेक चाचण्या केल्या गेल्या. अंतराळवीरांची शारीरिक क्षमताही या मोहिमांच्या निमित्ताने पुन्हा तपासली गेली. व्होस्टोक-६मुळे आता स्त्रीसुद्धा अवकाशात जाण्यास सिद्ध झाली होती!

दोन अवकाशयाने एकमेकांच्या निकट आणून त्यांना एकमेकांशी जोडण्याचा (रॉन्डेव्हूस) प्रयत्न करणे हा व्होस्टोक-५ आणि व्होस्टोक-६ या संयुक्त मोहिमेचा उद्देश होता. मात्र दोन्ही अवकाशयाने अपेक्षपेक्षा खूपच दूर अंतरावर राहिली.

व्होस्टोक-५ आणि व्होस्टोक-६ मोहिमेचे पोस्टाचे तिकीट

मॉस्को फिजिक्स टेक्नॉलॉजी इन्स्टिट्यूटच्या सहकार्याने सोयुझ अवकाशयांनासाठी व्होस्टोकसारख्याच आणखी एका प्रकल्पाची आखणी कॅरोलेव्ह करत होते. या प्रकल्पाला व्होस्कोड, म्हणजे रशियन भाषेत पहाट असे नाव दिले होते. भूपृष्ठावर अलगदपणे उतरणे, अंतराळवीरांच्या हवाईछत्रीचे नियंत्रण, कृत्रिम गुरुत्वाकर्षण शक्तीचे तसेच अवकाशयानाचे अंतराळवीरांकडील नियंत्रण, संगणकप्रणालीत सुधारणा, भूकेंद्रातील प्रणालीत सुधारणा असे या मोहिमेचे उद्देश होते. यामध्ये कृत्रिम गुरुत्वाकर्षण हा अभिनव प्रयोग होता. अंतराळवीरांना अवकाशयानातील कुपीत कुठल्याही खास पोशाखाशिवाय वावर करता येण्यासाठी नेहमीचे गुरुत्वाकर्षण जाणवेल असे खास तंत्रज्ञान विकसित केले जाणार होते. हे एक आव्हान होते. कोरोलेव्ह यांच्या व्होस्कोड कार्यक्रमाला सरकारकडून हिरवा कंदील मिळाला होता.

आंतरराष्ट्रीय स्तरावर त्या वर्षी ब्रिटनमधील मँचेस्टर विद्यापीठातील भौतिकशास्त्रज्ञ तसेच जॉड्रेल रेडिओ दुर्बिणीचे संस्थापक सर बर्नार्ड लॉवेल यांनी एक वेगळाच प्रस्ताव जागतिक पटलावर मांडला होता. 'कुणीही चंद्रावर गेले तरी तो मानवजातीच्या बुद्धिकौशल्याचाच विजय असणार होता. मग सगळ्यांनी एकत्र येऊनच ही मोहीम का राबवू नये?' असा तो प्रस्ताव होता. जॉड्रेल रेडिओ दुर्बिणीने रशिया आणि अमेरिका या दोन्ही देशांच्या उपग्रहांसाठी रेडिओ संकेत ग्रहणाचे कार्य केल्यामुळे लॉवेल यांचे दोघांशीही मैत्रीपूर्ण संबंध होते. त्यामुळे आपण समन्वय साधू शकू असा त्यांना विश्वास असावा. दोन्ही महासत्ता या निमित्ताने का होईना एकत्र येत आहेत हे लॉवेल यांच्याबरोबरच जगभरातील अन्य धुरिणांनाही सुचिन्ह वाटले.

मात्र या संयुक्त प्रस्तावाचे कारण पुढे करून आपले तंत्रज्ञान दुसरा देश वापरणार ही कल्पना दोन्ही देशांना फारशी पटली नाही आणि संयुक्त मोहिमेचा प्रस्ताव आरंभीच बारगळला. रशियाचे राष्ट्राध्यक्ष ख्रुश्चेव्ह यांनी जाहीर केले की 'सध्या तरी चंद्रावर अंतराळवीर पाठवण्याचे रशियाचे नियोजन नाही. आमचा त्यासंदर्भातील अभ्यास, संशोधन सुरू आहे. अमेरिकेच्या चांद्रमोहिमेला आमच्या शुभेच्छा!'

शुभेच्छा दिल्यानंतर ख्रुश्चेव्ह विनोदाने पुढे म्हणाले की, 'आमच्या देशातील महिलाही अलीकडेच अंतराळवीरांगना झाली आहे. तेव्हा अमेरिकन अंतराळवीर रशियन महिलेबरोबर कसा काय अवकाश भ्रमणासाठी जाणार? जर अमेरिका एखादी अंतराळवीरांगना पाठवत असेल, तर संयुक्त मोहिमेचा विचार करू.'

यावर अमेरिकेकडूनही समर्पक प्रतिक्रिया मिळाली. 'ख्रुश्चेव्ह स्त्रीपुरुष समानतेचा विचार करताहेत ही बाब स्वागतार्हच आहे. आम्ही जरूर यावर विचार करू'. अशा रितीने संयुक्त चांद्रमोहिमेच्या प्रस्तावाचा गाशा गुंडाळला गेला.

राजकीय पातळीवर हे सर्व घडत असताना कोरोलेव्ह, तिखोन्रॅव्हॉव्ह आणि अन्य तज्ज्ञ वैज्ञानिक मात्र आजवरच्या सर्व रशियन अवकाशमोहिमनचे पुनर्मूल्यांकन करण्यात गुंतले होते. कोरोलेव्ह त्यांच्या नेतृत्वाखाली त्यावरचा प्रस्ताव सादर झाला. प्रपोजल फॉर दि रिसर्च अँड फॅमिलीरायझेशन ऑफ दि मून असे या प्रस्तावाचे शीर्षक होते. यात त्यांनी एल-१: सोयुझ अवकाशयानाच्या मदतीने चंद्राभोवती कक्षीय भ्रमण करणारी मोहीम, एल-२: चांद्रभूमीवर उतरण्यासाठी शोध घेणारी मोहीम, एल-३: समानव चांद्रमोहीम, एल-४: चंद्र संशोधन आणि नकाशे निर्माणाची कक्षीय मोहीम, एल-५: चांद्रभूमीवर वाहन चालवत विस्तीर्ण प्रदेश प्रत्यक्ष पाहणारी मोहीम - अशा पाच महत्त्वाच्या मोहिमांचा समावेश केला होता.

याच वर्षी पॅरीसमध्ये भरलेल्या आंतरराष्ट्रीय अवकाशिकी सभेत जगात पहिल्या अंतराळवीराचा मान मिळालेल्या युरी गागरीनने रशियाचे प्रतिनिधित्व

केले. युरी यांनी आपल्या देशाची चांद्रमोहिमेबाबतची भूमिका स्पष्ट केली. तसेच, चांद्रवीरांची संपूर्ण सुरक्षितता, त्यासाठी आवश्यक असणाऱ्या अवकाशयानाची आणि संबंधित बाबींची पूर्तता करण्यात येणाऱ्या अडचणी आणि त्यावरचे उपाय यावरचे विवेचन केले.

इकडे एन-१ या अवजड अग्निबाणाच्या विकासासाठी कोरोलेव्ह बऱ्याच अन्य संस्थाशी संपर्कात होते. मात्र त्यांना प्रतिसाद मिळत नव्हता. सरकारी पातळीवर याबाबतीत उदासीनता दिसत होती. अवकाशतंत्रज्ञानातील वैज्ञानिक आपापल्या परीने काम करत होते आणि कोरोलेव्ह या सगळ्यांची एकत्र मोळी बांधण्याचा प्रयत्न करत होते.

गेल्या काही वर्षांपासून देशादेशांत अवकाश स्पर्धा वाढू लागली होती. पृथ्वीबाहेरील जगतात मालकी प्रस्थापित करण्याची चढाओढ दिसून येत होती. कदाचित या स्पर्धेमुळे काही अहितकारक बाबी निर्माण होण्याची शक्यता होती. याची दखल घेत संयुक्त राष्ट्रसंघाने १३ डिसेंबर १९६३ रोजी अवकाशासंदर्भात काही नियम-करार केले. या नियमांनुसार : बाह्य अवकाश (आउटर स्पेस) हे अखिल मानवजातीचे क्षेत्र मानले जाऊन त्यात चंद्र, ग्रह, उपग्रह, मानवनिर्मित उपग्रह तसेच याने इत्यादींचा समावेश करण्यात आला. सर्वांना फायदेशीर ठरेल अशा दृष्टिकोनातून अवकाश संशोधन आणि त्याचा उपयोग करावा असे सुचवले गेले. अवकाशातील कुठल्याही बाबींबर कुठल्याही देशाला स्वामित्व हक्क प्रस्थापित करता येणार नाही. अवकाश संशोधन हे आंतरराष्ट्रीय शांतता, सुरक्षा व सहकार्याच्या दृष्टीने असावे. तसेच अवकाशात कुठेही मानवजातीला हानी पोहोचेल असे कुठलेही अस्त्र ठेवता येणार नाही. या करारांत अवकाशयान किंवा अवकाशातील बांधकामाच्या मालकीबाबतही नियम घालण्यात आले. अंतराळवीरांना मानवजातीचे प्रतिनिधी समजून संकटप्रसंगी सर्व देशांनी मदत करण्याविषयी बंधने आहेत. आंतरराष्ट्रीय सहकार्याबरोबरच नुकसान, प्रदूषण, भरपाई, माहितीचा खुलेपणा इत्यादींबाबत स्पष्ट मार्गदर्शन या करारात आहे. कालांतराने या नियम-कायद्यांमध्ये सुधारणा होत गेल्या.

अमेरिका : १९६४

भूपृष्ठाची जवळून छायाचित्रे काढण्यासाठी ३० जानेवारी १९६४ रोजी अमेरिकेच्या रेंजर मालिकेतील रेंजर-६ हे अन्वेषकयान पुन्हा चंद्राकडे झेपावले. मागील वर्षीच्या दोन अपयशी मोहिमांच्या पार्श्वभूमीवर हे एक धाडसच होते. ॲटलास अग्निबाणाच्या मदतीने निघालेल्या या यानात छायाचित्रणाची सहा उपकरणे आणि छायाचित्रण प्रणालींसाठीची प्रक्षेपण यंत्रणा होती. रेंजर-६ चंद्रावरील एका विवरावर जाऊन धडकणार होते. मेअर ट्रांक्विलिटीज असे त्या विवराचे नाव. चंद्रावरील असंख्य विवरांपैकी हे एक. साधारण ८७० किलोमीटर व्यासाचे आणि उंचसखलपणा सुमारे ५०० मीटर दरम्यान असलेले हे विवर शास्त्रज्ञांच्या मते मोठ्या उल्कापातातून निर्माण झालेले होते. उल्कापातानंतर येथे अग्निजन्य खडक काही काळ वाहत राहिल्यामुळे या विवराला काळपट रंग प्राप्त झाला होता. या विवरात येणारा सूर्यप्रकाश, तिथले तापमान, धूळ आणि इतर परिस्थितीचा विचार करता ट्रांक्विलिटीज हा चंद्रावरचा प्रदेश योग्य वाटत होता.

उड्डाण यशस्वी झाल्यानंतर रेंजर-६ पृथ्वीला एक प्रदक्षिणा पूर्ण केल्यानंतर चंद्राकडे मार्गस्थ झाले. आता अपेक्षा होती तेथून येणाऱ्या छायाचित्रांची. अपेक्षेप्रमाणे चौथ्या दिवशी ते चंद्राच्या कक्षेत पोहोचले होते. चंद्राभोवती एक प्रदक्षिणा केल्यानंतर रेंजर-६ ट्रांक्विलिटीजच्या खोऱ्यात धडकणार होते आणि त्या वेळी १४०० ते ६ किलोमीटर उंचीदरम्यान शेवटच्या काही मिनिटांमध्ये टिपलेली छायाचित्रे पृथ्वीकडे पाठवणार होते. रेंजर-६ने चंद्राभोवतालची प्रदक्षिणा पूर्ण केली, अपेक्षेप्रमाणे ते चांद्रभूमीवर कोसळल्याचे संकेतही मिळाले, मात्र छायाचित्रे मिळाली नाहीत. अगदी शेवटच्या क्षणी या मोहिमेत अपयश आले!

या महिन्यातच नासाने अमेरिकेतील प्रशिक्षणार्थी अंतराळवीरांना नेवाडा येथील वाळवंटात आणण्यात आणले होते. अंतराळातून भूपृष्ठावर येताना काही वेळा अंतराळवीर अपेक्षित ठिकाणाऐवजी दुसरीकडेच भरकटतात. अशा वेळी त्या परिस्थितीत तग कसा धरावा याचे प्रशिक्षण त्यांना इथे देण्यात आले.

यानंतर एप्रिलमध्ये जेमिनी प्रकल्पातील पहिली मोहीम पार पडली. जेमिनी-१ ही अवकाशयान आणि कुपी संबंधित महत्त्वाची चाचणी होती. हे मानवरहित अवकाशयान थेट चंद्राकडे न पाठवता त्याला पृथ्वीभोवती फेऱ्या मारायला लावून कुपीची कार्यक्षमता, कुपीतील जीवनाश्यक प्रणालीचा टिकाऊपणा यांची तपासणी झाली. मुख्य म्हणजे अवकाशयानापासून कुपीचे अलग होणे, तसेच पृथ्वीवर परतताना संपर्क यंत्रणाचे कार्य तपासले गेले. याचबरोबरीने भूकेंद्रातील संदेशवहन प्रणालीचीही तपासणी पार पडली. या मोहिमेच्या अनुषंगाने टायटन-२ या अद्ययावत तयार केलेल्या अग्निबाण प्रणालीचीही चाचणी झाली.

जुलै महिन्यात रेंजर-७ अन्वेषकयान उड्डाणासाठी तयार झाले होते. सगळे काही आधीच्याच अन्वेषकयानासारखे होते. मागील त्रुटींचा अभ्यास करून त्या टाळण्याचा प्रयत्न झाला होता. आता अपेक्षा होती यशाची, बस्स!

चंद्र प्रारूपाच्या पार्श्वभूमीवर क्युपियर व मान्यवर रेंजर-७ बाबत चर्चा करताना

२८ जुलैला पुन्हा एकदा केप कॅनाव्हेरलच्या उड्डाणमंचावरून रेंजर-७ चंद्राकडे निघाले. या वेळी सर्व काही अपेक्षेप्रमाणे पार पडले होते. तीन दिवसांच्या प्रवासानंतर रेंजर-७ चंद्राच्या निकट पोहोचले. आता पुन्हा एकदा उत्कंठा लागली. अन्वेषकयान हळूहळू चांद्रभूमीकडे जाण्यास सुरुवात झाली. सुमारे २१०० किलोमीटर उंचीवरून खाली जाताना अवघ्या १८ मिनिटांच्या कालावधीत हे अन्वेषकयान काही हजार छायाचित्रे पाठवणार होते. नियंत्रण कक्षातील सगळ्यांचे लक्ष येणाऱ्या रेडिओ संकेतांकडे लागले. अखेर अठराव्या मिनिटाला २११० किलोमीटरवरून अन्वेषकयान खाली जाताना छायाचित्रणास सुरुवात झाली. चांद्रभूमीवर धडकेपर्यंत रेंजर-७ मधील छायाचित्रणाच्या सहा उपकरणांद्वारे तब्बल ४३०८ छायाचित्रांचे प्रक्षेपण होत राहिले. चांद्रभूमीवर सूर मारताना रेंजर-७ने आपली कामगिरी चोख बजावली होती. यांतील काही छायाचित्रे तर अवघ्या ०.२ सेकंदाच्या अंतरात काढण्यात आली होती. तसेच त्यांतील काही छायाचित्रांची विभेदन क्षमता ०.५ मीटर एवढी होती. म्हणजेच चंद्रावरील अर्धा मीटर अंतरातील बारकावा स्पष्टपणे समजत होता. नासाच्या आजवरच्या मोहिमेतील हे एक मोठेच यश गणले गेले.

रेंजर-७ अन्वेषकयानाची छायाचित्रण प्रणाली आणि
रेंजर-७ कडून मिळालेले पहिले छायाचित्र

या मोहिमेदरम्यानची एक मजेशीर आठवण : रेंजर-७च्या प्रक्षेपमार्गाची आखणी केलेला डिक वॅलेस हा अभियंता रेंजर-७च्या प्रत्यक्ष उड्डाणानंतर काहीसा तणावात होता. यान अपेक्षित मार्गाने पुढे जात असल्याचे संकेत मिळत होते; पण डिक मात्र नियंत्रणकक्षाच्या बाहेर कुठेतरी तंद्री लावून बसला होता. घरून आणलेल्या भुईमुगाच्या शेंगा तंद्रीत कधी खाऊन संपल्या ते त्यालाच कळले नाही. इकडे रेंजर-७ मोहीम यशस्वी झाल्यानंतर त्याच्या सहकाऱ्यांना या शेंगा आठवल्या. 'डिकने मोहिमेच्या वेळी शेंगा खाल्ल्या म्हणून मोहीम फत्ते झाली. आता यापुढे प्रत्येक मोहिमेच्या वेळी भुईमुगाच्या शेंगा खायच्या!' असे कोणीतरी विनोदाने म्हटले आणि मग काय? एक मजेशीर प्रथा सुरू झाली.

सप्टेंबरपर्यंत सॅटर्न-१ अग्निबाण मालिकेतील तीन अग्निबाणांच्या चाचण्या घेण्यात आल्या होत्या. या अग्निबाणांमुळे अपोलो कार्यक्रमाला चांगलेच बळ मिळाले होते. तर वर्षाअखेरीस लिटल जोए-२च्या मदतीने अपोलो अवकाशयानाबाबत काही महत्त्वाच्या चाचण्या पार पडल्या. आपत्तीजनक परिस्थितीत अवकाशवीरांनी सुरक्षितरीत्या बाहेर पडणे, इंधनटाकीपासून दूर होणे, अवकाशयानाची हवाईछत्री कार्यरत करणे, वैयक्तिक हवाईछत्री कार्यरत करणे, सागरात उतरणे आणि आपत्ती निवारण दल येईपर्यंत तग धरून संपर्क साधणे अशा चाचण्यांचा समावेश होता. या चाचण्यांमुळे अवकाशवीरांच्या सुरक्षिततेचे मुद्दे तपासले गेले.

चंद्राच्या कक्षेत यानांद्वारे भ्रमण करत छायाचित्रे मिळवण्यासाठी चांद्रकक्षीय भ्रमण कार्यक्रम (ल्यूनार ऑरबिटर प्रोग्रॅम) या वर्षी आखला गेला. तसेच चांद्रभूमीवरून आणलेल्या घटकांचा शास्त्रीय अभ्यास करण्यासाठी ल्यूनार रिसिव्हिंग लॅबोरेटरी उभारण्याचे ठरवण्यात आले.

रशिया : १९६४

मार्च आणि एप्रिल १९६४मध्ये ल्यूना ई-६ उपक्रमाचा एक भाग म्हणून दोन मोहिमा पार पडल्या. याद्वारे लॅन्डर प्रकारचे अवकाशयान थेट चांद्रभूमीवर उतरवण्याचे नियोजन होते. मात्र उड्डाणादरम्यानच अग्निबाणांच्या चरणांमध्ये बिघाड झाला आणि या मोहिमा अपयशी ठरल्या.

या वर्षीच्या जुलैमध्ये रशियाच्या संरक्षणखात्याने अवकाश संशोधनासाठी पाच वर्षांचे नियोजन केले. मात्र त्यात सुसूत्रता नव्हती. तसेच अवकाशविज्ञानातील तज्ज्ञ

आणि संरक्षण खाते यांच्यात समन्वयाचा अभाव जाणवू लागला होता. व्लादिमिर शेलोमेई हे संरक्षण सामग्री उत्पादनांशी संबंधित एका व्यावसायिक आस्थापनेचे प्रमुख होते. अग्निबाण-प्रक्षेपणास्त्र या विषयातील ते तज्ज्ञ होते. त्यांनी अग्निबाण आणि अवकाशयानाच्या नवीन संकल्पना मांडल्या. वैमानिकरहित लढाऊ विमाने तयार करणारी ही आस्थापना महायुद्ध काळात ओकेबी-५२ म्हणून ओळखली जायची. शेलोमेई यांनी युआर-५०० नामक अग्निबाण आणि एल-के अवकाशयानाची संकल्पना मांडली. ऑगस्टमध्ये सरकारकडून या संकल्पनेला मान्यताही मिळाली. यामुळे ओकेबी-१मधून होत असलेल्या प्रगतीस वेगळी दिशा मिळाली; शिवाय ओकेबी-१ विरुद्ध ओकेबी-५२ अशी परिस्थिती निर्माण झाली.

त्यानंतर लवकरच व्होस्कोड-१ ही समानव अवकाशमोहीम पार पडली. यात प्रथमच एका वेळी तीन अंतराळवीर अवकाश मोहिमेत सहभागी झाले होते आणि तेही खास अंतराळवीराचा पोशाख न घालता! व्लादिमिर कॉमॅरोव्ह, कॉन्स्टॅन्टीन फ्युक्टीस्टोव्ह आणि बोरिस येगोरोव्ह या अंतराळवीरत्रयीला घेऊन १२ ऑक्टोबर रोजी व्होस्कोड अवकाशयान अवकाशात झेपावले. यातील व्लादिमिर हा अवकाशयान संचलनासाठी प्रमुख मार्गदर्शक होता तर कॉन्स्टॅन्टीन अवकाशिकी विषयातील तज्ज्ञ आणि बोरिस वैद्यकीय क्षेत्रातील डॉक्टर होता.

व्होस्कोड-१ चे अंतराळवीर व्लादीमिर, कॉन्स्टॅन्टीन आणि बोरीस

कॉन्स्टॅन्टीनसाठी स्वतः कोरोलेव्ह आग्रही होते. 'अवकाशिकी अभियंत्यानेही अवकाश भ्रमण करावे; कारण पुढील अवकाशयान विकसित करण्यासाठी या अनुभवाचा उपयोग होऊ शकतो' असे त्यांचे मत होते. तर, बोरिसने अवकाशभ्रमणासाठी आपले राजकीय वजन वापरले असे म्हटले जाते.

व्होस्कोड-१ अवकाशयानाची अंतराळवीर कुपी

केवळ अवकाशवाहने संचलित करणाऱ्यांऐवजी असा संघ प्रथमच अवकाशभ्रमणासाठी जात होता. तीन वेगवेगळ्या क्षेत्रांतील व्यक्तींची अवकाशभ्रमणातील निरीक्षणे, वैद्यकीय व्यक्तीच्या दृष्टिकोनातून आरोग्याचे अवलोकन या गोष्टी या मोहिमेतून साध्य झाल्या.

व्होस्कोड-१ यान दोन भागांचे होते. उंची पाच मीटर, व्यास २.४३ मीटर आणि वजन ५.३२ टन होते. व्होस्कोड-१साठी ऐन वेळी दोनऐवजी तीन अंतराळवीरांचा विचार झाल्याने अंतराळवीरांसाठी साध्या प्रकाराची आसने निर्माण केली होती. मात्र सुरक्षिततेसाठी परतणाऱ्या कुपीसाठी अद्ययावत हवाईछत्रीची जोडणी केली गेली होती.

अंतराळवीरांना एकदा बंदिस्त जागेत गेल्यानंतर हालचालींवर मर्यादा येणार असल्याने सकाळपासून भरपूर शारीरिक हालचाली केल्यानंतर हे तिघे अवकाशयानात शिरले. ठरल्याप्रमाणे मध्यान्हीच्या सुमारास व्होस्कोड-१ बैकोनूरहून आकाशात झेपावले. ही मोहीम एक दिवसाची होती. उड्डाणानंतर कुठलाही प्रश्न निर्माण झाला नाही. साधारण ९० मिनिटांच्या कालावधीत, १७८ ते ३३६ किलोमीटर उंचीवरून व्होस्कोड-१ने सोळा फेऱ्या पूर्ण केल्या. दुसऱ्या दिवसाची मध्यान्ह होताना पुन्हा सगळ्यांच्या नजरा या अंतराळवीरांच्या आगमनाकडे लागल्या.

कुठलेही संकट न येता व्होस्कोड-१ची कुपी कझाकस्तानच्या उत्तरेला उतरली. लघुअग्निबाणाचा वापर करत, तसेच जमिनीवरील केंद्राशी संपर्क साधत ही कुपी जमिनीवर उतरवण्यात आली. थोड्याच वेळात शोधपथक अंतराळवीरांपर्यंत पोहोचले आणि त्यांना सुरक्षित ठिकाणी घेऊन गेले.

मोहिमेदरम्यान बोरिसला थोडी अस्वस्थता जाणवली. बाकी मोहीम यशस्वी पार पडली. व्होस्कोड-१साठी अद्ययावत दिशादर्शकी प्रणाली ग्लोबसचा वापर प्रथमच झाला होता. तज्ज्ञांनी मात्र या मोहिमेची संभावना एक जोखीम घेतलेली सर्कस अशी केली!

व्होस्कोड-१ मोहिमेदरम्यानची विशेष घटना म्हणजे पृथ्वीभोवती फेऱ्या मारताना तिघाही अंतराळवीरांनी राष्ट्रप्रमुख ख्रुश्चेव्ह यांच्याशी दूरध्वनीवरून वार्तालाप केला होता. मात्र त्या रात्री झालेल्या राजकीय घडामोडींमुळे ख्रुश्चेव्ह यांना राष्ट्रप्रमुखपदावरून तात्काळ पायउतार व्हावे लागले होते. मोहिमेवरून परतल्यानंतर अंतराळवीरांचे स्वागत नवीन राष्ट्रप्रमुख लिओनिड ब्रेझनेव्ह यांनी केले. ख्रुश्चेव्ह यांनी त्यांच्या कार्यकाळात चांद्रमोहिमेला पाठिंबा दिला नसला तरी संरक्षणावरील खर्चात कपात करून अवकाशविज्ञानाला पाठबळ दिले होते. आता नवीन राष्ट्रप्रमुख अवकाशमोहिमांबाबत काय भूमिका घेतात याकडे वैज्ञानिकांचे लक्ष होते.

१९६४ या वर्षात झॉन्ड प्रकल्पाच्या अंतर्गत दोन अन्वेषक याने शुक्र आणि मंगळ ग्रहांकडे पाठवण्याचा प्रयत्न झाला. मात्र संदेशवहनात उद्भवलेल्या अडचणींमुळे ही दोन्हीही याने अपेक्षित कार्य करू शकली नाहीत.

वर्ष संपत आले. एन-१ अग्निबाणांसाठीच्या उड्डाणमंचाच्या तयारीत कोरोलेव्ह व्यग्र होते. त्याचदरम्यान त्यांनी अमेरिकेतल्या एका कार्यक्रमात प्रसारित झालेली डॉ. ब्राऊन यांची मुलाखत दूरदर्शनवर पाहिली. जनसामान्यांसाठी अवकाश विज्ञान-

तंत्रज्ञानाबद्दल डॉ. ब्राऊन भरभरून बोलत होते. कोरोलेव्ह ती मुलाखत ऐकताना भारावून गेले. या डॉक्टर महाशयांना एकदा तरी भेटायलाच पाहिजे असे त्यांना मनोमन वाटले. तिकडे अमेरिकेतही ब्राऊन यांना रशियाच्या या अनामिकाला भेटण्याची ओढ होती. या दोघा दिग्गजांची भेट केव्हा घडणार होती?

अमेरिका : १९६५

या वर्षात फेब्रुवारी आणि मार्च महिन्यांत रेंजर-८ आणि रेंजर-९ या इम्पॅक्टर प्रकारातील अवकाशयान मोहिमा यशस्वीपणे पार पडल्या. रेंजर-८मुळे ७१३७ छायाचित्रे मिळाली, तर रेंजर-९ने ५८१४ छायाचित्रे पाठवली. रेंजर-९च्या छायाचित्रांत जास्त बारकावे टिपलेले होते. रेंजर-८मुळे पुन्हा एकदा ट्रांक्विलिटीज विवराची माहिती मिळाली आणि रेंजर-९मुळे अल्फोन्सस या लहान आकाराच्या विवराची ओळख झाली. हे विवर ११९ किलोमीटर व्यासाचे आणि २.७ किलोमीटर खोली असलेले होते. या विवराच्या कडेला अनेक लहान खळगे किंवा कुंडे होती. हे विवरही उल्कापातामुळे निर्माण झाल्याचे अभ्यासकांचे म्हणणे होते. समानव चांद्रमोहिमेसाठी या प्रदेशाचा विचार होऊ शकत होता.

जेमिनी-३ अवकाशयानाचे उड्डाण

मार्च महिन्यातच जेमिनी प्रकल्पाअंतर्गत जेमिनी-३ ही समानव मोहीम पार पडली. अवकाशप्रवासाचे तंत्रज्ञान, अंतराळवीरांची अवकाशयान संचलन करण्याची क्षमता, कक्षा बदलण्याचे प्रात्यक्षिक, अवकाशयान-कुपीच्या नवीन आवृत्तीची चाचणी असे या मोहिमेचे उद्देश होते.

टायटन अग्निबाणाच्या मदतीने जेमिनी-३ अवकाशयान २३ मार्चला आकाशात झेपावले. या अवकाशयानाला मॉली ब्राऊन यांचे नाव दिले होते. टायटॅनिक जहाज दुर्घटनेतून वाचलेल्या मॉली ब्राऊन या परोपकारी आणि श्रीमंत महिलेच्या स्मरणार्थ हे नाव दिले होते. या मोहिमेत व्हर्जिल ग्रीसम आणि जॉन यंग या अंतराळवीरांनी पृथ्वीभोवती १६० ते २२५ किलोमीटर उंचीदरम्यान साधारण पाच तासांमध्ये तीन फेऱ्या पूर्ण केल्या.

जेमिनी-३चे अंतराळवीर अवकाशयानाकडे चालताना

या मोहिमेत सुधारित अवकाशपोशाख, एक्झोथर्मिक तंत्रज्ञान, अन्न-पाण्यावरील परिणाम इत्यादी चाचण्याही केल्या गेल्या. तसेच मानवी रक्तावर आणि सी अर्चिन या समुद्री प्राण्यावर शून्य गुरुत्वाकर्षणाचा काय परिणाम होतो हेदेखील तपासले गेले.

पुढच्या जेमिनी-४ या जून महिन्यातील मोहिमेद्वारे अमेरिकेने प्रथम अवकाशीय पदभ्रमण शक्य करून दाखवले. अवकाशीय पदभ्रमण म्हणजे अवकाशयानाबाहेर काही वेळ वास्तव्य करणे. रशियाच्या ॲलेक्सी लिओनोव्हने तीन महिने आधीच हे करून दाखवले होते. तथापि आपणही अवकाशीय पदभ्रमणाच्या तंत्रज्ञानात सक्षम आहोत हे अमेरिकेने या मोहिमेद्वारे सिद्ध करून दाखवले. जेमिनी-४ची मोहीम ४ दिवस आणि २ तासांच्या वेळेत ६२ प्रदक्षिणा करणारी होती. यातील तिसऱ्या फेरीदरम्यान एडवर्ड व्हाइट या अंतराळवीराने २० मिनिटे अवकाशयानाबाहेर येऊन पृथ्वीबाह्य अवकाशाचे दर्शन घेतले.

जेमिनी-४ एडवर्ड व्हाइटचे अवकाशीय पदभ्रमण

अवकाशीय पदभ्रमणाबरोबर या मोहिमेद्वारे भ्रमणादरम्यान अवकाशयानावरील स्थिर विद्युतभाराचे मापन झाले. अद्ययावत अशा कोनमानित्राचा (सेक्स्टन्ट) प्रथम वापर झाला. अवकाशवीरांनी प्रथमच एक खास रबराची दोरी (बंगी कॉर्ड) व्यायामासाठी बरोबर नेली. किरणोत्साराचे मोजमाप करण्यासाठी डॉसिमीटर नावाचे साधन पहिल्यांदा वापरण्यात आले.

१९६०च्या दशकात संगणक क्षेत्रात आयबीएम या एकमेव आस्थापनेचा दबदबा होता. 'नासा आमचे संगणक वापरते' अशी जाहिरात ते करत. जेमिनी-४ मोहिमेसाठी आयबीएमचाच संगणक वापरण्यात आला होता. मात्र ४८व्या फेरीदरम्यान तो बिघडला. अर्थात यामुळे कोणतीही गंभीर समस्या निर्माण झाली नाही. अंतराळवीरांनी पृथ्वीवर येताना संचलन करत अवकाशयानाची कुपी पूर्ण नियंत्रणात आणि अलगद उतरवण्याचा प्रयत्न केला. तरीही नियंत्रण योग्य न झाल्यामुळे कुपी अपेक्षेपेक्षा जास्त वेगात खाली आली आणि अपेक्षित जागेपेक्षा समुद्रात ८० किलोमीटर अलीकडे उतरली. मात्र टेहळणी करणारी विमाने आणि नौका असल्यामुळे कुठलीही गंभीर समस्या उद्भवली नाही. परंतु पुढच्या मोहिमेआधी आयबीएमने संगणकात झालेला बिघाड दुरुस्त केला.

यानंतर दोन महिन्यांतच जेमिनी-५ मोहीम पार पडली. ही एका आठवड्याची मोहीम होती. भविष्यात चंद्रावर माणूस पाठवताना त्याला अवकाशात किमान सहा ते सात दिवस वास्तव्य करणे आवश्यक होते. त्या दृष्टिकोनातून ही मोहीम आखली गेली होती. अवकाशात दीर्घ काळ वास्तव्यासाठी गॉर्डन कूपर आणि पीट कॉनरॅड या दोघांची निवड झाली होती. या मोहिमेत त्या दोघांना मुख्यत्वे वेगवेगळी नक्षत्रे, भूतल तसेच वातावरणातील बाष्प, ढगांचे थर इत्यादी गोष्टींचे छायाचित्रण करायचे होते. याखेरीज वर्णपटविश्लेषक उपकरणाचा उपयोग करत अवकाशातील आणि पृथ्वीच्या

जेमिनी-५चे अंतराळवीर अवकाशयानात स्थानापन्न होताना

पृष्ठभागावरून परावर्तित होणारे प्रारणाचे मापन करायचे होते.

२१ ऑगस्टला टायटन अग्निबाणाच्या मदतीने जेमिनी-५ने पृथ्वीचा तळ सोडला. कक्षेत स्थिर झाल्यानंतर सुमारे १६२ ते ३५० किलोमीटरदरम्यान लंबवर्तुळाकार कक्षेत ९० मिनिटांच्या कालावधीत जेमिनी-५ने प्रदक्षिणेस सुरुवात केली.

या अवकाशयानाच्या मागील टोकाला अवकाशायानाचे संयुक्त मूल्यांकन करणारी यंत्रणा प्रणाली (रॉन्देव्हू इव्हॅल्युएशन पॉड) जोडण्यात आली होती. अवकाशयानाच्या मागे त्याच गतीने ही प्रणालीही प्रवास करणार होती. रडारसदृश्य तंत्रज्ञानाने काम करणारी, ३४.५ किलोग्रॅम वजनाची ही प्रणाली होती.

जेमिनी-५ रॉन्देव्हू इव्हॅल्युएशन पॉड

जेमिनी-५ अवकाशयान दोन भागांचे होते. उपकरणे-साधने असलेला (अडॅप्टर) पहिला भाग आणि पृथ्वीतलावर परत येणारा (रीएन्ट्री) दुसरा भाग. रीएन्ट्री भागात तळाला लागूनच पुढील बाजूला दोन अंतराळवीरांची आसने होती आणि आसनांच्या कडेला अर्धा मीटरपेक्षाही कमी जागा त्यांचे साहित्य ठेवण्यासाठी होती. ही मोहीम आठ दिवसांची असल्यामुळे अंतराळवीरांना त्या आसनातच शरीराच्या हालचाली करायच्या होत्या. तसेच यानात अंतराळवीरांच्या खाण्यापिण्याची आणि नैसर्गिक विधींची व्यवस्था विशेष अभ्यास करून करण्यात आली होती. अंतराळयानातील जागा आणि वजन यामुळे अंतराळवीरांसाठी घेऊन जायच्या अन्नसाठ्यावर मर्यादा होत्या. यावर उपाय म्हणून अंतराळवीरांना जास्त उष्मांक देणारे पण कमी वजनाचे खाद्यपदार्थ देण्यात आले होते. पिण्याच्या पाण्यासाठीही तीच परिस्थिती होती. मोजके पाणी बरोबर दिलेले होते. त्याचा वापर केवळ पिण्यासाठीच करायचा होता आणि तो तेवढाच व्हावा यासाठी विशेष खटका असलेली पिचकारीची सुविधा केली होती.

अवकाशवीरांच्या दैनंदिन देहधर्मासाठी शरीराला घट्ट चिकटून बसेल अशी एक खास पिशवी तयार केली होती. त्यालाच स्वच्छतेसाठीही सोय होती. पिशवीत साठलेल्या मलमूत्रात जिवाणूंचा प्रादुर्भाव होऊ नये म्हणून पिशवीत रासायनिक पदार्थ टाकण्यात आले होते. अंतराळवीर पुन्हा पृथ्वीवर आल्यानंतर त्यांच्या मलमूत्राचीही वैद्यकीय तपासणी होणार होती.

या मोहिमेत अपेक्षित छायाचित्रण पार पडले. जगातील सर्वच देशांच्या भूतलांची छायाचित्रे मिळाली होती. यामध्ये इराक, इराण, तुर्कस्तान या देशांमधील जाग्रोस पर्वतरांगांची सविस्तर छायाचित्रे प्रथमच मिळाली होती. याचबरोबर नक्षत्रे, वातावरणातील बाष्प, ढगांच्या थरांचे चित्रण, प्रारणाचे मापनही झाले होते. वाचनाची आवड असलेला पीट या मोहिमेदरम्यान चांगलाच कंटाळला. छायाचित्रणाव्यतिरिक्त काहीच करता येत नव्हते. वाचन करण्यासाठी आपण एखादे पुस्तक बरोबर आणायला हवे होते असे त्याला फार वाटले. खरेच! खऱ्या वाचकाला वाचनासाठी अवकाशातला एकांत किती छान असतो याचा सुंदर अनुभव पीटला घेता आला नव्हता.

जेमिनी-५ केप कॅनाव्हेरलवरून (शब्दशः) जाताना घेतलेले छायाचित्र

एकूण ७ दिवस २२ तासांमध्ये १२० प्रदक्षिणा घातल्यानंतर ठरल्याप्रमाणे हवाई बेटांवरून जात असताना अवकाशयानाची कुपी पृथ्वीवर उतरण्यासाठी कार्यान्वित करण्यात आली. या वेळी थोडी गडबड झाली. संगणकात पृथ्वीच्या परिवलनाच्या वेगाबाबत सूचना देताना काही त्रुटी राहिल्यामुळे कुपी ॲटलांटिक महासागरात ८० किलोमीटर अलीकडे उतरली. जवळच तैनात असलेल्या शोधपथकांमुळे अंतराळवीरांपर्यंत पोहोचण्यात कसलीच अडचण आली नाही.

पृथ्वीवर उतरल्यानंतर गॉर्डन आणि पीट यांना तातडीने वैद्यकीय तपासणीसाठी नेण्यात आले. अवकाशप्रवासात दोघांची त्वचा कोरडी आणि अत्यंत खडबडीत होऊन त्वचेच्या मृत पेशी अवकाशयानातील उपकरणांवर साठल्याचे दिसले. तसेच केसांमधून कोंडाही साठला होता. रक्तातील लाल पेशी आणि रक्तद्रव्याचे (ब्लड प्लाझ्मा) प्रमाण घटले होते. २-४ दिवसांत दोघांची प्रकृती पूर्ववत झाली. जेमिनी-५च्या यशामुळे पुढच्या मोहिमेवर उत्साहाने विचारविनिमय सुरू झाला.

जेमिनी-५ची कुपी सागरात उतरल्यानंतर बाहेर आलेले कूपर आणि कॉनरॅड

जुलैमध्ये मॅसॅच्युसेट्स राज्यात अमेरिकेतल्या चांद्रमोहिमांच्या आत्तापर्यंतच्या प्रवासाचा आढावा घेणारी एक परिषद भरवण्यात आली होती. यात भूमितीय आकार, भूरूपिकी (मॉरफॉलॉजी), ज्वालामुखी, भूकंप, वातावरणातील उत्सर्जन, चुंबकत्व तसेच भूपृष्ठावरील सजिवांचे अस्तित्व इत्यादी अनेक प्रश्नांवर चर्चा झाली. चंद्र आणि पृथ्वी यांच्यातील साम्य आणि फरक, सूर्यमालेतील अन्य ग्रह-उपग्रहांबरोबरचा तुलनात्मक अभ्यास हे सर्व

प्रात्यक्षिकांच्या माध्यमातून अभ्यासण्यास सुरुवात झाली. चंद्राचा अभ्यास केवळ तात्कालिक नव्हे, तर पुढच्या दहा वर्षांसाठी नियोजित करण्यात आला.

डिसेंबरमध्ये अमेरिकेने दीर्घकालीन अवकाशप्रवासाच्या आणखी दोन मोहिमा यशस्वीपणे राबवल्या. जेमिनी-६ आणि जेमिनी-७. जेमिनी-७ मोहीम १३ दिवसांची होती तर जेमिनी-६ केवळ २५ तासांची होती. या दोन्ही मोहिमांचे स्वतंत्र आणि संयुक्त उद्देश होते.

अवकाशात जास्त कालावधी व्यतीत केल्यामुळे माणसाच्या आरोग्यावर होणारे परिणाम जेमिनी-७द्वारे तपासले जाणार होते. तसेच सुधारित अवकाश पोशाखात आणि अवकाश पोशाखाशिवायही वास्तव्य करायचे होते. अंतराळवीरांच्या विश्रांती आणि कामकाजाच्या वेळातही फरक करण्यात आला होता. विविध प्रकाराच्या छायाचित्रणाबरोबरच दिशादर्शन (नेव्हिगेशन) आणि वातावरणातील चुंबकीय प्रभाव यांबाबत मोजमापे करायची होती.

जेमिनी-६ मोहिमेचा उद्देश जेमिनी-७ मोहिमेशी निगडित होता. अंतराळात दोन अवकाशयाने एकमेकांच्या निकट आणणे आणि ती एकमेकांशी जोडणे हा महत्त्वाचा प्रयोग या वेळी होणार होता. या प्रयोगाच्या अनुषंगाने याने सुरक्षितरीत्या निकट येण्यासाठीचे तंत्रज्ञान, निकट आल्यानंतरचे अवकाशयानांचे नियंत्रण इत्यादी महत्त्वाची आणि जोखमीची प्रात्यक्षिके होणार होती. यातून भविष्यकाळात अंतराळस्थानक निर्माण करणे साध्य होणार होते.

दोन अवकाशयाने एकमेकांशी जोडण्यासाठी आधी एक मानवरहित अवकाशयान अंतराळात पाठवायचे आणि काही दिवसांनंतर दुसरे समानव अवकाशयान पाठवायचे, त्यानंतर मानवरहित अवकाशयानाला समानव यान जोडायचे (डॉकिंग) आणि विलग करायचे (अनडॉकिंग) असे नियोजन ठरले होते. मात्र आधीच्या मानवरहित यानाची (टार्गेट व्हेइकल) अपेक्षित पूर्तता न झाल्यामुळे जेमिनी-७ आधी सोडण्यात आले. जेमिनी-६ त्यानंतर सोडण्यात आले.

रशियामध्ये असा प्रयोग दोन वर्षांपूर्वी केला गेला होता. मात्र ती दोन अवकाशयाने एकमेकांपासून हजार किलोमीटरपेक्षाही जास्त अंतरावर दूरच राहिली.

ठरल्याप्रमाणे ३६६३ किलोग्रॅम वजनाचे जेमिनी-७ टायटन अग्निबाणाच्या मदतीने अंतराळात झेपावले आणि अल्पावधीत वातावरणात स्थिरावताच सुमारे ३०० किलोमीटर दरम्यानच्या कक्षेत भ्रमण करू लागले. या मोहिमेसाठी अंतराळवीर होते फ्रँक बॉरमन आणि जिम लॉवेल या दोघांनी त्वचा कोरडी होऊ नये, तसेच केसांमध्ये कोंडा होऊ नये म्हणून खबरदारी घेतली होती. वाचन करण्यासाठी न विसरता पुस्तके घेतली होती. कक्षीय भ्रमणाची सुरुवात होताच फ्रँक आणि जिम यांनी प्रयोगांना सुरुवात केली. या वेळी त्यांना देशातील घडामोडी रोजच्या रोज कळवण्याची व्यवस्था केलेली होती.

पुस्तके असल्यामुळे काम संपल्यानंतरही कंटाळवाणेपणा आला नाही. त्यांचा पहिला आठवडा चांगला गेला. नंतर मात्र कंटाळा यायला लागला. ही मोहीम दोन आठवड्यांची असल्याने भरपूर अन्नसाठा होता. मात्र अन्नाच्या हवाबंद डब्यांची झाकणे जास्त पक्की झाल्याने ती उघडायचा त्रास व्हायचा. त्यातून खाद्यपदार्थ बाहेर काढण्यातही खूप वेळ जायचा. या मोहिमेत दोन्ही अंतराळवीरांनी अंतराळपोशाखाशिवाय अवकाशयानात काही काळ राहून पाहिले. छायाचित्रणही समाधानकारक झाले होते. शेवटी शेवटी अवकाशयानाच्या खिडकीच्या काचेवर एक थर साठला होता. ज्यामुळे बाहेरची दृश्यमानता कमी झाली होती. मोहिमेच्या अखेरच्या दोन दिवसांत दोन अवकाशयाने एकमेकांच्या निकट आणण्याचा महत्त्वपूर्ण प्रयोग होणार होता.

१५ डिसेंबर उजाडला. फ्रँक आणि जिम सरसावून बसले. जेमिनी-६ अवकाशयान अंतराळात आल्याचे संकेत मिळाले. वॉल्टर शिचर आणि थॉमस स्टॅफर्ड हे अंतराळवीर जेमिनी-६मध्ये होते. जेमिनी-६चे वजन, अग्निबाण, कक्षीय उंची आणि अन्य तांत्रिक बाबी जेमिनी-७सारख्याच होत्या.

वॉल्टर शिचर आणि थॉमस स्टॅफर्ड जेमिनी-६ अवकाशयानाच्या कुपीत बसताना

तिसऱ्या कक्षीय भ्रमणादरम्यान वॉल्टरने जेमिनी-६च्या संचलनाकडे बारकाईने लक्ष दिले. चौथ्या भ्रमणादरम्यान त्यांना जेमिनी-७ला शोधायचे होते. चौथे भ्रमण सुरू झाले आणि वॉल्टर आणि थॉमस दूरवर न्याहाळू लागले. जेमिनी-६ यान जेमिनी-७पासून सुमारे २००० किलोमीटर मागे असल्याचे संकेत मिळाले होते. वॉल्टरने यानाचा वेग ४ मीटर प्रति सेकंद वाढवला. अजूनही जेमिनी-७ सुमारे ११०० किलोमीटर पुढेच होते. वॉल्टरला यानाचा वेग १९ मीटर प्रती सेकंद वाढवण्याचे संकेत मिळाले. साधारण ३० मिनिटांनंतर जेमिनी-६ हे यान जेमिनी-७ पासून ४०० ते ५०० किलोमीटरच्या टप्प्यात आले. अवकाशयानाच्या बाहेरील दिव्यांच्या उजेडामुळे दूरवरचे दिसणे अस्पष्ट होते. वॉल्टरने दिवा बंद करण्याचे ठरवले. काही वेळातच दूरवर एक तेजस्वी तारा दिसला.

"अरे, हा तर व्याध असावा! बहुधा याच ताऱ्याच्या दिशेकडून जेमिनी-७ दिसण्याची शक्यता आहे!" वॉल्टर थॉमसला सांगत होता. इतक्यात रडारचे संदेशवहन सुरू करण्याचे संकेत मिळाले. तिकडे जेमिनी-७मध्येही रडार प्रणाली सुरू झाली. अंतराळातल्या अंधांतरी रंगमंचावर आता एक अनोखे प्रायोगिक नाटक रंगणार होते. जेमिनी-६मधून दूर दिसणारा व्याधाचा तारा आता अधिकच स्पष्ट दिसू लागला.

"अहाहा...! थॉमस, हा व्याध नाही. हे जेमिनी-७ आहे!"

जेमिनी-६ अवकाशयानातून दिसलेले जेमिनी-७ अवकाशयान

परावर्तित होणाऱ्या सूर्यप्रकाशामुळे शेकडो किलोमीटर अंतरावरूनही जेमिनी-७ ताऱ्यापेक्षाही तेजस्वी दिसत होते. तोपर्यंत दोन्ही यानांमध्ये रडारचेही संकेत सुरू झाले. जेमिनी-७मध्ये फ्रँक आणि जिम संदेशाची वाटच पाहत होते. जेमिनी-६चा बाहेरील दिवा पुन्हा प्रकाशमान करत वॉल्टर आणि थॉमसने संपर्क साधत आपले यान जेमिनी-७च्या जवळ नेण्यास सुरुवात केली.

सुमारे १०० किलोमीटरपासून या दोन अवकाशयानांमधील अंतर कमी होत गेले. यानांमध्ये आता केवळ ९० मीटर अंतर होते. दोन्ही यानांचा प्रवास सुमारे २० मिनिटे समांतर स्थितीत सुरू राहिला. थोडा आत्मविश्वास येताच पुन्हा काळजीपूर्वक पद्धतीने दोन्ही याने अधिक निकट आणण्याचा प्रयत्न झाला. आता यानांत केवळ एक फूट अंतर होते. अगदी इकडचा अंतराळवीर त्या यानात सहज या पायरीवरून त्या पायरीवर गेल्यासारखा जाऊ शकला असता. इतक्या अल्प अंतराने पुन्हा काही वेळ यानांचा प्रवास झाला. या वेळी जरी अंतराळवीरांना या यानातून त्या यानात जाणे शक्य झाले नसले, तरी भविष्यात एकापेक्षा अधिक अवकाशयानांच्या जोडणीतून विस्तृत अवकाशकेंद्राची उभारणी करणे अशा प्रयोगासाठी आत्ताचे प्रात्यक्षिक मोलाचे होते. जेमिनी-६ने जेमिनी-७भोवती एक प्रदक्षिणा घेतली.

जेमिनी-६ आणि जेमिनी-७ अवकाशयानांची जोडणी होताना

दोन याने निकट असताना दोन्हींमधील अंतराळवीरांनी एकमेकांची छायाचित्रे काढली. एकमेकांशी संपर्क साधण्याचे विविध प्रयोग करून पाहिले. त्यानंतर जेमिनी-७पासून दूर जाण्यासाठी जेमिनी-६ कार्यान्वित झाले. पहिल्या टप्प्यात ते १६ किलोमीटर दूर झाले आणि पुढे ठरल्याप्रमाणे कक्षीय भ्रमण करू लागले. दुसऱ्या दिवशी म्हणजे १६ डिसेंबरला जेमिनी-६ यानाने फ्रँक आणि जिम यांना निरोपाचा संदेश देऊन पृथ्वीतलाकडे प्रयाण केले.

२७ तासांच्या अंतराळभ्रमणानंतर जेमिनी-६ची कुपी ॲटलांटिक महासागरातील हैती देशाच्या उत्तरेला अपेक्षित ठिकाणापेक्षा केवळ १८ किलोमीटर दूर अंतरावर सुरक्षितरीत्या उतरली. एवढे अचूक उतरणे पहिल्यांदा घडले होते.

यानंतर दोन दिवसांनी, १८ डिसेंबरला जेमिनी-७च्या अंतराळवीरांची कुपीही अपेक्षित ठिकाणापेक्षा फक्त १२ किलोमीटर दूर अंतरावर सुरक्षितरीत्या उतरली.

जेमिनी-६ आणि जेमिनी-७ यांच्या यशानंतर अमेरिकेला आता अवकाशयानांच्या डॉकिंगचे आणि अनडॉकिंगचे वेध लागले होते!

या मोहिमांच्या बरोबरीने नासामध्ये इतरही महत्त्वपूर्ण मुद्द्यांवर चर्चा आणि अभ्यास चालू होता. अवकाशवीरांसाठीचे प्रशिक्षण, चंद्रावरून आणलेल्या घटक-पदार्थांचे व्यवस्थापन आणि चंद्रावर उतरण्यासाठी योग्य ठिकाण हे तीन मुद्दे त्यात प्रामुख्याने होते.

रशिया : १९६५

शेलोमेई यांनी मांडलेल्या युआर-५०० अग्निबाण आणि एल-के अवकाशयानाची संकल्पना मूल्यांकनासाठी फेब्रुवारी महिन्यात रशियातील ॲकॅडमी ऑफ सायन्सेसकडे पाठवण्यात आली. तर मार्चमध्ये ल्यूना ई-६ मालिकेतील एक अन्वेषकयान चंद्राकडे पाठवण्याचा प्रयत्न झाला. मात्र हे यान पृथ्वीभोवतालच्या कक्षेत व्यवस्थित फिरले आणि कक्षा सोडून चंद्राच्या दिशेने जाण्याऐवजी भरकटले. यानातील नियंत्रण प्रणालीत बिघाड झाल्याने हे यान अयशस्वी ठरले. पण रशियन वैज्ञानिक खचले नाहीत!

व्होस्कोड-२ या समानव अवकाश मोहिमेचे उड्डाण १८ मार्च रोजी ठरवण्यात आले होते. या मोहिमेचा उद्देश अवकाशीय पदभ्रमण हा होता. अवकाशयानाबाहेर वैज्ञानिक प्रयोग-निरीक्षणांसाठी, अवकाशयानाबाहेरील संकेतवहनाच्या साधनांची जोडाजोड करण्यासाठी तसेच बाह्य वातावरणाचा परिणाम अभ्यासण्यासाठी काही वेळा अवकाशवाहनाबाहेर वास्तव्य करावे लागते. त्यासाठी हे अवकाशीय पदभ्रमण उपयोगी पडणार होते. नभांतरी-अधांतरी अशा अवकाशीय पदभ्रमणाला 'एक्स्ट्रा व्हेइकल ॲक्टिव्हिटी' असेही संबोधले जाते.

अवकाशीय पदभ्रमण करण्यासाठी अवकाशयानाची कुपी आणि अवकाशवीराचा पोशाख यांच्यादरम्यान एक नळीसारखा दोर जोडला गेला होता. यामुळे अंतराळवीर अवकाशात कुठेही भरकटून न जाता सुरक्षित राहू शकणार होता. तथापि पृथ्वीपासून शेकडो किलोमीटर उंचीवर आणि निर्वात जागेत केवळ या दोराच्या जीवावर वावरणे हे मोठेच धाडस होते. असे करण्यासाठी अवकाशवीराची मानसिक तयारीही महत्त्वाची होती.

व्होस्कोड-२ची रचना व्होस्कोड-१सारखीच होती. केवळ अवकाशीय पदभ्रमणाकरिता बाहेर येण्यासाठी वेगळी जागा ठेवली होती. या जागेतून बाहेरील कुठलेही प्रारण आत जाणार नाही किंवा आतील मानवी जीवनावश्यक वातावरण बिघडणार नाही यासाठी खास उपाययोजना केली गेली होती. तसेच छायाचित्रणाचे एक साधनही या गोलाकार जागेला लावलेले होते.

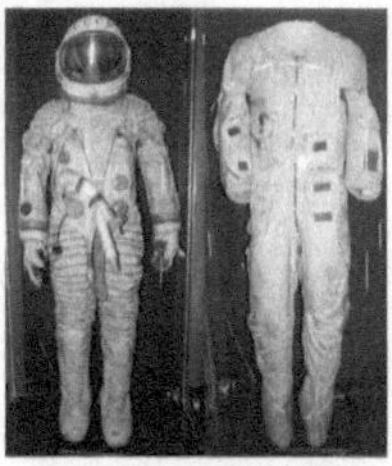

बर्क्युट (प्रारूप)

या मोहिमेसाठी अंतराळवीरांच्या पोशाखात काही खास सुधारणा करण्यात आल्या होत्या. रशियन अवकाश कार्यक्रमासाठी पोशाख तयार करणाऱ्या झ्वेदा या उद्योगसमूहाने व्होस्कोड-२साठी पोशाखा तयार केला होता. दोन थरांच्या या पोशाखाचा अंतर्गत दाब नियंत्रित करता येत होता. अवकाशीय पदभ्रमण करण्यासाठी ४५ मिनिटांसाठीचा प्राणवायू पुरवला जाऊ शकत होता. एकूण ४१ किलोग्रॅम वजनाच्या या पोशाखाला 'बर्क्युट', म्हणजे रशियन भाषेत 'सोनेरी गरुड', असे नाव दिले गेले होते.

या पहिल्या अवकाशीय पदभ्रमणासाठी निवड झालेला अंतराळवीर होता ॲलेक्सी लिओनोव्ह. कोरोलेव्ह यांनी प्रथमदर्शनी हेरलेला, इतरांच्या तुलनेत काहीशा लहान चणीचा. ॲलेक्सीबरोबर जोडीला होता पॅवेल बॅल्येव्ह.

व्होस्कोड-२चे अंतराळवीर पॅवेल बॅल्येव्ह आणि ॲलेक्सी लिओनोव्ह

१८ मार्चच्या दुपारी बारा वाजता सुमारे ५.७ टन वजनाच्या अवकाशवाहनास घेऊन ॲलेक्सी आणि पॅवेल या जोडीने अवकाशीय पदभ्रमणासाठी प्रयाण केले. उड्डाणानंतर काही मिनिटांतच अवकाशयान कक्षेत स्थिरावले. साधारण ९० मिनिटांमध्ये हे यान पृथ्वीभोवती एक प्रदक्षिणा पूर्ण करणार होते. आता सगळ्यांना उत्कंठा होती ती ॲलेक्सीच्या पदभ्रमणाची!

उड्डाणानंतची पहिली प्रदक्षिणा पूर्ण होत असताना व्होस्कोड-२ यान आफ्रिका खंडाचा सूर्योदय पाहत पुढे तिरक्या दिशेत उत्तर गोलार्धाकडे, म्हणजेच त्याच्या मायदेशाकडे निघाले होते. यादरम्यान ठरल्याप्रमाणे अवकाशीय पदभ्रमणाला सुरुवात झाली. व्होस्कोड-२च्या कुपीतील हवेचा दाब नियंत्रित करण्यात आला. ॲलेक्सीने दोर तपासला आणि गोलाकार जागेचे झाकण दूर करत आपले डोके बाहेर काढले. बाहेर डोकावत ॲलेक्सीने स्वतःला त्या गोलाकार जागेतून बाहेर ढकलले आणि काही क्षणात तो अवकाशयानाच्या बाहेर आला.

'हं...!!!'

वर्णन करायला ॲलेक्सीकडे शब्दच नव्हते. केवळ अनुभवावे असेच ते क्षण होते.

वरच्या बाजूला काळेभोर आकाश आणि त्यातल्या असंख्य तारका तर खाली पृथ्वीच्या गोलाभोवती दिसत असलेला जाडसर निळा थर, त्याच्याखालची ढगांची आवरणे आणि मागे सरकत असलेले भूपृष्ठ! सगळं केवळ शब्दातीत होतं.

ॲलेक्सी जेव्हा व्होस्कोड-२ यानाबाहेर आला, त्या वेळी यान बल्गेरियाकडे येत होते. अवघ्या पाच मिनिटांमध्ये यान रशियाच्या भूमध्य समुद्राजवळील क्रिमिया प्रदेशावर आले. अवकाशीय पदभ्रमण टिपण्यासाठी सुरू झालेली छायाचित्रण प्रणाली कार्य करत होती. या प्रदेशातील अवलोकन केंद्रामध्ये व्होस्कोड-२ चे रेडिओ संकेत मिळाले.

व्होस्कोड-२द्वारे ॲलेक्सी अवकाशीय पदभ्रमण करणार आहे हे रशिया सरकारने आधी जाहीर केले नव्हते. पदभ्रमणाविषयी फक्त संबंधित वैज्ञानिक, तंत्रज्ञांनाच माहिती होती. या मोहिमेचे प्रक्षेपण दूरदर्शनच्या माध्यमातून देशभरात करण्यात येणार होते. त्यामुळे ॲलेक्सीचे कुटुंबीय तिकडेच डोळे लावून बसले होते. रशियाच्या लाखो नागरिकांना दूरदर्शनच्या माध्यमातून घरबसल्या व्होस्कोड-२ मोहीम अनुभवायला मिळाली. अंतराळात वेगात चाललेले व्होस्कोड-२ साऱ्यांनी पाहिले. आणि तितक्यात अचानक ॲलेक्सी पदभ्रमणासाठी यानाबाहेर आलेला दिसला. अवकाशीय पदभ्रमणाबद्दल काही माहिती नसल्याने हे दृश्य पाहताच त्याच्या घरी एकदम खळबळ उडाली. सगळे गांगरून गेले. काही चुकीचे घडतेय का? ॲलेक्सीने याबद्दल घरात तर काहीच सांगितले नव्हते. ॲलेक्सीचे आईवडील आणि पत्नी काळजीत पडले. ॲलेक्सीच्या छोट्या मुलीनेही दूरदर्शनवर ते दृश्य पाहिले. ती तर लगेच ओरडली, ''आई! बाबांना सांग ना असे बाहेर येऊ नका, पटकन आत जा.'' ॲलेक्सीला लहानपणापासून चांगलेच ओळखत असल्याने त्याच्या वडिलांना वाटले की ॲलेक्सी कदाचित स्वतःहून असा काही आचरटपणा करत आहे. न राहवून त्यांनी थेट बैकोनूरलाच दूरध्वनी केला. तोपर्यंत युरी लेव्हिटॅनने मॉस्कोच्या रेडिओ केंद्रातून ॲलेक्सीच्या या जगप्रसिद्ध पहिल्या अवकाशीय पदभ्रमणाची घोषणा केली.

अवघ्या १६ मिनिटांमध्ये व्होस्कोड-२ पुन्हा दक्षिण ध्रुवाकडे वळले. तोपर्यंत ॲलेक्सीच्या अवकाशीय पदभ्रमणाचा प्रयोग पूर्ण झाला होता. ॲलेक्सीला अवकाशातून आपल्या देशाचे दर्शन झाले. वातावरणाच्या झिरझिरीत पडद्याखाली भूमध्य समुद्र, कॉकेशस पर्वत, व्होल्गा नदी आणि दूरवर त्याचे कलिनीग्राड हे गाव. सगळे सगळे मनोहारी वाटत होते.

या अल्पशा वेळेत राष्ट्रप्रमुखांनी ॲलेक्सीशी आणि पॅवेलशी संवाद साधत त्यांना शुभेच्छा दिल्या आणि त्यांच्या सुरक्षित परतण्याची वाट पाहत असल्याचे सांगितले.

शब्दातीत अनुभव उराशी बाळगत ॲलेक्सी पुन्हा अवकाशयानात शिरला. पोशाख पूर्णतः कडक झाला असल्याचे ॲलेक्सीला जाणवले. त्याचा त्याला त्रास होत होता. ॲलेक्सीला पोशाखामुळे त्रास होत असल्याचे पृथ्वीवरच्या भूकेंद्रात समजताच कोरोलेव्ह चिंतातूर झाले. जणू काही त्यांनाच त्रास होत होता. ॲलेक्सीने दाब नियंत्रित

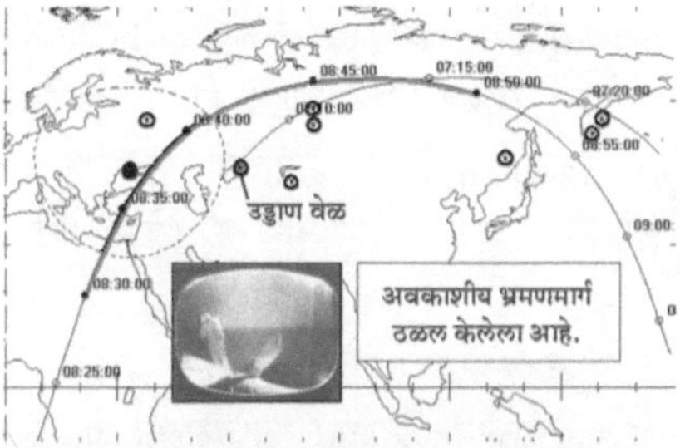

व्होस्कोड-२ अवकाशयान मोहिमेद्वारे ॲलेक्सीने अवकाशीय भ्रमण केले तो मार्ग आणि नियंत्रणकक्षात दिसलेले दृश्य

करत पोशाख पुन्हा व्यवस्थित केला. जास्त काही त्रासदायक न घडता ॲलेक्सी अवकाशयानात परतला होता.

अवकाशयानात परतल्यानंतर ॲलेक्सी काही वेळ स्तब्धच राहिला. अवकाशाच्या भव्यतेसमोर माणसाचे अस्तित्व किती नगण्य आहे याचा जणू त्याने अनुभव घेतला होता. पॅवेलने त्याला थोडीशी विश्रांती घेऊ दिली आणि विचारले, ''ॲलेक्स, काय अनुभव?'' यावर, ''पॅवेल, बाहेर पडल्यापासून आत येईपर्यंत माझ्या हृदयाची धडधड मला स्पष्ट ऐकू येत होती. यावरून काय समजायचे ते समज!'' असे उत्तर ॲलेक्सीने दिले. या वेळी छायाचित्रणाखेरीज अंतराळवीरांकडे अन्य कुठलेही काम सोपवण्यात आले नव्हते.

सुमारे १६७ ते ४७५ किलोमीटर दरम्यानच्या उंचीवरून लंबवर्तुळाकार कक्षेत सोळा फेऱ्या पूर्ण झाल्या होत्या. आता ॲलेक्सी आणि पॅवेल वाट पाहत होते जमिनीवर उतरण्याची. या फेरीदरम्यान परतीच्या प्रवासासाठी कुपी खाली यायला लागणार होती. मात्र सतराव्या फेरीदरम्यान भूकेंद्राबरोबरचा संपर्क तुटला. अग्निबाण प्रज्वलित होऊन कुपी अलग होण्यात केवळ ४६ सेकंदांचा उशीर झाला. पण त्यामुळे त्यांचे उतरण्याचे नियोजित ठिकाण बदलले. निर्णायक क्षणी कुपी अपेक्षित ठिकाणापासून दूर गेली आणि वेगळ्याच ठिकाणी पोहोचली. मात्र सभोवती दाट अरण्य होते. हा तैगा प्रदेशाचा भाग होता. तैगा म्हणजे सूचिपर्णी वृक्षांचे अरण्य. सभोवती देवदार, पाईन आणि भोजपत्र अशा झाडांची दाटी होती. दोन देवदार झाडांच्यामध्ये जमिनीवर सर्वत्र बर्फ साठलेला होता. अशा ठिकाणी हे दोघे अंतराळवीर उतरले. आता त्यांची खरी कसोटी होती. झाडांवर अडकलेल्या हवाईछत्रीच्या मोठ्या आच्छादनामुळे शोधपथकाला आपला शोध घेणे सोपे जाईल असे त्यांना वाटले. ॲलेक्सी आणि पॅवेलने त्यांच्याजवळील साधनांच्या मदतीने रेडिओ केंद्रांशी संपर्क साधण्याचा प्रयत्न सुरू केला. येथून सर्वात जवळचे शहर हे २०० किलोमीटर दूर होते.

इकडे मॉस्कोमध्ये व्होस्कोड-२ सुरक्षित जमिनीवर उतरल्याच्या बातम्या प्रसारित झाल्या होत्या. मोहिमेच्या यशानिमित्त आनंदाचे संगीत ऐकवण्यात येत होते. मात्र व्होस्कोड-२च्या अंतराळवीरांचा शोध चालू होता. हिंस्र श्वापदे असलेल्या तैगाच्या त्या जंगलात कुपीतून बाहेर पडावे की न पडावे या विचारात

अंतराळवीर होते. सुरक्षिततेसाठी त्यांच्या कुपीत थोडासा दारुगोळा आणि लहानशी बंदूक होती. ती बंदूक आणि दारुगोळा घेऊन संध्याकाळ होण्याआधी दोघांनी कुपीबाहेर पडण्याचा निर्णय घेतला. थोड्या मोकळ्या जागेत येऊन लाकडे पेटवून जाळ तयार केला. प्रशिक्षणात आपत्कालीन परिस्थितीचे घेतलेले धडे आता त्यांच्या कामी आले होते.

अंतराळवीरांचा शोध अजूनही न लागल्याने मॉस्कोतून प्रसारित होणारे आनंदसंगीत आता करुण झाले. इकडे तैगाच्या जंगलात लावलेल्या जाळाने योग्य काम केले होते. हेलिकॉप्टरमधून शोध घेणाऱ्या एका पथकाला ही आग दिसली आणि ते जवळपास पोहोचले. परंतु दाट झाडीमुळे हेलिकॉप्टर उतरायला जागाच नव्हती. आता रात्र होऊ लागली होती. कुपीबाहेर राहण्यासाठी योग्य कपडे नव्हते आणि अंतराळपोशाख घालून बाहेर वावरणे अशक्य होते. शिवाय, पोटात कावळेही ओरडू लागले होते.

''आपल्याला जेवण नाही मिळाले तरी चालेल, पण आपण मात्र लांडग्यांचे जेवण नको व्हायला! नाही का पॅवेल?'' ॲलेक्सीची विनोदबुद्धी संकटकालीन प्रसंगातही जागृत होती.

कुपीच्या आतील आच्छादन फाडून ते दोघांनी अंगावर पांघरले. तरीही दोघे रात्रभर कुडकुडत होते. सकाळ झाली. कुपीतून बाहेर पडावे तर आणखी बर्फ साठला होता. उतरून खाली जावे तर या बर्फातच रुतून जायची शक्यता होती. खूप वेळानंतर एक हेलिकॉप्टर घिरट्या घालताना दिसू लागले. ते जवळ दिसत होते मात्र त्यालाही खाली उतरण्यात अडचण येत असावी. त्यातून खाद्यपदार्थांचे डबे आणि पाण्याच्या बाटल्या खाली टाकण्यात आल्या. मात्र ही रसद झाडांवरच अडकून पडली. अखेर हेलिकॉप्टरमधील पथकाने दोराच्या मदतीने खाली उतरण्याचा निर्णय घेतला. खाली उतरल्यानंतरही २० जणांच्या या पथकाला दीड किलोमीटर अंतर पार करायला तब्बल चार तास लागले. यावरून परिस्थितीची कल्पना यावी. आता ॲलेक्सी आणि पॅवेलला आधार मिळाला होता. पथकाने सर्वप्रथम लाकडे गोळा करत शेकोट्या पेटवल्या आणि या दोघांना खाऊ घातले. संध्याकाळ होऊ लागल्यामुळे पथकाने रात्रभर कुपीजवळच थांबण्याचा निर्णय घेतला. ही रात्र आधीच्यासारखी भीतीदायक आणि कष्टदायक नव्हती.

सकाळी त्यांनी बर्फावरून घसरत जाण्यासाठी लाकडाच्या फळ्यांचा जुगाड केला आणि हेलिकॉप्टरकडे पोहोचले. हेलिकॉप्टरने प्रथम ॲलेक्सी आणि पॅवेल यांना जवळच्या शहरात आणले आणि तेथून दुसऱ्या दिवशी खास विमानाने ते बैकोनूरला रवाना झाले. एकवेळ अवकाशभ्रमण सोपे वाटावे असा हा अनुभव पदरी पडला होता.

व्होस्कोड-२ अवकाशीय पदभ्रमण मोहिमेच्या यशाप्रीत्यर्थ प्रकाशित झालेले टपालतिकीट

व्होस्कोड-२ची अवकाशीय पदभ्रमण मोहीम काही वैज्ञानिकांना अयोग्य वाटत होती. काही तज्ज्ञांनी तर या मोहिमेला सेरगेई कोरोलेव्ह यांचा जुगार असेच म्हटले होते. एक बरे झाले होते, ते म्हणजे सकाळपासून शोकसंगीत वाजण्याचे बंद झाले होते.

यानंतर ल्यूना ई-६ मालिकेअंतर्गत लॅन्डर प्रकाराची तीन अवकाशयाने चंद्राकडे पाठवण्याचा प्रयत्न झाला. मात्र उड्डाणादरम्यानच अग्निबाणाचा तिसरा चरण कार्यान्वित न झाल्यामुळे पहिले यान कक्षेतच गेले नाही. दुसरे यान पृथ्वीच्या कक्षेतून व्यवस्थित बाहेर पडले, मात्र चंद्राच्या कक्षेत शिरताना गायरोस्कोपचे कार्य बिघडल्यामुळे चांद्रभूमीवर नक्की कुठे आदळले ते कळलेच नाही आणि तिसरे यान पुन्हा एकदा चंद्राच्या कक्षेत शिरताना चुकीच्या संकेतांमुळे भरकटले. या तीन अपयशी मोहिमांमुळे भविष्यातील समानव प्रवासासाठी चांद्रभूमीची सखोल माहिती मिळण्यास विलंब झाला.

झॉन्ड-३ अन्वेषक यान

रशियाने आधीच्या वर्षी शुक्र आणि मंगळ ग्रहांकडे जाणाऱ्या झॉन्ड मोहिमा राबवल्या होत्या. त्या अपयशी ठरल्या होत्या. मग कोरोलेव्ह यांनी त्यात बदल करत झॉन्ड प्रकल्पातील पुढचे झॉन्ड-३ अन्वेषक यान चंद्राकडे पाठवण्याचा निर्णय घेतला. झॉन्ड-३ हे अन्वेषक यान फ्लायबाय प्रकारचे म्हणजे चंद्राजवळून जात माहिती पाठवणारे होते. ल्यूना-४ मोहिमेसाठी वापरलेला मॉलनिया अग्निबाण झॉन्ड-३साठी वापरला जाणार होता.

झॉन्ड-३चा मुख्य उद्देश चांद्रभूमीचे छायाचित्रण करणे हा होता. दोन प्रकारे छायाचित्रणाचे प्रक्षेपण होईल अशी रचना करण्यात आलेली होती. याखेरीज सौर वारे, चुंबकीय प्रभावाचे मोजमाप करणारी साधने, उल्का संवेदक-शोधक उपकरणही झॉन्ड-३ ला जोडलेले होते. झॉन्ड-३च्या निर्मितीत ओकेबी-३०१ अर्थात लॅव्होश्कीन या आस्थापनेचा सहभाग होता. ही आस्थापना कोरोलेव्ह यांचे स्पर्धक व्लादिमिर शेलोमेई यांच्या ओकेबी-५२चाच एक भाग होती.

१८ जुलैच्या सायंकाळी बैकोनूरहून झॉन्ड-३चा प्रवास चंद्राकडे सुरू झाला. ३९ तासांच्या प्रवासानंतर २० जुलैला ते चंद्राजवळ साधारण ९२०० किलोमीटर अंतरावर पोहोचले.

चंद्राजवळ पोहोचल्यावर छायाचित्रण प्रणाली अपेक्षित कार्य करू लागली. चंद्राच्या न दिसणाऱ्या बाजूची २३ छायाचित्रे झॉन्ड-३कडून प्राप्त झाली. याखेरीज नीलातीत वर्णातही ३ छायाचित्रे घेण्यात आली. पुढच्या ६८ मिनिटांमध्ये झॉन्ड-३च्या छायाचित्रण प्रणालीने अप्रतीम कार्य केले. या प्रणालीची गुणवत्ता सरस होती. तसेच चंद्राच्या न दिसणाऱ्या बाजूचा आजपर्यंत न पाहिलेला ३० टक्के भाग यामुळे दिसला होता. आगामी चांद्रमोहिमांसाठी ठिकाण निश्चित करण्यासाठी हे उपयुक्त होते.

झॉन्ड-३ अन्वेषकयानाद्वारे चंद्राचे मिळालेले छायाचित्र

या छायाचित्रणानंतर झॉन्ड-३ मंगळाच्या दिशेने गेले. २९ जुलैला २२ लाख किलोमीटर अंतरावरून पुन्हा एकदा झॉन्ड-३कडून छायाचित्रित झालेल्या प्रतिमा भूकेंद्राकडे प्रक्षेपित करण्यात आल्या. सुदूर अंतरावरून संदेशवाहनाची क्षमता तपासण्याचा हा प्रयोग यशस्वी झाला. त्याही पुढे सप्टेंबर महिन्यात सुमारे १५ कोटी किलोमीटर अंतर प्रवास करेपर्यंत झॉन्ड-३ संपर्कात राहिले. संदेशवहन प्रणालीची कार्यक्षमता चांगलीच सिद्ध झाली होती.

ल्यूना-३ मोहिमेदरम्यान मिळालेल्या एका छायाचित्रावरून 'चंद्रावर कुणीतरी आहे का' असा प्रश्न काहींना पडला होता. त्या छायाचित्रात चंद्राच्या क्षितिजावर एक उंच मनोरा दिसत होता, ज्याचा आकार तिथल्या इतर उंचवटे किंवा डोंगरांपेक्षा वेगळा होता. झॉन्ड-३ने त्याच प्रदेशाचे छायाचित्र घेतले. मात्र आता तिथे तसे काहीही नसल्याचे स्पष्ट झाले. मग त्या वेळच्या छायाचित्रात दिसले ते काय होते? तर, छायाचित्राची छपाई होत असताना कडेने पसरत गेलेल्या शाईचा तो प्रताप होता. ल्यूना-३च्या शंकेला झॉन्ड-३ने उत्तर दिले होते.

झॉन्ड-३ मोहिमेच्या यशानंतर पुढील ल्यूना मोहिमांमध्ये रशियाला पुन्हा अपयश आले.

ऑक्टोबर महिन्यातील ४ तारखेला ल्यूना-७ मोहीम पार पडली. हे अवकाशयान चांद्रभूमीवर अलगद उतरण्यासाठी आणि थेट तिथूनच छायाचित्रण करण्यासाठी निर्माण केले गेले होते. यशस्वी उड्डाण आणि अचूक प्रवास करत ते चंद्राच्या कक्षेत पोहोचले. मात्र चंद्राभोवती कक्षेत फेरी मारल्यानंतर चांद्रभूमीवर उतरताना इंधन प्रणालीत बिघाड झाला आणि ल्यूना-७ चंद्राच्या पृष्ठभागावरील केप्लर नामक विवराजवळ कोसळले.

डिसेंबरमध्ये चंद्राकडे झेपावले ल्यूना-८ यशस्वीरीत्या उतरत असतानाच घोटाळा झाला. या वेळी चंद्राच्या कक्षेतून खाली जात असताना बिघाड झाला. शेवटच्या काही काळासाठी अवकाशयानाच्या कुपीच्या वेगावर नियंत्रण न राहता वेग वाढला आणि कुपी चांद्रभूमीवर गॅलीलेई विवराजवळ जाऊन जोरात आदळली. त्यामुळे छायाचित्रणाच्या यंत्रणा खराब झाल्या आणि मोहीम वाया गेली.

या सलग अपयशांमुळे रशियाच्या ल्यूना कार्यक्रमाला धक्का बसला होता. या सर्व मोहिमा कोरोलेव्ह यांच्या नेतृत्वाखाली पार पडल्या होता. संरक्षणाच्या दृष्टिकोनातून या अयशस्वी मोहिमा फारशा उपयुक्त नसून, हा खर्च वायफळ असल्याचे संरक्षण खात्यातील काही वरीष्ठ अधिकाऱ्यांचे म्हणणे होते. तसे त्यांनी राष्ट्रप्रमुखांना बोलूनही दाखवले होते. यावर रशियन अंतराळवीरांनीच राष्ट्रप्रमुख ब्रेझनेव्ह यांना एक खास पत्र लिहिले. युरीने पुढाकार घेऊन लिहिलेल्या या पत्रात अवकाश विज्ञान-तंत्रज्ञानात रशियाचे आजवरचे योगदान, त्या तुलनेत नासाचे प्रयत्न आणि त्यांना मिळालेले यश-अपयश यांचा मुद्देसूद आढावा घेतलेला होता. युरीच्या पत्रावर लिनोव्ह, टिटोव्ह, बैकोव्हस्की यांसहित आणखी दोघा अंतराळवीरांच्या स्वाक्षऱ्या होत्या. युरीच्या पत्राने ब्रेझनेव्ह यांचे मत बदलणार होते का?

कोरोलेव्ह यांच्या नेतृत्वाखालच्या अलीकडच्या काळातल्या सलग अयशस्वी मोहिमा, त्यांचे स्पर्धक शेलोमेई यांची यशस्वी झॉन्ड-३ मोहीम आणि अमेरिकेच्या यशस्वी मंगळ आणि चांद्रमोहिमा या सगळ्याचा परिपाक म्हणजे कोरोलेव्ह यांना वरिष्ठ सरकारी पातळीवरून चौकशीसाठी हजर राहण्याचा आदेश निघाला.

अमेरिका : १९६६

जेमिनी-६ आणि जेमिनी-७ या यशस्वी प्रात्यक्षिकांनंतर नासाने डॉकिंग आणि अनडॉकिंगच्या प्रयोगाची तयारी पूर्ण केली. आणि त्यासाठी मार्च महिन्यात जेमिनी-८ ही समानव अवकाशयान मोहीम आखली.

या वेळी अंतराळवीरांना डॉकिंग आणि अनडॉकिंगखेरीज कक्षीय भ्रमणादरम्यान पृथ्वीतलाचे आणि वातावरणातून नक्षत्रांचे छायाचित्रण करायचे होते. दृश्य प्रकाशातील लाल रंगाच्या वर्णातून ढगांचे मापन करायचे होते. वातावरणातील आयनांचे मोजमाप करायचे होते. या अवकाशयानात बेडकांची काही अंडी ठेवण्यात आली होती. अंतराळातील वास्तव्यात त्यात काय बदल होतो ते तपासले जाणार होते.

डॉकिंग आणि अनडॉकिंगसाठी एक टार्गेट व्हेइकल जेमिनी-८च्या आधी १०० मिनिटे अवकाशात सोडण्यात आले. ॲटलास-ॲजेना या अग्निबाणाच्या मदतीने ५ टन वजनाच्या या यानाचे उड्डाण झाले. भूतलापासून साधारण ३०० किलोमीटर उंचीवरील कक्षेतून ९० मिनिटांच्या कालावधीत हे यान प्रदक्षिणा घालणार होते.

त्यानंतर, १६ मार्चला टायटन अग्निबाणाने सुमारे ३८०० किलोग्रॅम वजनाच्या जेमिनी-८ला घेऊन आकाशात झेप घेतली. या यानाचे संचलन नील आर्मस्ट्राँग आणि डेव्हिड स्कॉट हे दोघे करणार होते. जेमिनी-८ला टार्गेट व्हेइकलशी जोडण्याचा प्रयोग ते करणार होते.

जेमिनी-८चे अंतराळवीर

१६ मार्चला अंतराळात झेपावलेले जेमिनी-८ सुरुवातीच्या काही फेऱ्यांनंतर स्थिरावून डॉकिंग-अनडॉकिंगसाठी सज्ज झाले. वेगाचे आणि उंचीचे नियंत्रण करत ते टार्गेट व्हेइकल असलेल्या कक्षेत आले. त्यांच्यातील अंतर सुमारे १०० किलोमीटर होते. मात्र त्यात काहीतरी गडबड असल्याचे नीलला जाणवले. टार्गेट व्हेइकलपासून साधारण ५० मीटर अंतर राखत अर्धा तास जेमिनी-८ त्याच्यामागे चालले. या अर्ध्या तासात टार्गेट व्हेइकलच्या दोन्ही बाजूंची बारकाईने तपासणी करण्यात आली. सर्व काही व्यवस्थित असल्याची खातरी होताच भूकेंद्राशी संदेश पाठवण्यात आले.

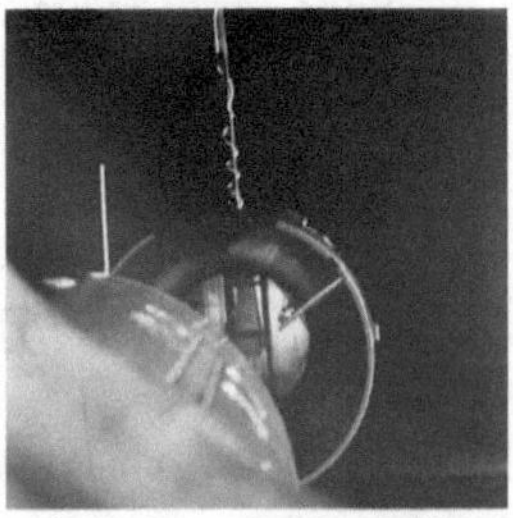
जेमिनी-८ आणि टार्गेट व्हेइकलची जोडणी होताना

भूकेंद्राकडून संकेत जाताच टार्गेट व्हेइकलने हिरव्या दिव्यांचा इशारा दिला. नंतर केवळ ०.८ सेंटीमीटर प्रति सेकंद एवढ्या अचूक वेगाचे नियंत्रण साधत जेमिनी-८ व टार्गेट व्हेइकलची जोडणी झाली.

''वुई आर डॉक्ड!''

नीलने असे सांगताच डेव्हिडने भूकेंद्राशी संपर्क साधला. एक महत्त्वाचे प्रात्यक्षिक पूर्ण झाले. आता अनडॉकिंग करायचे होते. आणि त्यानंतर हेच प्रात्यक्षिक पुन्हा तीन वेळा करायचे होते. तसेच हे प्रात्यक्षिक करत असताना डेव्हिडला अवकाशीय पदभ्रमणही करायचे होते.

डॉकिंगचे पहिले प्रात्यक्षिक सुरू असताना २७ मिनिटांनंतर टार्गेट व्हेइकलला जोडलेले जेमिनी-८ स्वतःभोवती फिरू लागले. असे फिरणे अपेक्षित नव्हते. त्यांनी भूकेंद्राशी संपर्क साधला. काहीतरी अनपेक्षित घडत असल्याचे जाणवले. जेमिनी-८ची कक्षीय उंची नियंत्रण करणाऱ्या प्रणालीत बिघाड होऊन ती यंत्रणाच सुरू होत नव्हती. तशा अस्थिर अवस्थेतच नील आणि डेव्हिड यांनी ती यंत्रणा सुरू करण्याचा प्रयत्न केला. मात्र त्याचा उपयोग झाला नाही. मग वेगळ्या पद्धतीने ती प्रणाली सुरू करण्यासाठी मुख्य यानाचे इंधन वापरण्याचे ठरले. आता नील आणि डेव्हिड यांना या अस्थिर अवस्थेचा त्रास जाणवायला लागला. मुख्य यानाचे इंधनही कमी होत चालले होते. इंधन मापकात ७५ टक्के इंधन संपत येत असल्याचे दिसले.

जेमिनी-८ अवकाशयानाची कुपी समुद्रात उतरल्यानंतर

मग मात्र नीलने आपत्कालीन नियंत्रण पद्धतीचा वापर करत टार्गेट व्हेइकलपासून दूर व्हायचा निर्णय घेतला. भूकेंद्राला तसे कळवण्यात आले. टार्गेट व्हेइकलपासून दूर होताच जेमिनी-८ने आपली दिशा बदलली आणि ते पृथ्वीकडे निघाले. नियोजित कार्यक्रमानुसार जेमिनी-८ पुढच्या तीन दिवसांनी पृथ्वीवर उतरणार होते. मात्र आता ते काही तासांतच पृथ्वीवर येऊ लागले. अत्यंत अल्प वेळात जपानच्या ओकीनावा बेटाजवळच्या समुद्रात जेमिनी-८ उतरवण्यासाठी तयारी सुरू झाली. नियोजित प्रयोग-प्रात्यक्षिके अर्धवट सोडत जेमिनी-८ परतले. प्रत्यक्षात घडलेले थरारनाट्य शब्दातीत होते. जेमिनी-८च्या या काहीशा अयशस्वी मोहिमेत कौशल्य दिसून आले ते नील आर्मस्ट्राँगचे. अचानक उद्भवलेल्या गंभीर प्रसंगात नीलने अत्यंत धैर्याने आणि शांत डोक्याने योग्य आणि त्वरेने निर्णय घेतले. आपल्या सहकाऱ्यालाही सांभाळून घेतले. नासाच्या वरिष्ठांनीही नीलच्या कार्यक्षमतेची आणि निर्णयक्षमतेची प्रशंसा केली.

> मोहिमेदरम्यान अंतराळवीरांना आपल्या कुटुंबीयांशीही थेट बोलता यावे यासाठी नासाने संदेशवहनाची एक विशेष यंत्रणा (स्क्वेक बॉक्स) तयार केली होती. मोहिमेदरम्यान सर्वांचे मनोधैर्य उंचावलेले राहावे यासाठी ही यंत्रणा सुरू केलेली होती. मात्र जेमिनी-८चा थरार सुरू झाला तसे नील आणि डेव्हिडचे कुटुंबीय धास्तावून गेले. त्यामुळे अंतराळवीरांच्या आणि कुटुंबियांच्या सुरक्षिततेसाठी नासाने प्रथम ही संदेशवहन यंत्रणा बंद केली.

जेमिनी-८ मोहीम फसली तरी अंतराळवीर वाचले होते. त्यामुळे या अपयशाबद्दल फारसा कोणी दोष दिला नाही. मात्र त्या आधीच्या महिन्यात जेमिनी-९ मोहिमेसाठी निवड झालेल्या दोन अंतराळवीरांचा वेगवान विमानांच्या सरावादरम्यान मृत्यू झाला होता. त्यामुळे अमेरिकेच्या चांद्रमोहीमेला राजकीय वर्तुळातून होणाऱ्या टीकेला तोंड द्यावे लागले होते. अर्थात राजकीय टीका-टिप्पणीची पर्वा न करता नासाने आपले कार्य सुरूच ठेवले!

चांद्रमोहिमेच्या संभाव्यता तपासण्यासाठी तसेच अपोलो या महत्त्वाकांक्षी प्रकल्पाला साहाय्यकारी असा 'सर्वेयर'नामक आणखी एक कार्यक्रम नासाने आखला

होता. यात लॅन्डर प्रकाराची अवकाशयाने चांद्रभूमीवर पाठवून चाचपणी करण्यात येणार होती. हा कार्यक्रम नासाच्या जेट प्रपल्शन लॅबोरेटरीच्या पुढाकाराखाली दोन खाजगी उद्योगांना बरोबर घेऊन आखला गेला.

रशियाच्या ल्यूना-९ या लॅण्डर यानाच्या यशस्वी चाचणीच्या पार्श्वभूमीवर नासाचे सर्वेयरकडे विशेष लक्ष होते. या मालिकेतील पहिले सर्वेयर-१ हे अवकाशयान ३० मे रोजी अ‍ॅटलास अग्निबाणाच्या मदतीने चंद्राकडे निघाले. यात मुख्यत्वे छायाचित्रण-प्रक्षेपण यंत्रणा आणि चांद्रभूमीवर अंतरे, उंची मोजणारी यंत्रणा यांचा समावेश होता. या यंत्रणेच्या भोवतीने धक्के शोषण्यासाठी अ‍ॅल्युमिनियम धातूची खास उपाययोजना करण्यात आली होती. यामुळे तिथे किती बलाचे धक्के बसले याची माहिती मिळणार होती. सर्वेयर-१चे लक्षणीय वैशिष्ट्य म्हणजे, यान आणि छायाचित्रण या सगळ्याकरिता ऊर्जा पुरवण्यासाठी सौर शक्तीचा वापर झाला होता.

उड्डाणानंतर सर्वेयर-१ अवकाशयान प्रक्षेप मार्गात रवाना झाले. चंद्रापर्यंतच्या प्रवासादरम्यान कुठल्याही अडचणी उद्भवल्या नाहीत. ६३ तासांनंतर सर्वेयर-१ चांद्रभूमीपासून ७५.३ किलोमीटर उंचीवर असल्याचे संकेत मिळाले. या वेळी हे यान २.६ किलोमीटर प्रती सेकंद वेगाने भ्रमण करत होते. आता चांद्रभूमीवर उतरणारी प्रणाली यानापासून अलग झाली. यानंतर हे यान आणखी खाली आणण्यात आले. अपेक्षेप्रमाणे ३.४ मीटर उंचीवर असताना यानाला खाली आणणारी प्रणाली बंद झाली आणि सर्वेयर-१ने चंद्राच्या भूमीवर आपले पाय ठेवले.

सर्वेयर-१ अन्वेषकयान

इकडे भूकेंद्रात टाळ्यांचा कडकडाट झाला. साधारण तासाभराने सर्वेयर-१ची छायाचित्रण प्रणाली सुरू झाली. संकेत येण्यास सुरुवात झाली. १३ जुलैपर्यंत सर्वेयर-१ने ११२४० छायाचित्रे पृथ्वीकडे पाठवली. याखेरीज चांद्रभूमीवरील तापमानाचीही माहिती मिळाली.

प्रक्षेप मार्गाने प्रवास करत चांद्रभूमीवर अलगद (सुरक्षित) उतरणे, लॅन्डर प्रकारातील यानाच्या अभियांत्रिकीची माहिती संकलित करणे आणि चांद्रभूमीची वातावरणीय माहिती मिळवणे हे उद्देश या मोहिमेने साध्य झाले होते. अपोलो या समानव मोहिमेसाठी सर्वेयर-१ने वाटाड्या म्हणून मोलाचे काम केले होते.

जेमिनी प्रकल्पाचे कामही नासाने समांतरपणे चालू ठेवले होते. जूनमध्ये जेमिनी-९, जुलैमध्ये जेमिनी-१० आणि सप्टेंबर महिन्यात जेमिनी-११ अशा मोहिमा पार पडल्या. या तिन्ही मोहिमा तीन दिवसांच्या होत्या. विविध वैज्ञानिक प्रयोगांबरोबर दोन अवकाशयानांचे एकत्र येणे आणि अंतराळवीरांचे अवकाशीय पदभ्रमण यातून साध्य करण्यात आले.

जेमिनी-१०चे अंतराळवीर

यामध्ये जेमिनी-१० मोहीम दोन वेळा करण्यात आलेल्या अवकाशीय पदभ्रमणामुळे वेगळी ठरली. एकाच मोहिमेत अवकाशीय पदभ्रमणाची दोनदा कामगिरी करणाऱ्या मायकेल कॉलिन्सने आपला ठसा उमटवला. या मोहिमेदरम्यान अवकाशात आधीच भ्रमण करत असलेल्या जेमिनी-८च्या टार्गेट व्हेइकलशी जेमिनी-१०ची जोडणीही करण्यात आली. ही दोन अवकाशयाने निकट आल्यानंतर कॉलिन्सने टार्गेट व्हेइकलपर्यंत अवकाशीय पदभ्रमण केले. या टार्गेट व्हेइकलला लावलेला सूक्ष्म उल्काकणांचे निरीक्षण करणारा फलक सुरक्षिततरीत्या काढून आणण्याचे काम त्याने केले. अशा प्रकारचा हा पहिलाच प्रयोग होता.

सप्टेंबर महिन्यात चंद्राकडे सोडण्यात आलेले मानवरहित लॅन्डर प्रकारातील सर्वेयर-२ हे अवकाशयान मात्र चांद्रभूमीवर उतरताना योग्य प्रकारे नियंत्रित न झाल्यामुळे कोसळले.

चंद्राचे जवळून निरीक्षण करण्यासाठी नासाने चांद्रकक्षीय भ्रमण हा कार्यक्रम हाती घेतला. याद्वारे चांद्रभूमीची अधिकाधिक अचूक माहिती मिळवत नकाशे निर्माण केले जाणार होते. समानव चांद्रमोहिमेसाठी चांद्रीय भूपृष्ठमितीचा (सेलेनोडेसी) अभ्यास आवश्यक होता. या कार्यक्रमानुसार, यंत्रमानव असलेले अवकाशयान काही दिवस चंद्राभोवती कक्षीय भ्रमण करत छायाचित्रण करणार होते आणि त्यानंतर चांद्रभूमीवरच त्याचा शेवट होणार होता. कमीत कमी उंचीवरून छायाचित्रण करणे हा या छायाचित्रणाचे उद्देश होता. या मालिकेतील ल्यूनार ऑरबिटर-१ ही मोहीम ऑगस्ट महिन्यात पार पडली. तर दुसरी ल्यूनार ऑरबिटर-२ नोव्हेंबरमध्ये पार पडली. पहिली मोहीम अयशस्वी झाली असली, तरी या दोन्हीतून चांद्रभूमीची नावीन्यपूर्ण छायाचित्रे मिळाली. या अवकाशयानांमध्ये छायाचित्रण प्रणाली, चंद्राच्या वातावरणातील विविध घटकांचा अभ्यास करणारी उपकरणे, साधने होती. या सगळ्यासाठी चार सौरफलकांच्या मदतीने १२ ॲम्पियरचा विद्युतप्रवाह पुरवण्यात आला होता. दोन्ही यानांनी ८० दिवसांमध्ये चंद्राभोवती ५७७ भ्रमणे पूर्ण केली. ऑरबिटर-१मुळे चंद्राच्या दिसणाऱ्या बाजूकडील २ लाख ६२ हजार चौरस

जेमिनी-१० अवकाशयान आणि टार्गेट व्हेइकल यांची जोडणी होताना

किलोमीटरचे, तर न दिसणाऱ्या बाजूकडील ३ लाख चौरस किलोमीटरचे छायाचित्रण पार पडले होते. ऑरबिटर-१ची उल्लेखनीय बाब म्हणजे चंद्रावरून पृथ्वीचे पहिले छायाचित्र या मोहिमेत काढले गेले.

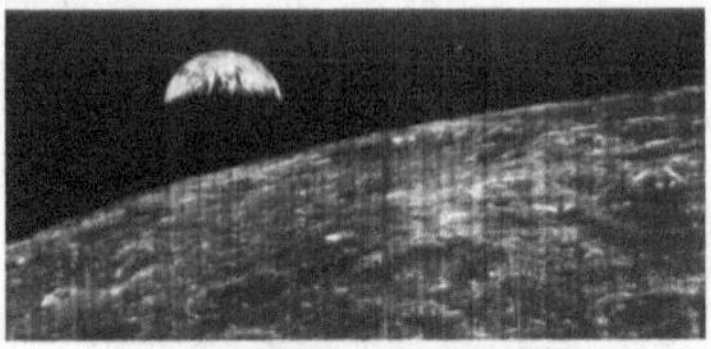

चंद्रावरून पृथ्वीचे काढले गेलेले पहिले छायाचित्र

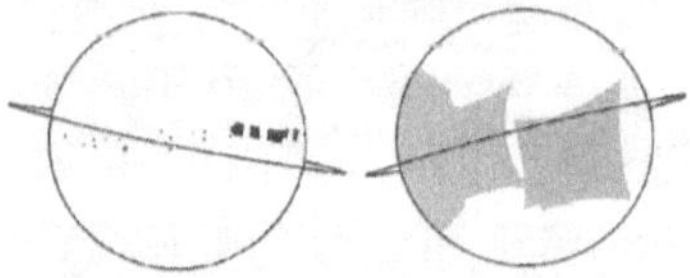

ऑरबिटर-१ अवकाशयानाने चंद्राचे छायाचित्रण केलेला भाग
(पहिली बाजू पृथ्वीकडील आणि दुसरी न दिसणारी)

याखेरीज नोव्हेंबर महिन्यात जेमिनी-१२ ही समानव अवकाश मोहिमही पार पडली. जेम्स लॉवेल आणि एडविन ऑल्ड्रिन या दोन अंतराळवीरांचा सहभाग असलेल्या या चार दिवसांच्या मोहिमेत मुख्यत्वे विविध वर्णपटात छायाचित्रण करण्यात आले. गुरुत्वाकर्षण नसल्यामुळे बेडकांच्या अंड्यांवर काय परिणाम होतो ते तपासले गेले. सूक्ष्म उल्काकणांचा अभ्यास करण्यात आला. या मोहिमेतही आधी पाठवलेल्या टार्गेट व्हेइकलच्या जवळ जाऊन जेमिनी-१२ची त्याच्याशी जोडणी केली गेली, तसेच अवकाशीय पदभ्रमण करण्यात आले. किंबहुना सरावासाठीच ही मोहीम आखण्यात आली होती.

अमेरिकेत वेगवेगळ्या ठिकाणी चालू असलेले अवकाशविषयक उपक्रम एका छत्राखाली यावेत आणि त्यामध्ये सुसूत्रता असावी यासाठी नासाने या वर्षाअखेरीस अवकाशविषयक विज्ञान आणि उपयोजन संचलनालय सुरू केले. नोव्हेंबरमध्ये प्रस्ताव आला आणि डिसेंबरमध्ये संचालनालय कार्यरत झाले!

इतर घडामोडींबरोबरच नासामध्ये सॅटर्न आणि टायटन या अग्निबाणांचा विकास सुरू होता. अवकाशयानाच्या कुपीसाठी धक्के शोषण्यासाठीच्या उपाययोजनांवर संशोधन चालू होते. तसेच, अति थंड किंवा क्रायोजेनिक प्रकारचे इंधन निर्माण करण्याचे प्रयत्न सुरू होते.

रशिया : १९६६

कोरोलेव्ह यांना वरिष्ठ सरकारी पातळीवरून चौकशीसाठी मॉस्को इथे बोलावण्यात आले. त्यांच्यासाठी हे अपमानास्पदच होते. यशाचे वाटेकरी सगळेच असतात, अपयशात मात्र कुणीही सहभागी होत नसते हेच खरे! रशियाच्या अवकाश विज्ञान-तंत्रज्ञानाची प्रगती या टप्प्यापर्यंत आणण्यासाठी सर्वस्व झोकून दिलेल्या या ध्येयासक्त, मनस्वी व्यक्तीला या गोष्टीचा भयंकर मनस्ताप झाला. कोरोलेव्ह यांना मॉस्कोला बोलावल्याचे दुःख नव्हते, पण अपमानित केल्यामुळे त्यांच्या मनाला क्लेश झाले. बैठकीला जाण्याआधी, १३ जानेवारीला कोरोलेव्ह यांना पोटदुखीचा त्रास जाणवला म्हणून रुग्णालयात दाखल व्हावे लागले. पाचसहा वर्षांपूर्वी त्यांना असा त्रास झाला होता. मात्र या वेळी तीव्रता जास्त होती. कामाच्या व्यस्ततेत कोरोलेव्ह यांनी कित्येक महिने हा पोटदुखीचा त्रास तात्पुरते उपाय करत अंगावरच काढला होता. वैद्यकीय तपासणी झाली. त्यांच्यावर तातडीने शस्त्रक्रिया करणे आवश्यक होते. कुटुंबीयांची संमती घेत पोटाच्या शस्त्रक्रियेचा निर्णय घेण्यात आला. मात्र शस्त्रक्रियेदरम्यान सुरू झालेला रक्तस्राव बराच वेळ थांबला नाही. त्यांची प्रकृती नाजूक होत गेली. त्यांना जीवनावश्यक प्रणालीवर ठेवण्याचा निर्णय झाला. मात्र नाकातोंडात नळ्या टाकण्यात अडचणी आल्या. रुग्णालयातील डॉक्टरांनी शर्थीचे प्रयत्न केले. पण ते कोरोलेव्ह यांना वाचवू शकले नाहीत. आदल्या दिवशी रुग्णालयात उपचारासाठी आलेले कोरोलेव्ह दुसऱ्या दिवशी हे जग सोडून गेले होते.

कोरोलेव्ह यांच्या दुःखद निधनाची वार्ता कळताच अवकाश विज्ञान-तंत्रज्ञान जगत हळहळले. कोरोलेव्ह यांचे योगदान त्यांना कळले होते. कुशाग्र बुद्धिमत्ता, अमर्याद ऊर्जा, इच्छाशक्ती आणि कल्पनातीत कल्पकता असलेले कोरोलेव्ह एकमेवद्वितीय अभियंते होते. त्यांचे कार्यकुशल नेतृत्वगुण, प्रशासनपद्धती आणि सर्वांशी सलोख्याचे संबंध जोपासण्याची हातोटी वाखाणण्याजोगी होती. रशियाला कोरोलेव्ह यांची पोकळी जाणवणार होती.

कोरोलेव्ह यांचा दफनविधी मॉस्कोतल्या क्रेमलिन नामक किल्ल्याजवळ झाला. रशियातील राज्यक्रांतीनंतर येथे मान्यवरांचे दफन करण्याची परंपरा सुरू झाली होती. देशासाठी अवकाश विज्ञान-तंत्रज्ञानाचा

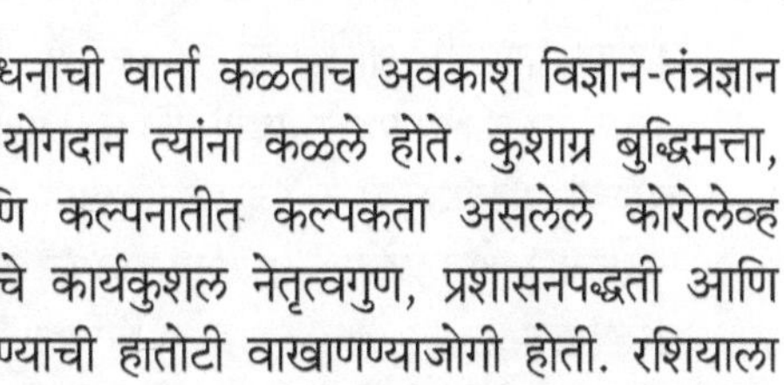

क्रेमलीन किल्ल्याची भिंत आणि भिंतीवरील सेरगेई कोरोलेव्ह यांच्या नावाची शिळा

भरभक्कम पाया रचलेल्या मात्र, आयुष्यभर केवळ मुख्य अभियंता एवढीच ओळख मिळालेल्या सेरगेई कोरोलेव्ह यांना मरणोत्तर मान्यवरपदाचा गौरव मिळाला.

अमेरिकेत डॉ. ब्राऊन यांना ज्याच्या भेटीची आस लागली होती, त्याचे नाव आज कळले होते! दोन दिग्गजांची गाठ पडलीच नाही.

कोरोलेव्ह यांच्यानंतर ओकेबी-१ या संस्थेचे प्रमुखपद वॅसिली मिशीन यांच्याकडे आले. त्यांनी कोरोलेव्ह यांचे सहकारी म्हणून काम केले होते. ते अग्निबाण तंत्रज्ञानातील तज्ज्ञ होते. अग्निबाणांच्या अनुषंगाने अवकाशयानांचा प्रक्षेप किंवा प्रवास मार्ग आखण्यात त्यांचे विषेश कौशल्य होते.

दरम्यान, फेब्रुवारी महिन्यात ल्यूना-९ ही अवकाशमोहीम यशस्वी झाली. या मोहिमेची सर्व तयारी कोरोलेव्ह यांनीच केली होती. त्यांच्या अचानक जाण्यामुळे ही मोहीम ओकेबी-१ऐवजी लॅव्होश्किन (ओकेबी-३०१) या संस्थेने पार पाडली. ल्यूना-९ हे अवकाशयान चंद्राच्या पृष्ठभागावर अलगदपणे उतरत तेथील भूमीची छायाचित्रे पाठवणार होते. या अवकाशयानाचे वजन १५८० किलोग्रॅम होते. याच्या कुपीमध्ये छायाचित्रण प्रणाली, तापमान नियंत्रक यंत्रणा, संगणक प्रणाली, ऊर्जा पुरवठा यंत्रणा तसेच दिशादर्शक साधने होती. हे सगळे हवाबंद कुपीत ठेवलेले होते. ही कुपी चांद्रभूमीवर अलगद उतरल्यानंतर चार पाकळ्या दूर होत, म्हणजे एखादे फूल उमलावे तशी बाहेर येणार होती.

ल्यूना-९ अवकाशयान

३१ जानेवारीला ल्यूना-९ अवकाशयान मॉनलिया अग्निबाणाच्या मदतीने बैकोनूरहून अवकाशात झेपावले. उड्डाण यशस्वी झाले. सुमारे १६ ते २१९ किलोमीटर उंचीवरील कक्षेत पृथ्वीभोवती एक फेरी पूर्ण करत ल्यूना-९ने चंद्राचा रस्ता धरला. ३ फेब्रुवारीला ल्यूना-९ अवकाशयानाने चंद्राच्या कक्षेत प्रवेश केला. भूकेंद्रावरून त्याला चांद्रभूमीवर उतरण्याचे संकेत देण्यात आले. विविध टप्प्यात वेग कमी होत अखेर केवळ २२ मीटर प्रती सेकंद या वेगाने ल्यूना-९ अवकाशयान चंद्राच्या पृष्ठभागावर अलगद उतरले. हे अवकाशयान उतरण्यासाठी चंद्रावरच्या रेईनस आणि मेरिअस नामक विवरांजवळची जागा निवडण्यात आली होती.

ल्यूना-९ चांद्रभूमीवर उतरल्यावर ४ मिनिटांनी हवाबंद कुपीच्या चार पाकळ्या विलग झाल्या आणि छायाचित्रणास सुरुवात झाली. एकूण ८ तास आणि ५ मिनिटे छायाचित्रण झाले. या छायाचित्रणाचे पृथ्वीकडे प्रसारण झाले. या छायाचित्रणात ल्यूना-९ उतरलेल्या ठिकाणापासून सभोवतालच्या १.४ किलोमीटरचा परिसर बारकाईने चित्रित झाला होता. त्या परिसरातील ऊर्जेच्या प्रारणांचे मोजमापही झाले.

ल्यूना-९ मोहिमेचे यश साजरे करताना कोरोलेव्ह यांची अनुपस्थिती सर्वांनाच जाणवत होती!

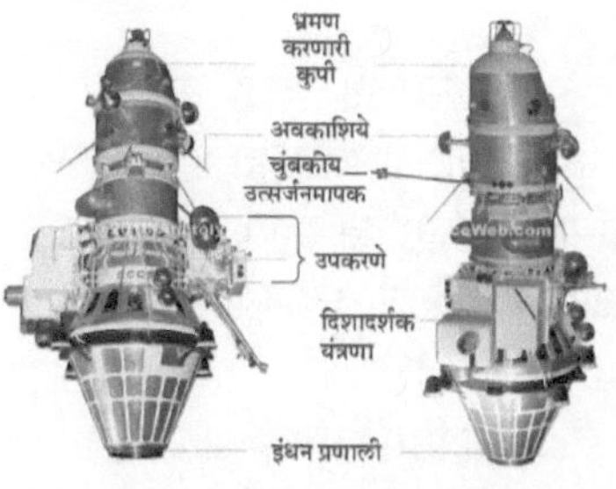

ल्यूना-१० अवकाशयानाची रचना

यानंतरची ल्यूना-१० ही मोहिमदेखील यशस्वी झाली. ही मोहीम चंद्राभोवती कक्षीय भ्रमण करणाऱ्या (ऑरबिटर) अवकाशयानाची होती. मॉनलिया अग्निबाणाच्या मदतीने उड्डाण झालेल्या या यानामध्ये चुंबकीय उत्सर्जनमापक, क्ष आणि गॅमा किरणांचा वर्णपटविश्लेषक, अवरक्त किरणांची तपासणी करणारे उपकरण, सौरवातनिरीक्षक यंत्रणा अशी बरीच उपकरणे होती. याची रचना ल्यूना-९सारखीच होती.

ल्यूना ही रशियाची पहिलीच ऑरबिटर प्रकाराची मोहीम होती. याआधीच्या मोहिमा फ्लायबाय, इम्पॅक्टर आणि लॅन्डर प्रकारच्या होत्या. अमेरिकेच्या ऑरबिटर प्रकारच्या मोहिमा फारशा यशस्वी झाल्या नव्हत्या. त्या पार्श्वभूमीवर रशियाचे हे यश विशेष होते. चंद्राभोवती कक्षीय भ्रमण करणारा पहिला उपग्रह यशस्वी करत रशियाने पुन्हा एकदा अंतराळात आपला ठसा उमटला!

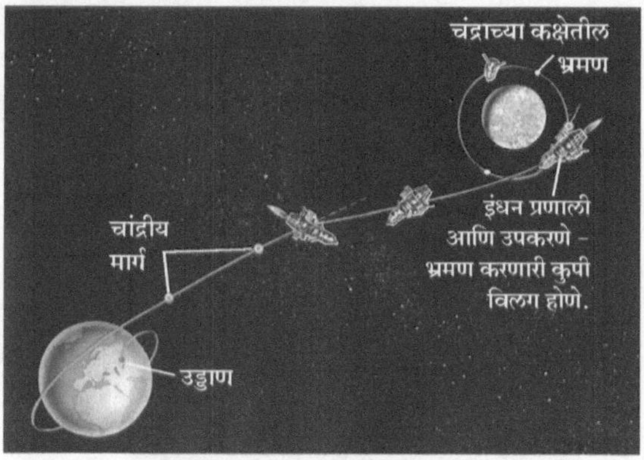

ल्यूना-१० यानाचा चांद्र प्रवास मार्ग

चंद्राभोवती सुमारे ३५० ते १०१७ किलोमीटर अंतरावरून कक्षीय भ्रमण करत ५६ दिवसांमध्ये ४६० प्रदक्षिणा ल्यूना-१०ने पूर्ण केल्या. या कालावधीत निरीक्षण केलेल्या माहितीचे भूकेंद्राकडे वेळोवेळी प्रसारण केले. या मोहिमेमध्ये प्रथमच चंद्रावरच्या मातीचे विश्लेषण केले गेले. त्यातून चांद्रभूमीच्या रचनेची

माहिती मिळाली. चांद्रभूमी ही पृथ्वीसारख्या बेसॉल्ट नामक ज्वालामुखीच्या उद्रेकातून निर्माण झालेली नसल्याचे प्रथमदर्शनी दिसत होते.

> ल्यूना-१० अवकाशयान मोहीम सुरू असताना इकडे मॉस्कोमध्ये कम्युनिस्ट पक्षाचे अधिवेशन सुरू होते. या अधिवेशनात ४ एप्रिलच्या सकाळी थेट ल्यूना-१०मधून रशियाचे ध्वनिमुद्रित राष्ट्रगीत ऐकवण्यात आले. टाळ्यांच्या कडकडाटात उपस्थितांनी याला दाद दिली.

यानंतर रशियाने ऑगस्ट, ऑक्टोबर आणि डिसेंबर महिन्यात ल्यूना-११, १२, आणि १३ या तीन मोहिमा सलग पार पाडल्या. यामध्ये ल्यूना-११, १२ या ऑरबिटर प्रकारच्या आणि ल्यूना-१३ ही लॅन्डर प्रकारातील मोहीम होती. या तिन्ही मोहिमा यशस्वी झाल्या.

ल्यूना-११ने २००० ते ३००० किलोमीटर अंतरावरून चंद्राभोवती २८ दिवसांमध्ये २७७ प्रदक्षिणा केल्या. या कालावधीत चांद्रभूमीवरील गुरुत्वाकर्षण शक्तीच्या वितरणाची मोजमापे घेण्यात आली तसेच सौर वातांचे प्रमाणही मोजण्यात आले. ल्यूना-१२ने चंद्राभोवती ८९ दिवसांत ६०२ प्रदक्षिणा घालत भविष्यात चांद्रभूमीवर उतरण्यासाठी जागेची बारकाईने तपासणी केली. शिवाय, चंद्राच्या आरिस्टार्कास या विवराची छायाचित्रे पृथ्वीकडे पाठवली.

ल्यूना-१३ अवकाशयान चंद्राच्या ऑशिनियस प्रोसेलॅरम या विस्तृत प्रदेशात उतरले. यथावकाश त्यातल्या कुपीच्या पाकळ्या दूर झाल्या. कुपीत असलेल्या उपकरणांत ३५ सेंटीमीटर दूर जाऊ शकतील असे दोन यांत्रिक हात होते. त्याद्वारे चंद्राची जमीन थोडीशी उकरण्यात आली. जमा झालेली माती भांड्यात गोळा केली

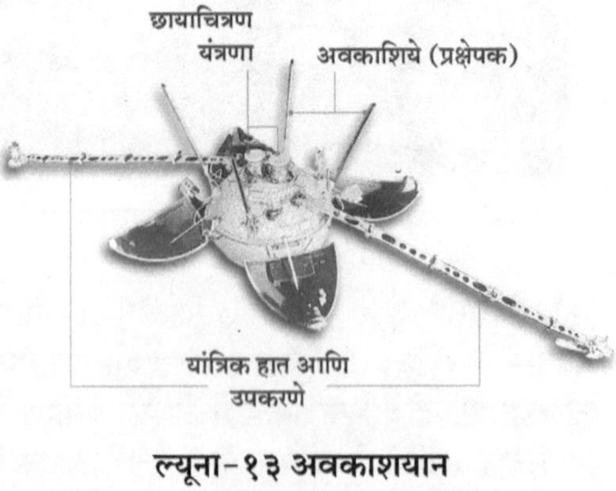

ल्यूना-१३ अवकाशयान

गेली. यांत्रिक हाताला जोडलेल्या आर्द्रता मापकाच्या साहाय्याने या मातीची आर्द्रता आणि शोषणांक मोजला गेला. त्या मोजमापाचे संकेत भूकेंद्राकडे पाठवण्यात आले.

या संकेतांवरून चंद्रावरील मातीत आर्द्रता नसल्याचे आणि शोषकता कमी असल्याचे निदर्शनास आले. म्हणजे माणूस तिथे गेल्यास त्याला जमिनीचा काहीही त्रास होण्याची शक्यता नव्हती.

कुपीतून बाहेर येणारे यांत्रिक हात आणि त्याला जोडलेली सगळी उपकरणे बनवण्यासाठी लेनिनग्राडमधल्या एका रणगाडे तयार करणाऱ्या संस्थेने मोलाची मदत केली होती.

चांद्रभूमीवर मानवरहित अवकाशयान उतरण्याचा हा तिसरा यशस्वी प्रयत्न होता. यामुळे रशियाचा चांद्रमोहिमांबद्दलचा आत्मविश्वास दुणावला होता. यानंतर रशियाने कोरोलेव्ह यांचे स्वप्न असलेल्या समानव अवकाश मोहिमेसाठी सोयूझ अवकाशयानाच्या चाचण्या घेतल्या. मात्र त्यात अपयश आले. नोव्हेंबर महिन्यातील चाचणीदरम्यान अंतर्गत बिघाडामुळे अवकाशयानाचे इंधन झपाट्याने कमी होऊ लागले. त्यामुळे यान नष्ट करावे लागले. असा आणीबाणीचा प्रसंग उद्‌भवल्यास अवकाशयान तातडीने सुरक्षिततरीत्या कसे उतरवता येईल याचा अभ्यास सुरू झाला. एकंदरीत, सोयुझ वगळता या वर्षीच्या इतर यशस्वी मोहिमांमुळे भावी समानव चांद्रमोहीम रशियाच्या आवाक्यात आली होती.

अमेरिका : १९६७

या वर्षी अमेरिकेत अपोलो मोहिमांचे काम प्राधान्याने करण्यात येत होते. त्या मालिकेतील अपोलो-१ ही समानव मोहीम थेट चंद्राकडे न जाता पृथ्वीभोवतीच भ्रमण करणारी होती. गस ग्रीसम हा याचा मुख्य अंतराळवीर होता तर एडवर्ड व्हाइट आणि रॉजर शॅफी दोन साहाय्यक अंतराळवीर होते. ग्रीसम हा लिबर्टी बेल-७ मोहिमेतील अंतराळवीर होता तर एडवर्ड व्हाइट हा जेमिनी-४ मोहिमेत पहिले अवकाशीय पदभ्रमण करणारा अंतराळवीर होता. रॉजर शॅफी मात्र या मोहिमेतून प्रथमच अंतराळप्रवास करणार होता. या तिघांनी अपोलो मोहिमेसाठी बरीच तयारी केली होती.

अपोलो-१ चे अंतराळवीर

१४ दिवसांच्या या मोहिमेचे उड्डाण २१ फेब्रुवारीला निश्चित झाले होते. त्याआधी २७ जानेवारीला यानाच्या फक्त कुपीच्या संचलनाची तालीम प्रस्तावित यानामध्येच करण्याचे ठरले होते. यानाला अग्निबाण तसेच साहित्य-उपकरणांची कुपी जोडलेली नव्हती. ठरल्यानुसार

तालमीसाठी दुपारी १ वाजण्याच्या सुमारास उड्डाणमंचावर असलेल्या अपोलो-१च्या मुख्य कुपीत गस, एडवर्ड आणि रॉजर चढले. तिघांच्याही मनात भावी उड्डाणाचे स्वप्न होते.

कुपीत जाताच तिघेही आपापल्या आसनांवर स्थानापन्न झाले. कृत्रिम प्राणवायूचा पुरवठा सुरू झाला. आसनाचे पट्टे बांधले गेले. नियंत्रण कक्षाकडून कुपीचे दरवाजे बंद करण्याची सूचना आली. आता पुढच्या सूचनांची अंमलबजावणी होणार एवढ्यात...

''ए..........''

''अरे आग!''

''नियंत्रण कक्ष, इथे आग लागलीय!''

पुढे कोण काय बोलले काहीच कळले नाही.

कुपीतील एका ठिकाणी विद्युत तारांमधून अचानक ठिणग्या आल्या आणि काही समजायच्या आत काही सेकंदामध्ये अपोलो-१ची मुख्य कुपी आगीच्या भक्ष्यस्थानी पडली. नियंत्रण कक्षात एवढेच समजले होते की, कुपीचा दरवाजा बंद झाल्यानंतर अवघ्या ७ सेकंदांत आगीचा संदेश आला. आपत्ती निवारणाच्या गाड्या तात्काळ उड्डाणमंचाकडे पोहोचल्या. मात्र तिथे कुपीतून केवळ उरलासुरला धूर येत होता!

अपोलो-१ची अपघातग्रस्त कुपी

दुर्घटनेनंतरचे सगळे सोपस्कार पार पडले. चौकशीचे आदेश दिले गेले, तांत्रिक चुका शोधल्या जाणार होत्या, त्या सुधारल्याही जाणार होत्या. पण तीन उमद्या अंतराळवीरांच्या मृत्यूमुळे झालेली हानी कशानेच भरून न येणारी होती. अपोलो-१ दुर्घटनेची पूर्ण तपासणी करून काही दिवसांनी दुर्घटनेचा अहवाल प्रसिद्ध झाला. विद्युत तारांच्या जोडणीत राहिलेले काही दोष, कुपीतील उच्च दाब असलेल्या वातावरणातील शुद्ध प्राणवायू, कुपीचे पटकन न निघू शकलेले दार तसेच आपत्कालीन परिस्थितीत सुटकेसाठी नसलेली सुविधा अशी काही कारणे या अपघाताला कारणीभूत ठरली असल्याचे अहवालात नमूद केले होते. या अपघातामुळे नासाने अपोलो-२ आणि ३ या मोहिमाही रद्द केल्या. अपोलो-४ चे भवितव्य सध्या तरी अधांतरी होते. त्याऐवजी नासाने ऑरबिटर आणि सर्वेयर कार्यक्रमावर अधिक लक्ष दिले.

ल्यूनार ऑरबिटर-२ कार्यरत असतानाच ५ फेब्रुवारीला ऑरबिटर-३ चंद्राकडे निघाले. अपोलो समानव मोहिमेसाठी जागेचे सर्वेक्षण करणे हा या मोहिमेचा उद्देश होता. ऑरबिटर-३ मोहीम २४६ दिवस कार्यरत राहिली.

सर्वेयर-३ अवकाशयानाकडून मिळालेले चांद्रभूमीचे छायाचित्र

नासाची सर्वेयर-३ मोहीमही यशस्वीरीत्या पार पाडली. याआधीचे सर्वेयर-२ चंद्रावर उतरताना कोसळले होते, त्यामुळे त्या त्रुटी दुरुस्त करून १७ एप्रिलला सर्वेयर-३ चंद्राकडे झेपावले. तीन दिवसांनंतर सर्वेयर-३ चंद्राच्या कॉग्निटम विवरादरम्यानच्या जागेत उतरले. दोन-तीन उड्या घेत सर्वेयर-३ची कुपी चांद्रभूमीवर उतरली. उतरताना जाणवणारे धक्के शोषून घेणाऱ्या कुपीच्या पायांची चाचणी यामुळे झाली. स्थिरावल्यानंतर या यानातून एक यांत्रिक हात बाहेर आला. त्याने १.२५ मीटर लांब आणि अर्धा मीटर रुंद असे चार चर खोदले. यांत्रिक हाताच्या साहाय्याने खणलेली माती बाजूला करून विविध वर्णाचा प्रकाश टाकण्यात आला. त्यामुळे मातीची परावर्तकता आणि औष्णिक गुणधर्म समजतील अशी छायाचित्रे पृथ्वीवर पाठवण्यात आली. एकूणच सर्वेयर-३ने आपले काम चोख बजावले. विशेष म्हणजे सर्वेयर-३ने निर्माण केलेल्या या पाऊलखुणा पुढच्या एका समानव मोहिमेच्या वेळी मुद्दाम पाहण्यात आल्या. चंद्रावर जाणारी वाट या मोहिमेतून तयार झाली.

या महिन्यातच नासाचे अंतराळवीर प्रशिक्षण केंद्रप्रमुख डेक स्लेटॉन यांनी अपोलो-१ची दुर्घटना आणि त्यानंतर प्रसिद्ध झालेला दुर्घटनेचा अहवाल याबाबत केंद्रातील प्रशिक्षणार्थ्यांशी चर्चा केली. वर्गात थोडा वेळ शांतता पसरली. डेक त्या अठरा प्रशिक्षणार्थ्यांना म्हणाले, "आणि मित्रांनो, तुमच्यातील कुणा एकाला पहिल्या समानव चांद्रमोहिमेसाठी जायचे आहे हे लक्षात असू द्या." समोरच्या अठरा जणांपैकी एकाच्या चेहऱ्यावर हे सगळे ऐकूनही निश्चल भाव होते, तो होता नील!

४ मे १९६७ रोजी ऑरबिटर-४ चंद्राकडे मार्गस्थ झाले. या यानाने चंद्राच्या ध्रुवीय अक्षांभोवती साधारण ६१११ ते २७०६ किलोमीटर लंबवर्तुळाकार कक्षेत भ्रमण केले. छायाचित्रणाबरोबरच या यानात चंद्राच्या वातावरणातील विविध प्रारणांचे उत्सर्जन, सूक्ष्म उल्काकणांचा वेध तसेच चंद्राच्या भौतिकीय आणि गुरुत्वाकर्षण शक्तीचे मोजमाप करणारी उपकरणे होती. या मोहिमेत अपेक्षित यश मिळाले नाही तरी मोहीम ठीकठाक पार पडली.

सर्वेयर-३मध्ये आणखी थोड्या सुधारणा करून सर्वेयर-४ मोहीम आखण्यात आली. आधीच्या यशस्वी मोहिमेमुळे सर्वेयर-४बद्दल तंत्रज्ञांना बराच आत्मविश्वास होता. १४ जुलै रोजी सर्वेयर-४ आकाशात उडाले व तीन दिवसांनी चंद्राच्या कक्षेत विनासायास पोहोचले. हे यान चंद्राच्या विषुववृत्तीय भागातील सायनस मेडी विवर प्रदेशात उतरणार होते. मात्र चांद्रभूमीला स्पर्श करण्यासाठी अवघे अडीच मिनिटे

बाकी असताना संपर्क यंत्रणेत बिघाड झाला आणि दिशाहीन होत सर्वेयर-४ भरकटत कुठे कोसळले कुणास ठाऊक?

याच महिन्यात प्रशिक्षणार्थी अंतराळवीरांना प्रशिक्षणासाठी पनामातील जंगलात आणण्यात आले होते. अवकाशभ्रमणानंतर भूपृष्ठावर परतताना जर अंतराळवीरांना

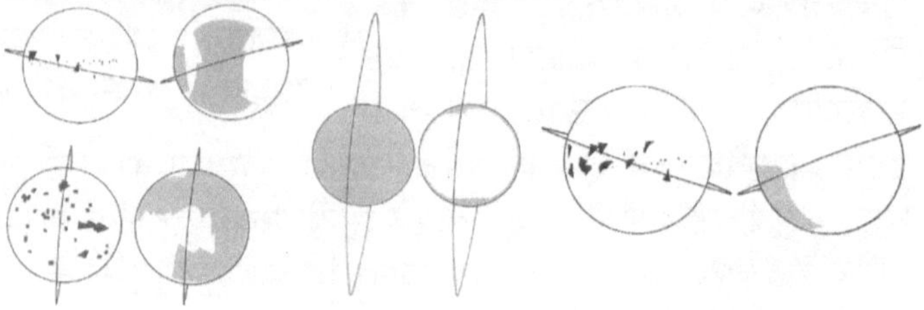

ऑरबिटर प्रकल्पाअंतर्गत चंद्राच्या दिसणाऱ्या आणि न दिसणाऱ्या बाजूंचे झालेले छायाचित्रण (गडद झालेला भाग)

एखाद्या जंगलात उतरावे लागले, तर मदत मिळेपर्यंत तिथेही हिंमतीने राहता यावे याचा वस्तुपाठ त्यांना पनामातील जंगलात मिळाला.

ऑगस्ट महिन्यात नासाने ऑरबिटर प्रकल्प मालिकेतील शेवटची मोहीम १ ऑगस्टला पृथ्वीवरून निघालेले ऑरबिटर-५ पुढच्या ४ दिवसांत चंद्राभोवती १९४ ते ६०२३ किलोमीटर दरम्यानच्या कक्षेत ध्रुवीय अक्षांभोवती भ्रमण करू लागले. आधीच्या चार यानांकडून शिल्लक राहिलेल्या चांद्रभूमीचे निरीक्षण ऑरबिटर-५ने पूर्ण केले. याबरोबरीने आधीच्या यानांप्रमाणे यातही अन्य वैज्ञानिक उपकरणे-साधने होतीच. ऑरबिटर प्रकल्पामुळे चंद्रावरची ९९% भूमी न्याहाळली गेली होती. माणसाने चंद्रावर पाऊल टाकण्यासाठी ऑरबिटरने जणू चंद्राची खडा न् खडा माहिती काढली होती. या मोहिमेबरोबरच चांद्रभूमीची निरीक्षणे करण्याचा प्रकल्प थांबला.

यानंतर अमेरिकेत ८ सप्टेंबर या दिवशी सर्वेयर-५ यानाचे उड्डाण झाले. ते चंद्राच्या मेअर ट्रान्क्वालिटाटीस या चंद्रावरील काळपट रंगाच्या विवरात अलगद उतरले. या यानात छायाचित्रणाबरोबर मूलद्रव्यामधून होणारे उत्सर्जन मोजणारे साधन, अल्फा कण मापक होते. पृष्ठभागाच्या संरचनेची पडताळणी करणारे प्रयोग व्यवस्थित पार पडले. १८ हजारपेक्षाही जास्त छायाचित्रे सर्वेयर-५कडून मिळाली. तेथील जमिनीच्या संरचनेत ५३ ते ६३ टक्के ऑक्सिजन, १५.५ ते २१.५ टक्के सिलिकॉन आणि १० ते १६ टक्के गंधक, कोबाल्ट तसेच निकेल या पदार्थांचे अस्तित्व मातीपरीक्षणातून दिसून आले. या यानाचा पुढेही अनेक दिवस संपर्क राहिला. या कालावधीत, १८ ऑक्टोबर रोजी पृथ्वीवासियांसाठी चंद्रग्रहण होते. मात्र चंद्रावरील सर्वेयर-५साठी ते सूर्यग्रहण ठरले. चंद्रावरच्या सूर्यग्रहणादरम्यान

सर्वेयर-५ने काही तापमानविषयक मोजमापे केली.

सर्वेयर-५च्या पाठोपाठ ७ नोव्हेंबरला उडालेले सर्वेयर-६ यानही चांद्रभूमीवर अलगद उतरले. तीन दिवसांच्या प्रवासानंतर चंद्रावर उतरून या यानाने पुढच्या ६५ तासांमध्ये ३० हजारपेक्षाही जास्त छायाचित्रांचे प्रसारण केले. चंद्राच्या वातावरणातील विविध प्रारणांच्या उत्सर्जनाचेही मोजमाप झाले. या वेळी आणखी एक प्रयोग करण्यात आला. सर्वेयर-६ला जोडलेल्या एका लहान अग्निबाणाच्या साहाय्याने हे यान चांद्रभूमीवरून उडवण्यात आले. तीन ते चार मीटर वर जाऊन यान पुन्हा अलगद खाली उतरले. चांद्रभूमीवर अवकाशयानाचे उड्डाण तपासणारे हे पहिले प्रात्यक्षिक होते. गुरुत्वाकर्षण शक्ती आणि वातावरणाचा दाब तपासणारा हा प्रयोग यशस्वी झाला. या प्रयोगातून परतीच्या मार्गाची चाचपणी झाली.

१९६७ या वर्षाच्या प्रारंभीच अपोलो-१च्या दुर्घटनेमुळे नासाने त्यानंतरच्या अपोलो-२ आणि ३ मोहिमा रद्द केल्या होत्या. मात्र थोड्या दिवसांनी 'शो मस्ट गो ऑन' या उक्तीप्रमाणे नासाने अपोलो-४ या मोहिमेवर नव्या उत्साहाने काम सुरू केले आणि ९ नोव्हेंबरच्या सकाळी अपोलो-४ अवकाशात झेपावले. ही मानवरहित मोहीम होती. तसेच हे यान पृथ्वीभोवतालच्या कक्षेतच भ्रमण करणार होते. आकाशवीरांसाठी सर्व आणि परतीच्या कुपीची चाचणी हा या मोहिमेचा उद्देश होता. यानाबरोबरच त्यासाठीच्या सॅटर्न-५ अग्निबाणाचीही चाचणी यावेळी घेण्यात आली. हा तोच अग्निबाण, जो डॉ. ब्राऊन यांच्या कल्पनेतून साकारला होता. डॉ. ब्राऊन आता नासाच्या मार्शल स्पेस फ्लाइट सेंटरचे संचालकप्रमुख म्हणून कार्यरत होते. त्यांनी अपोलो मोहिमेसाठी हा तीन चरणांचा आणि तब्बल २९ लाख ७० हजार किलोग्रॅम वजनाचा अग्निबाण विकसित केला होता. सॅटर्न-५ अग्निबाणाचा व्यास १०.१ मीटर तर उंची ११०.६ मीटर होती. हा अग्निबाण १ लाख ४० हजार किलोग्रॅम वजनाचे अवकाशयान वाहू शकत होता.

डग्लस एअरक्राफ्ट या खाजगी कंपनीमध्ये हा अग्निबाण तयार झाल्यानंतर तो केनेडी स्पेस सेंटर या उड्डाणाच्या ठिकाणी आणणे हे एक दिव्य होते. त्यासाठी एक मालवाहतूक विमान रचना बदलून वापरण्याचे ठरले. रचना बदलल्यावर हे विमान पोटात अंडी असलेल्या गप्पी माशाच्या मादीसारखे दिसू लागले. म्हणून या विमानाला 'प्रेग्नंट गप्पी' संबोधले गेले.

प्रेग्नंट गप्पी विमान

अपोलो-४ला घेऊन जाणारा सॅटर्न-५ अग्निबाण प्रचंड आवाजी होता. तो आकाशात झेपावताना झालेल्या प्रचंड आवाजाने उड्डाणाच्या ठिकाणाहून पाच

किलोमीटर दूर अंतरावरील इमारतीच्या छताच्या काही फरश्या खाली पडल्या. आजपर्यंतचा हा सर्वात जास्त आवाज करणारा अग्निबाण होता. वार्तांकनासाठी तिथे जमलेल्या वार्ताहरांना याचा चांगलाच अनुभव आला.

ही मोहीम केवळ साडेआठ तासांची होती. उड्डाणानंतर सव्वापाच तासांमध्ये अपोलो-४ने तीन पृथ्वीप्रदक्षिणा केल्या. साधारण २०४ ते १८०९२ किलोमीटर उंचीवरून या फेऱ्या पूर्ण झाल्या. भ्रमणादरम्यान वेगवेगळ्या वेगाचे तसेच दिशा बदलण्याचे नियंत्रण तपासले गेले. डॉकिंग आणि अनडॉकिंगच्या चाचण्या घेण्यात आल्या. तिसऱ्या भ्रमणानंतर यान पुन्हा पृथ्वीकडे वळवण्यात आले. त्यानंतर वेग हळूहळू कमी होत अवकाशयानाची परतीची कुपी हवाई बेटांच्या समुद्रात उतरली. भ्रमणांदरम्यान अपोलो-४च्या कुपीतून केवळ छायाचित्रण करण्यात आले होते.

दरम्यानच्या काळात अमेरिकेतल्या जॉन्सन स्पेस सेंटर आणि बेल एरोसिस्टिम यांच्या सहकार्यातून चांद्र आरोहण प्रशिक्षण वाहन (ल्यूनार लॅन्डिंग ट्रेनिंग व्हेइकल) निर्माण करण्यात आले. चार वर्षांपासून यावर संशोधन आणि विकास चालू होता. या वाहनाचा उपयोग प्रत्यक्षात चांद्रभूमीवर जाण्याआधी तत्सम अनुभव घेण्यासाठी केला जाणार होता.

चांद्र आरोहण प्रशिक्षण वाहन

रशिया : १९६७

हे वर्ष रशियन राज्यक्रांतीचे सुवर्णमहोत्सवी वर्ष असल्यामुळे राज्यकर्त्यांमध्ये उत्साह होता. या निमित्ताने रशियाने जगासमोर काहीतरी नावीन्यपूर्ण सादर करावे अशी राजकीय नेत्यांची इच्छा होती. त्यातच हे वर्ष सोयुझमय झाले होते.

७ फेब्रुवारीला सोयुझ-१ या अवकाशयानाची चाचणी यशस्वीरीत्या पार पडली. अर्थातच ही मानवरहित मोहीम होती. मुख्य-नियंत्रक कुपी, कक्षीय भ्रमण करणारी कुपी आणि अवकाशवीरांच्या परतीची कुपी असे तीन भाग यात होते.

सोयुझला आकाशात घेऊन जाणाऱ्या अग्निबाणाचे नावही सोयुझ होते. ६४५० किलोग्रॅम वजनाच्या सोयुझ अवकाशयानाने ८८.५ मिनिटांच्या कालावधीत पृथ्वीभोवती १६५ ते २१८ किलोमीटर उंचीवरून दोन दिवस प्रदक्षिणा केल्या. या प्रदक्षिणांदरम्यान अवकाशयानाच्या उंचीच्या नियंत्रणबदलाबाबत काही समस्या उद्भवल्या. त्या दुरुस्त करण्यासाठी इंधन जास्त खर्च झाले. मात्र अवकाशयान अनियंत्रित न होता फार भरकटले

नाही. मात्र पृथ्वीवर परत येताना हे यान कझाकस्तान आणि उझबेकिस्तान दरम्यानच्या समुद्राच्या गोठलेल्या पाण्यात कोसळले. यानाचे ठिकाण समजले तरी १० मीटर खोल रुतलेले हे यान सुरक्षित ठिकाणी आणण्यासाठी संबंधितांना खूपच प्रयास पडले.

तीन भागांच्या सोयुझ-१ अवकाशयानाची रचना दाखवणारे छायाचित्र

पुढच्या लागोपाठ दोन महिन्यांमध्ये कॉसमॉस-१४६ आणि कॉसमॉस-१५४ या दोन मोहिमा पार पडल्या. या सोयूझ-१च्या चाचण्याच होत्या. यातील पहिल्या चाचणीच्या वेळी अवकाशयान शून्य गुरुत्वाकर्षणात असताना नियंत्रणासाठी वापरल्या जाणाऱ्या मोटरची तपासणी झाली. ही मोहीम यशस्वी झाली, मात्र पुढच्या चाचणीच्या वेळी हीच मोटर बिघडल्यामुळे अवकाशयान चंद्राकडे जाण्याऐवजी पृथ्वीकडे येताना वातावरणात भरकटले आणि जळून गेले.

सोयुझ-१ मोहिमेसाठी व्लादिमिर कॉमॅरोव्हची अंतराळवीर म्हणून निवड झाली होती. त्याने याआधी व्होस्कोड-१ मोहिमेत सहभाग घेतला होता. तर युरी गागरीन हा सोयुझ-१साठी राखीव अंतराळवीर होता.

या वर्षी जानेवारीत नासाच्या अपोलो-१बाबत घडलेल्या दुर्घटनेतून धडा घेत रशियन तज्ज्ञांनी सोयुझ-१मधील यंत्रप्रणालींची फेरतपासणी केली होती.

सोयुझ-१च्या पाठोपाठ दुसऱ्या दिवशी तशीच रचना असलेले सोयुझ-२ हे यान अवकाशात जाणार होते. सोयुझ-२मध्ये बैकोव्हस्की, ख्रुनोव्ह आणि येलिसेयव्ह असे तीन अंतराळवीर जाणार होते. सोयुझ-२ अवकाशात गेल्यानंतर पुढील चार दिवसांमध्ये ही दोन्ही अवकाशयानांचे अवकाशात एकत्र येणार होती. या प्रयोगांदरम्यान ख्रुनोव्ह आणि येलिसेयव्ह अवकाशीय पदभ्रमण करणार होते. त्यानंतर हे दोघे व्लादिमिर कॉमॅरोव्हच्या सोयुझ-१मध्ये बसून पृथ्वीवर परतणार होते, तर पाठोपाठ बैकोव्हस्की सोयुझ-२ला घेऊन पृथ्वीवर उतरणार होता. अवकाशयानाच्या विविध भागांची चाचणी करणे हा या संयुक्त मोहिमेचा उद्देश होता. ज्येष्ठ अवकाशतज्ज्ञ दिवंगत कोरोलेव्ह यांचे स्वप्न असलेल्या भावी समानव सोयुझ चांद्रमोहिमेची ही रंगीत तालीम होती!

व्लादिमिरला घेऊन २३ एप्रिल रोजी पहाटे साडेपाच वाजता बैकोनूरहून ६४५० किलोग्रॅम वजनाचे सोयुझ-१ अवकाशात झेपावले. अल्पावधीतच पृथ्वीच्या वातावरणात सुमारे १९७ ते २२३ किलोमीटर उंचीवरील कक्षेतून प्रती ८९ मिनिटांच्या अंतराने प्रदक्षिणा करू लागले. खाली बैकोनूरच्या केंद्रात बैकोव्हस्की, ख्रुनोव्ह आणि येलिसेयव्ह दुसऱ्या दिवशीच्या उड्डाणाची तयारी करत होते. अचानक बैकोनूरच्या

हवामानात बदल होऊ लागला. खरे तर हवामानाच्या अंदाजानुसार आकाश निरभ्र असणार होते पण आकाशात ढग जमू लागले. इकडे, सोयुझ-१मध्ये विद्युतऊर्जेचा पुरवठा करणारा एक तक्ता काम करत नसल्याचे सुरुवातीच्या काही प्रदक्षिणांदरम्यान दिसून आले. तेराव्या फेरीदरम्यान विद्युतऊर्जेचा पुरवठा कमी पडत असल्याचे दिसल्यावर मात्र व्लादिमिरने तातडीने ही बाब भूकेंद्रात कळवली. पृथ्वीवर त्या वेळी मध्यरात्र उलटत होती.

सोयुझ-१ अवकाशयानाचा विद्युतऊर्जेचा पुरवठा करणारा एक काम न करणारा तक्ता

सोयुझ-२चे उड्डाण जे सकाळी होणार होते, ते आत्ता लगेच शक्य तितक्या लवकर करायचे असा निर्णय बैकोनूरच्या भूकेंद्रात तातडीने घेण्यात आला. यामुळे ही दोन अवकाशयाने एकत्र येतील आणि सोयुझ-२मधून जाणारे अंतराळवीर सोयुझ-१ची दुरुस्ती तरी करतील किंवा व्लादिमिरला सोयुझ-२मध्ये घेऊन चौघेही सुरक्षितपणे पृथ्वीवर परत येतील.

उड्डाणाचे आदेश देण्यात आले आणि सोयुझ-२साठी इंधन भरण्याचे कार्य सुरूही झाले. कमीत कमी वेळात उड्डाणाची सगळी तयारी करण्याच्या सूचना वरिष्ठांकडून येत होत्या. शक्य तितक्या लवकर सोयुझ-१पर्यंत पोहोचणे महत्त्वाचे होते. बाहेर मात्र आदल्या दिवशी आकाशात जमलेल्या ढगांनी आपले विराट रूप दाखवण्यास सुरुवात केली होती. तयारी पूर्ण होईपर्यंत पाऊस थांबेल असे सर्वांनाच वाटत होते. त्यामुळे पावसाचे कोणी गांभीर्याने घेतले नाही. पण तयारी पूर्ण होईपर्यंत पावसाचा जोर आणखीच वाढला. सकाळ होऊन काही तास उलटून गेले तरी पाऊस थांबायचे नाव घेईना. आता साथीला वीजांचा गडगडाटही होता. अक्षरशः थैमान घातलेल्या या पावसाने अवघ्या काही तासांमध्ये उड्डाणमंचाचे मोठे नुकसान झाले, ज्यामुळे सोयुझ-२चे उड्डाणच रद्द करणे भाग पडले.

दरम्यानच्या काळात मोहीम अधिकाऱ्यांकडून व्लादिमिरला मोहीम रद्द करून तातडीने पृथ्वीकडे परतण्याचे आदेश देण्यात आले. आदेशानुसार व्लादिमिरने आपली कुपी पृथ्वीकडे घेण्याचा निर्णय घेतला. मधल्या काळात व्लादिमिरची पत्नी मोहीम नियंत्रण केंद्रातच येऊन थांबली. सर्वांचेच लक्ष आता व्लादिमिरच्या आगमनाकडे लागले. परतीच्या प्रवासाचे संकेत मिळाले. इतक्या तणावाच्या प्रसंगात एक मिनिटही एक तासाप्रमाणे भासत होते. नियंत्रण केंद्रातील यंत्रणा वेगवान झाल्या होत्या. आता सर्व काही ठीक होईल असे वाटत होते. इतक्यात परतीच्या प्रवासादरम्यान कुपीला जोडलेली छोटेखानी प्रणोदन प्रणाली प्रज्वलित होत नसल्याचे संकेत मिळाले.

सगळ्यांच्या मनात धस्स झाले. ती प्रणाली प्रज्वलित होत नव्हती, म्हणून मग कक्षेतून खाली येत असताना वेग कमी करण्यासाठी असलेली खास हवाईछत्री उघडली गेली. मात्र त्यापाठोपाठ मुख्य हवाईछत्री उघडणे आवश्यक असते ती नेमकी उघडूच शकली नाही. व्लादिमिरचा संकटात असल्याचा संदेश ऐकू आला आणि केंद्रात एकच खळबळ उडाली. अवकाशातून येणाऱ्या व्लादिमिरचे नियंत्रण आता कुणाच्याही हाती नव्हते. फक्त आकाशाकडे नजर लाऊन बसणेच हाती होते. मोहीम अधिकाऱ्यांनी परिस्थिती पाहून व्लादिमिरच्या पत्नीला संदेश वहन प्रणालीजवळ बोलावले. ''तुम्ही व्लादिमिरशी दोन शब्द बोला,'' अधिकाऱ्यांनी तिला कसेबसे सांगितले. संकटात असलेल्या व्लादिमिरच्या अखेरच्या शब्दांना ती काय प्रतिसाद देणार होती? नियंत्रण केंद्रात केवळ तिचे हुंदके ऐकू आले.

राखीव हवाईछत्री उघडण्याचा प्रयत्न होत असताना अधिकच गुंतागुंत निर्माण झाली आणि या गुंतागुंतीमुळे व्लादिमिरची कुपी भरकटली. १४० किलोमीटर प्रति तास या वेगाने हेलाकावे घेत ती कझाकस्तानच्या कॉराब्युटक गावाजवळ जोराने आदळली. या धक्क्यामुळे कुपीतील इंधनाने पेट घेतला. व्लादिमिरला बाहेर पडणे अशक्य झाले. हा मैदानी प्रदेश होता. आवाज ऐकून जवळचे शेतकरी तिथे धावले; मात्र त्यांना कुपी उघडून व्लादिमिरला बाहेर काढणे शक्य झाले नाही. आपत्ती निवारण पथकाच्या विमानांनी ही जागा तात्काळ शोधली. मात्र कुपीजवळ हे पथक पोहोचेपर्यंत कुपीच केवळ जळलेला सांगाडा राहिला होता. व्लादिमिरचे अवशेष शोधणेही अशक्य होते.

सोयुझ-१ची जळालेली कुपी

व्लादिमिरच्या उरल्यासुरल्या अवशेषांचे क्रेमलिन किल्ल्याच्या परिसरात कोरोलेव्ह यांच्या शेजारी दफन करण्यात आले. अवकाशयानाच्या तांत्रिक दोषांमुळे रशियाने एक अनुभवी आणि उत्तम अंतराळवीर गमावला होता.

सोयुझ-१च्या अपयशामुळे रशिया मागे आली नव्हती. त्यांनी आपल्या अवकाशधोरणात थोडा बदल केला. यानंतर मानवरहित अवकाशयानांच्या चाचण्यांचे धोरण रशियाने आखले. अवकाशयानांसाठी रशियाची भूकेंद्रे केवळ त्यांच्याच प्रदेशांपुरती सीमित होती. बाहेरच्या कुठल्याही देशात रशियन अवकाशयानांचे भूकेंद्र नसल्यामुळे सध्या तरी मानवरहित मोहिमांवर भर देण्याचे रशियाने ठरवले.

सोयुझ-१सारखेच अवकाशवाहन नंतरच्या दोन संयुक्त मोहिमांसाठी वापरले गेले. पहिली मोहीम कॉसमॉस-१८६ म्हणून ओळखली जाते. २७ ऑक्टोबरला दुपारी बैकोनूरच्या उड्डाणमंचावरून या अवकाशयानाने अंतराळात झेप घेतली. तर

दुसऱ्या कॉसमॉस-१८८ मोहिमेचे अवकाशयान ३० ऑक्टोबर रोजी अवकाशात गेले. याच दिवशी या दोन अवकाशयानांचे एकमेकांना शोधून काढून जवळ येणे, कुपींचे एकमेकांशी जोडणे, जोडलेल्या अवस्थेत प्रवास करणे याखेरीज पुन्हा स्वतंत्र होत आपापल्या कक्षांमध्ये येत पुन्हा प्रवास करणे इत्यादी प्रात्यक्षिके करण्यात आली. सुमारे साडेतीन तासांच्या कालावधीत ही सगळी प्रात्यक्षिके यशस्वीरीत्या पूर्ण झाली.

या मोहिमेतील पहिली कुपी ३१ ऑक्टोबरला, तर दुसरी २ नोव्हेंबरला सुरक्षितपणे अपेक्षित ठिकाणी परतली. अंतराळात दोन अवकाशयानांची एवढी प्रात्यक्षिके आणि तीदेखील पृथ्वीवरील केंद्रांमधून संचलित झालेली; ही गोष्ट प्रथमच साध्य होत होती. यामुळे रशियन गोटात समाधानकारक वातावरण निर्माण झाले.

एप्रिल महिन्यात एन-१ या अग्निबाणाची दुसरी चाचणी झाली, तर सप्टेंबर आणि नोव्हेंबरमध्ये झालेल्या चाचणीत युआर ५०० के हा अग्निबाण दोनदा अयशस्वी ठरला. एकूणच अग्निबाणांबाबत रशियाचे प्रयत्न कमी पडत होते.

१९६७ हे वर्ष रशियात राज्यक्रांतीची सुवर्णमहोत्सवी वर्ष म्हणून साजरे केले जात होते. या वर्षीची विशेष गोष्ट म्हणजे लहान बालकांसाठी बाजारात आलेले नवे खेळणे. हे खेळणे म्हणजे अंतराळवीरांची बाहुली होती. जनसामान्यांमध्ये अवकाशविज्ञान पुरेसे रुळल्याची ही खूण होती!

अमेरिका : १९६८

सर्वेयर प्रकल्प मालिकेतील शेवटची मोहीम नासाने या वर्षाच्या सुरुवातीस केली. सर्वेयर-७ या लॅन्डर प्रकारच्या अवकाशयानाने ७ जानेवारी रोजी चंद्राकडे प्रयाण केले. केप कॅनाव्हेरलच्या उड्डाणमंचावरून निघालेले हे यान १० जानेवारी रोजी चंद्राच्या टायको विवराच्या कडेला अलगद उतरले. सर्वेयर-७ आधीच्या सर्वेयर यानांसारखेच होते. या वेळी यानातील उपकरणांची संख्या फक्त वाढवली गेली होती. चंद्रावर उतरताना लागणारी यंत्रणा तपासणे, अपोलो मोहिमेसाठी जागांची चाचपणी करणे, तिथले वातावरण आणि विवरे इथल्या घटकांची रासायनिक गुणवैशिष्ट्ये तपासणे हे या मोहिमेचे उद्देश होते. चंद्रावरच्या जमिनीचे जवळून चित्रण करण्यासाठी यानाला

सर्वेयर कार्यक्रमांतर्गत चांद्रभूमीवर उतरलेल्या अन्वेषक यान मोहिमांचे क्रमांक व ठिकाणे

खालच्या बाजूला आरसे लावले होते. सर्वेयर-७ चंद्रावर उतरल्यावर चंद्रावरच्या मातीची चुंबकीय गुणवैशिष्ट्ये तपासली, वातावरणाचा अभ्यास आणि छायाचित्रण अपेक्षेप्रमाणे पार पाडले. टायको विवराच्या परिसरातील सुमारे २१ हजार छायाचित्रांचे प्रसारण यानाने पृथ्वीकडे केले.

सर्वेयर-७ यान आणखी एक विशेष प्रयोग करणार होते; यानाच्या आरसे-छायाचित्रण प्रणालीच्या माध्यमातून पृथ्वीवरून चंद्राकडे येणारी विशिष्ट प्रकाश किरणांची शलाका (लेझर बीम) पाहिली जाणार होती. अमेरिकेतील ॲरिझोना राज्यातील एक वेधशाळा आणि कॅलिफोर्निया राज्यातील एक वेधशाळा या पश्चिम दिशेने तर वेसलिन विद्यापीठ (न्यू इंग्लंड प्रदेश), लिंकन लॅबोरेटरीज (मॅसॅच्युसेट्स) तसेच नासाच्या गोड्डार्ड स्पेस सेंटर (मेरिलॅन्ड ग्रीनबेल्ट) या ठिकाणांहून पूर्व आणि ईशान्य दिशेने प्रकाशकिरणांची अशी शलाका चंद्राकडे सोडण्याची सोय केलेली होती. २० जानेवारी रोजी हे किरण चंद्राच्या दिशेने सोडण्यात आले. यापैकी पश्चिम दिशेच्या वेधशाळेतून सोडलेल्या किरण शलाका सर्वेयर-७च्या पृथ्वीकडे वळवलेल्या आरशांमध्ये प्रतिबिंबित झाल्या. या दोन शलाकांचे छायाचित्रण प्रसारणाच्या माध्यमातून भूकेंद्रात पाहिले गेले.

पृथ्वीतलावरून पृथ्वीबाह्य घटकावर विशिष्ट प्रकाशकिरणांची शलाका सोडणे आणि ती पुन्हा परावर्तित करून घेणे, या आणि त्याच्याशी संबंधित क्रियांची गणिते मांडून त्याचे निष्कर्ष काढण्याचे प्रात्यक्षिक या मोहिमेद्वारे करण्यात आले.

सर्वेयर मोहिमेची सांगता होताना भावी समानव मोहिमेच्या वरिष्ठांपैकी बेंजामिन मिल्विझ्की यांनी सांगितले, ''सर्वेयरमुळे चंद्रावर जाण्यासाठी अनुकूल संकेत मिळाला आहे!''

यानंतर २२ जानेवारीला नासाने अपोलो-५ ही मानवरहित मोहीम पार पाडली. समानव चांद्रमोहिमेतल्या चंद्रावर उतरणाऱ्या कुपीच्या चाचण्या अपोलो-५ मोहिमेमध्ये घेण्यात आल्या. पृथ्वीभोवतालच्या प्रदक्षिणा आणि परतीच्या प्रवासाचीही प्रात्यक्षिके या मोहिमेच्या निमित्ताने झाली.

चंद्रावर समानव मोहिमेचे यान उतरवण्यासाठी जागा निश्चित करणाऱ्या समितीने ८ फेब्रुवारीला संभाव्य पाच ठिकाणांची माहिती जाहीर केली. आत्तापर्यंतच्या प्लायबाय, इम्पॅक्टर, लँडर आणि ऑरबिटर या मोहिमा आणि पृथ्वीतलावरून केलेल्या अभ्यास निरीक्षणाचे हे फलित होते. उतरण्याचे ठिकाण ५ ते ८ किलोमीटर सपाट प्रदेश असावा, त्या ठिकाणची दृश्यमानता योग्य असावी, सभोवती विवरे, टेकड्या, कडे, दऱ्या, शिळा प्रस्तर असू नये, उष्णतेचा आणि प्रकाशाचा त्रास होऊ नये यासाठी सूर्याची किरणे तिथल्या क्षितिजापासून ७ ते २० अंश कोनात असावीत असे काही महत्त्वाचे निकष आणि आत्तापर्यंत झालेल्या मोहिमांचा अभ्यास यावर

आधारित ही ठिकाणे निवडलेली होती. ट्रांक्विलिटीज विवर प्रदेशातील दोन ठिकाणे, ओशिनियस प्रोसेलॅरम खोऱ्यातील दोन ठिकाणे आणि सायनस मेडी अशी ती एकूण पाच ठिकाणे होती.

यानंतर एप्रिलमध्ये अपोलो-६ ही मानवरहित मोहीम पार पडली. ४ एप्रिल रोजी अंतराळात सोडलेल्या अपोलो-६मध्ये आगामी समानव चांद्रमोहिमेच्या दृष्टिकोनातून अवकाशयानांच्या भागांची रचना केलेली होती. या वेळी अपोलो-६ अवकाशयानाची भ्रमणकक्षा पृथ्वीपासून ३२ ते २२५३३ किलोमीटर एवढी प्रदीर्घ ठेवण्यात आली होती. साधारण दहा तासांच्या कालावधीत तीन फेऱ्या पूर्ण करत ही मोहीम संपली.

चंद्राकडून पृथ्वीच्या वातावरणात शिरल्यानंतर पृष्ठभागाकडे येताना कुपीची कार्यक्षमता अबाधित राहण्यासाठी कुपीला एक विशिष्ट आवरण असते. या मोहिमेदरम्यान कुपीला असलेल्या या आवरणाची चाचणी झाली. सॅटर्न अग्निबाणाच्याही चाचण्या पार पडत होत्या.

> मोहीम यशस्वीरीत्या पूर्ण करून अपोलो-६ परत आले त्याच दिवशी कृष्णवर्णीयांच्या हक्कांसाठी लढणारे अमेरिकेतील नेते मार्टिन ल्युथर किंग यांची हत्या झाली. त्यामुळे अपोलोच्या यशस्वी मोहिमेला वर्तमानपत्रांमध्ये फारशी प्रसिद्धी मिळाली नाही. वर्तमानपत्रांचे रकाने मार्टिन ल्युथर किंग यांच्याबद्दलच भरलेले होते.

यापुढची अपोलो मोहीम समानव होती. ११ ऑक्टोबरला अपोलो-७ने सॅटर्न अग्निबाणाच्या साहाय्याने अवकाशात झेप घेतली. १० दिवसांची ही मोहीम पृथ्वीभोवताली प्रदक्षिणा घालणारी होती. शंकूसारखा आकार असलेल्या नियंत्रक कुपीचा व्यास ३.९ मीटर आणि उंची ३.२ मीटर होती. या कुपीत संदेशवहनाची यंत्रणा होती. तर उपकरणांची कुपी याच व्यासाची मात्र ६.७ मीटर उंच होती. उपकरणांच्या कुपीत अंतराळवीरांसाठीच्या राखीव सुविधाही ठेवलेल्या होत्या. भ्रमणकक्षेत प्रवास होताना उपकरणांच्या कुपीवर नियंत्रक कुपी जोडलेली असणार होती. दोन्ही कुप्यांचे मिळून वजन सुमारे १४.८ टन एवढे होते.

नियंत्रक आणि उपकरण कुपींच्या संचलन-नियंत्रणाचे प्रात्यक्षिक करणे, समानव मोहिमेसाठीच्या सुविधांचे प्रात्यक्षिक करणे आणि या दोन कुप्यांचे विलग होणे असे या मोहिमेचे उद्देश होते. याखेरीज अंतराळवीरांकडे विशिष्ट छायाचित्रणाची आणि काही वैज्ञानिक प्रयोगांची कामगिरी देण्यात आली होती. त्यांच्या शारीरिक क्षमतेबाबतही काही प्रयोग केले जाणार होते.

अपोलो-७ अवकाशयान अग्निबाणापासून विलग होताना

वॉल्टर शिचर (जेमिनी-६चा अंतराळवीर), डॉन आइझेल आणि वॉल्टर कनिंगहॅम असे तीन अंतराळवीर अपोलो-७ अवकाशयानात होते. उड्डाणानंतर अपोलो-७ पृथ्वीपासून २२८ ते २८२ किलोमीटर उंचीदरम्यान कक्षेत भ्रमण करू लागले. भ्रमणकक्षेत स्थिरावताच मोहिमेचा मुख्य अंतराळवीर वॉल्टर शिचरने यानाचा वेग बदलून अपेक्षित कक्षेदरम्यान आणला. यानंतर नियंत्रक कुपीपासून उपकरण कुपी अलग करण्यात आली. पुढील दोन दिवसांमध्ये या कुप्यांबाबत अलग होण्याचे अनेक प्रयोग करण्यात आले.

मोहिमेच्या तिसऱ्या दिवशी वॉल्टर शिचरने डोके दुखत असल्याची तक्रार केली. कदाचित शून्य गुरुत्वाकर्षण स्थितीत राहत असल्याने असे होत असावे. भूकेंद्रामार्फत वैद्यकीय तज्ज्ञांशी सल्लामसलत करून त्याला काही औषधे घेण्यास सांगण्यात आले. पुढील काही दिवसांनी इतर दोन अंतराळवीरांनीही डोकेदुखीची तक्रार केली. त्यांनाही वैद्यकीय सल्ला देण्यात आला. नियोजित असलेले सगळे प्रयोग अंतराळवीरांनी पूर्ण केले. डोकेदुखीच्या त्रासामुळे त्यांनी शिरस्त्राण घातले नाही. त्यामुळे त्यांची डोकेदुखी काही प्रमाणात थांबली. मात्र त्यांना भोवळ येण्याचा त्रास झाला. अवकाशातल्या अंतराळवीरांच्या डोकेदुखीचा त्रास भूकेंद्रातील त्यांच्या सहकाऱ्यांनाही सहन करावा लागला. यातून काही वेळा त्यांच्यात खटके उडाले, शाब्दिक चकमकी

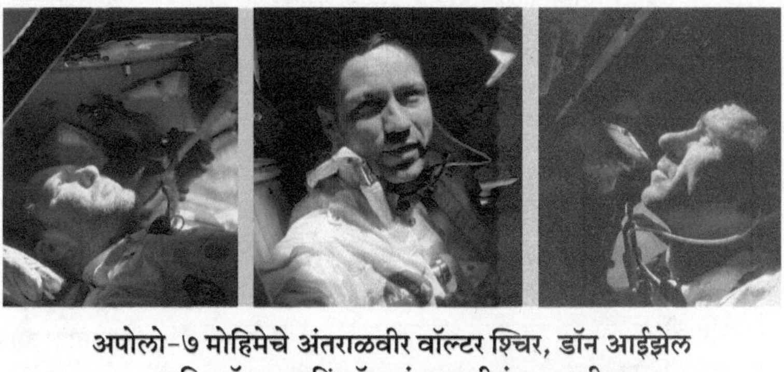

अपोलो-७ मोहिमेचे अंतराळवीर वॉल्टर शिचर, डॉन आईझेल आणि वॉल्टर कनिंगहॅम अंतराळवीरांच्या कुपीतून

झडल्या. या सगळ्या अडचणी येऊनही मोहीम १० दिवस व्यवस्थित पार पडली. भूकेंद्राशी संपर्क करत अपोलो-७चे अवकाशवीर अॅटलांटिक महासागरातील बर्म्युडा प्रदेशात सुरक्षितरीत्या उतरले. या मोहिमेचे थेट दूरदर्शन प्रक्षेपण अमेरिकेत करण्यात आले होते.

अपोलो-७ अवकाशयानाची कुपी अॅटलांटिक महासागरातील बर्म्युडा प्रदेशात उतरल्यानंतर

भविष्यातल्या समानव चांद्रमोहिमेसाठी लागणाऱ्या बहुतांश तांत्रिक बाबींची यशस्वी तपासणी अपोलो-७ यानाने केली होती. भावी समानव चांद्रमोहिमांसंदर्भात समस्या नसल्याचे दिसून आले होते. नाही म्हणायला अवकाशवीरांना गरजेपेक्षा जास्त खाद्यपदार्थ दिल्याचे आणि त्यातील काही खूपच गोड असल्याचेही अवकाशवीरांनी खाली परतल्यानंतर सांगितले! या यशस्वी मोहिमेमुळे नोव्हेंबर महिन्यात नासाने अपोलो-८ची जाहीर घोषणा केली. या मोहिमेद्वारे तीन अंतराळवीर चंद्राभोवती प्रदक्षिणा करणार होते. अवकाशयानाच्या प्राथमिक आणि द्वितीय स्तरावरच्या तांत्रिक चाचण्या, संचलन आणि दिशादर्शन इत्यादी या मोहिमेदरम्यान पार पडणार होत्या. तसेच अंतराळवीरांच्या प्रवास, कार्यक्षमता, आरोग्य आदी मुद्द्यांचा अभ्यास होणार होता. नासाच्या वतीने अजून तरी थेट चंद्रावरून परतलेल्या अवकाशयानाची मोहीम पार पडली नव्हती. रशियाने सप्टेंबर महिन्यातच हा पराक्रम साध्य केला होता. त्यांचे झॉन्ड-५ हे अवकाशयान चंद्राभोवती भ्रमण करून पृथ्वीवर सुरक्षितपणे परतले होते. अपोलो-७मुळे चंद्रावर जाण्याची खातरजमा झाली होती!

आद्य चांद्रमोहीम

आणि, एक दिवस केनेडी स्पेस सेंटरच्या निवेदन फलकावर एक निवेदन झळकले: 'तुम्हा सर्व कर्मचाऱ्यांना २१ डिसेंबरला सकाळी वाजता होणाऱ्या अपोलो-८च्या उड्डाणप्रसंगी आमंत्रित करण्यात येत आहे!' मानवाला चंद्राच्या निकट घेऊन जाणारी ही पहिलीच अवकाश मोहीम असल्यामुळे या वेळची उत्सुकता खूपच वेगळी होती. २१ डिसेंबरची सकाळ उजाडली. उड्डाणाच्या तयारीत असलेल्या अपोलो-८ अवकाशयानाच्या दिशेनेच दूरवर आसमंतात चंद्राची कोरही उगवत होती. मुक्कामाचे ठिकाण नसले तरी भोजा दिसत होता.

अपोलो-८ यान उड्डाणाच्या तयारीत असताना आसमंतात दिसलेली चंद्रकोर

अपोलो-८ मोहिमेचे अंतराळवीर

यानातील अवकाशवीरांचा आणि नियंत्रण केंद्राचा उड्डाणाच्या तयारीबाबत संवाद झाला आणि एका क्षणी 'अपोलो-८ तुम्ही उड्डाण करत आहात' असा संदेश मिळाला. सकाळी ७ वाजून ५१ मिनिटांनी या अवकाशयानाने केनेडी स्पेस सेंटरच्या उड्डाणमंचावरून पृथ्वी सोडली. अपोलो-८ची नियंत्रक कुपी ५६२६ तर उपकरणांची कुपी २३२७१ किलोग्रॅम वजनाची होती. साधारण अकराव्या मिनिटाला अपोलो-८ अवकाशयानाने पृथ्वीभोवतालच्या कक्षेत प्रवेश केला. फ्रँक बॉरमन, जेम्स लॉवेल आणि विल्यम अँडर्स या तिघांना सर्वप्रथम चंद्राकडे जाण्याची संधी मिळाली. यामध्ये फ्रँक मोहीमप्रमुख होता, तर जेम्स आणि विल्यम त्याचे सहकारी होते.

समानव सुदूर असा हा आगळावेगळा पहिलाच प्रवास होता. पृथ्वीबाह्य अवकाशातल्या या प्रवासाची एक आगळी उत्कंठा होती. अपोलो-८ मोहिमेसाठी, पहिले १४७५, दुसरे १५०३ आणि तिसरे १२३० अशा कॅलरींच्या हिशेबाने तीन वेळचे जेवण तयार करण्यात आले होते. शाकाहारी आणि मांसाहारी दोन्ही प्रकारच्या या जेवणात मसालेदार, रस्सायुक्त पदार्थ, छोटी फळे, चॉकलेटचा समावेश होता. तसेच रोज वेगवेगळे पदार्थ होते. या मोहिमेदरम्यान अंतराळवीर ख्रिसमस सण चंद्राभोवती फिरत असताना साजरा करणार होते. जोडीला प्रथमोपचाराच्या औषधांची पेटीही दिलेली होती. दात घासण्यासाठी ब्रश, टूथपेस्ट, लहान-मोठ्या आकाराचे टॉवेल्स आणि मल-मूत्र विसर्जनाच्या व्यवस्थेसाठी दुर्गंध, जिवाणु-विषाणूंचा प्रादुर्भाव होणार नाही अशा साधन-सुविधा होत्या. अंतराळवीरांच्या झोपण्यासाठी डोक्याकडचा भाग सोडून बंद करता येण्याजोगी पिशवी (बॅग) देण्यात आली होती. या मोहिमेदरम्यान अंतराळवीरांकडे कुठल्याही वैज्ञानिक प्रयोगांची जबाबदारी देण्यात आली नव्हती. अवकाशयान चंद्राच्या पृष्ठभागाच्या जास्तीत जास्त जवळ असताना छायाचित्रण करण्याचे काम त्यांच्याकडे दिले होते. याबरोबरीने प्रवासादरम्यान अवकाशयानाच्या कुपीतून ताऱ्यांचे संदर्भ घेत पृथ्वीसंदर्भात महत्त्वाच्या खाणाखुणा तयार करणे आणि या नोंदीच्या आधारे चंद्राकडे जाताना किंवा परतताना लक्षपूर्वक माहिती नोंदण्याचे कार्य अंतराळवीरांकडे सोपवण्यात आले होते. पुढील समानव मोहिमांच्या वेळी चंद्राचा रस्ता जास्तीत जास्त निर्धोक होण्यासाठी ही माहिती मौलिक ठरणार होती.

उड्डाणानंतर साधारण तीन तासांच्या अवधीत पृथ्वीभोवती दोन प्रदक्षिणा पूर्ण केल्यानंतर पृथ्वीची कक्षा पार करत अपोलो-८ने चंद्राच्या दिशेने प्रस्थान केले. अपोलो-८ चंद्राकडे निघाले त्या वेळी त्याचा वेग प्रति सेकंद ११ किलोमीटर एवढा

होता. अजून व्हॅन ॲलन बेल्ट अर्थात प्रारण पट्ट्याची सीमा पार व्हायची होती. या प्रारण पट्ट्यातून बाहेर पडल्यानंतर एका अर्थाने पृथ्वीची चुंबकीय सावली संपणार होती. पृथ्वीबाह्य अवकाशात जाताना वातावरण आणि प्रारण पट्टा या सीमा मानाव्या लागतात. प्रारण पट्टा पार करताना शास्त्रज्ञांनी अंतराळवीरांना प्रारणातील उत्सर्जनाचा मानवी शरीरावर काय परिणाम होतो हे तपासण्यासाठी डॉसीमीटर दिला होता. त्याच्याआधारे शरीराकडे येणाऱ्या प्रारणाची मात्रा मोजायची होती. अपोलो-८ आता प्रारण पट्टा संपून पुढे येत चंद्राकडे जात होते. उड्डाण सुरू झाल्यापासून अकरा तास उलटले होते. उड्डाणाच्या आधीचे पाच तास धरले, तर अंतराळवीर सोळा तास सलग कार्यरत होते. मोहिमेबाबत ठरल्याप्रमाणे किमान एका तरी अंतराळवीराने जागे राहायचे होते. फ्रँकने प्रथम झोप घ्यायचे ठरले आणि झोपेची गोळी घेऊन तो झोपण्याचा प्रयत्न करू लागला. मात्र त्याला आवाजाचा त्रास होऊ लागला. या आवाजाने त्याला झोप लागू शकली नाही. मग तासाभराने फ्रँकने भूकेंद्रातील वैद्यकीय अधिकाऱ्यांना विचारून झोपेची दुसरी गोळी घेतली. या गोळीमुळे त्याला झोप लागली. मात्र झोपेतून जागे झाल्यानंतर फ्रँकला दोनदा उलटी झाली, तसेच अतिसाराचाही त्रास झाला. जेम्स आणि विल्यम यांनी भूकेंद्रात फ्रँकच्या त्रासाची कल्पना दिली. फ्रँक नको म्हणत होता. त्याला वाटत होते की, हा झोपेच्या दोन गोळ्यांमुळे झालेला तात्कालिक त्रास आहे. पण या दोघांनी त्याचे ऐकले नाही. भूकेंद्रात नासाच्या संबंधित वैद्यकीय अधिकाऱ्यांनी यावर चर्चा करून हा त्रास झोपेच्या दोन गोळ्यांमुळे झालेला तात्कालिक स्वरूपाचा असावा असेच अनुमान काढले. मात्र हा त्रास २४ तासांत आटोक्यात येईल असेही सांगितले. नासाच्या वैद्यकीय क्षेत्रातील वैज्ञानिकांनीही यावर विचारविनिमय केला. फ्रँकच्या शरीराने गुरुत्वाकर्षण नसलेले वातावरण लगेच न स्वीकारल्याने आणि अवकाशवीरांच्या कुपीतील जागा लहान असल्यामुळे ही लक्षणे दिसून आल्याचे तज्ज्ञांचे मत झाले.

मोहीम सुरू झाल्यानंतर सुमारे ३१ तासांनंतर नासाने अपोलो-८चे थेट प्रक्षेपण करण्याचा निर्णय घेतला. या वेळी अवकाशवीरांची, मुख्यत्वे फ्रँकची परिस्थिती ठीक होती. त्यामुळे भूकेंद्रात आणि फ्रँकच्या कुटुंबीयांना काळजी वाटली नाही. हे प्रक्षेपण १४ मिनिटे सुरू राहिले. यानंतर अवकाशवीरांसाठी कसलाही त्रास झाला नाही. त्यांचे झोपेचे चक्रही व्यवस्थित पार पडले. मोहीम सुरू होऊन ५५व्या तासाला म्हणजेच पृथ्वीवरच्या २४ डिसेंबर रोजी अपोलो-८ इक्विग्रॅव्ही स्पिअरमधून पुढे चालले होते. या दरम्यान पुन्हा एकदा २६ मिनिटांचे थेट प्रक्षेपण झाले. या दरम्यान अंतराळवीरांच्या लक्षात एक गोष्ट आली की, ते अवकाशयानातून बाहेर पाहू शकत नव्हते. ज्यामुळे त्यांना चंद्र दिसू शकत नव्हता. याचे कारण म्हणजे अवकाशयानाच्या पाचपैकी तीन खिडक्यांच्या काचांवर कडेने असलेल्या चौकटीतून सिलिकॉन पदार्थाचे सच्छिद्रता बंधक (सीलंट) ओघळले होते. आता यासाठी अवकाशयानाने स्वतःभोवती गिरकी

घेताना ते सीलंट पुन्हा चौकटीकडे गेले तरच चंद्र दिसणार होता. इक्विग्रॅव्ही स्पिअर क्षेत्र सुमारे ४० मिनिटांच्या अवधीत संपले आणि अपोलो-८ आता चंद्राच्या गुरुत्वाकर्षण शक्तीच्या प्रभावक्षेत्रात आले. पृथ्वीशिवाय दुसऱ्या खगोलीय घटकाच्या निकट जाण्याचा हा पहिलाच प्रसंग होता. आता अपोलो-८ चंद्रापासून ६२ हजार किलोमीटर अंतरापर्यंत आले होते. आता यान हळूहळू चंद्राच्या जवळ जात होते. या दरम्यान अवकाशयानाचा वेग कमी होत होत १.२ किलोमीटर प्रति सेकंदापर्यंत आला होता. यानंतर पुढच्या चार तासांत चंद्राच्या कक्षीय भ्रमणासंदर्भात अवकाशयान प्रणालीच्या विविध चाचण्या पार पडल्या आणि अंतराळवीर चंद्राच्या निकट कक्षीय भ्रमणासाठी संदेश मिळण्याची वाट पाहू लागले. 'कक्षीय भ्रमणासाठी निघा!' असा संदेश मिळाला. यानंतर सुरुवातीला चंद्राच्या पृष्ठभागापासून ३११ ते १११ किलोमीटर लंबवर्तुळाकार कक्षेत भ्रमण करत असलेले अपोलो-८ हळूहळू चंद्राच्या आणखी निकट जाण्याचा प्रयत्न करणार होते. पहिली फेरी सूरू होताना अंतराळवीरांनी भूकेंद्रात संदेश दिला आणि ते पुढे मार्गस्थ झाले. चौथे कक्षीय भ्रमण होत असताना अपोलो-८ पृथ्वीपासून ३ लाख १३ हजार ८०० किलोमीटरवर असावे. विल्यम अचानक फ्रँकला म्हणाला:

''ओह! फ्रँक, ते बघ ''

''काय?''

''अरे इकडे''

''काय रे?''

''अरे, पृथ्वी उगवताना दिसतेय!''

''होय रे, आणि किती छान!''

''मी पटकन छायाचित्र घेतो.''

''नको घेऊस!''

''का रे?''

अपोलो-८ च्या अंतराळवीरांना चंद्राच्या सान्निध्यातून दिसलेला पृथ्वीचा उदय

''पृथ्वी उगवताना छायाचित्रण करणे हा आपल्या कामाचा भाग नाहीये!!''

दोघेही गमतीने हसले. विल्यमने भिंगांची अचूक रचना करत ते खास रंगीत छायाचित्र टिपले. अपोलो-८ मोहीम गाजली ती याच कारणाने. चंद्राभोवतालच्या चौथ्या कक्षीय भ्रमणादरम्यान बील अँडर्सने एका खास क्षणी छायाचित्रण यंत्रणेची कळ दाबली. क्षणात ते खास छायाचित्र टिपले गेले. अंतराळवीरांना चंद्राच्या सान्निध्यातून दिसलेला तो पृथ्वीचा उदय होता! समस्त पृथ्वीवासियांसाठी चंद्राच्या वातावरणातून आपली पृथ्वी

कशी दिसते याचे रंगीत छायाचित्र उपलब्ध झाले. दोन वर्षांपूर्वीचे ऑरबिटर-१चे पृथ्वीउदयाचे कृष्णधवल छायाचित्र जुने झाले.

चंद्राभोवतलची आठवी प्रदक्षिणा सुरू असताना अपोलो-८ पुन्हा चंद्राच्या न दिसणाऱ्या बाजूकडे वळले. त्या वेळी इकडे पृथ्वीवर ख्रिसमसचा दिवस सुरू होत होता. साहजिकच अपोलो-८मधूनही अवकाशवीरांना त्यांच्या पृथ्वीवासीय आप्तजनांकडून शुभेच्छा मिळाल्या. इथे अपोलो-८च्या कुपीत अंतराळवीरांनी ख्रिसमससाठी दिलेले खास पदार्थ एकमेकांना भरवले. फ्रँक, जेम्स आणि विल्यमने त्यांच्याबरोबर आणलेल्या एका प्राचीन ग्रंथातील ओळींचे वाचन करत भूकेंद्राशी संपर्क साधला. या प्रसंगाचे थेट प्रक्षेपण झाले. ख्रिसमसच्या सकाळी मोहीम सुरू झाल्यापासून ८९ व्या तासाला त्यांनी चंद्र सोडला आणि अपोलो-८ पृथ्वीकडे निघाले. ख्रिसमस सणाच्या दिवशी पाचव्यांदा मोहिमेचे थेट प्रक्षेपण करण्यात आले. याच दिवशी सायंकाळी अंतराळवीरांनी त्यांना देण्यात आलेली एक खास भेट उघडून पाहिली. ती प्रत्येकाच्या पत्नीने दिलेली भेट होती.

आता अडीच दिवसांच्या प्रवासानंतर अंतराळवीर पृथ्वीतलावर उतरणार होते. चंद्राभोवतालच्या फेऱ्यांदरम्यान अंतराळवीरांनी जास्तीत जास्त चंद्राच्या जवळ जात ९६.५ किलोमीटरवरून चंद्राच्या पृष्ठभागाचे छायाचित्रण केले होते. तसेच दिशादर्शन प्रणालीच्या माध्यमातून शक्य होईल तेवढे ताऱ्यांचे संदर्भ नोंदवण्याचेही काम केले. अपेक्षित कार्यापैकी ९५ टक्के काम त्यांनी पार पाडले.

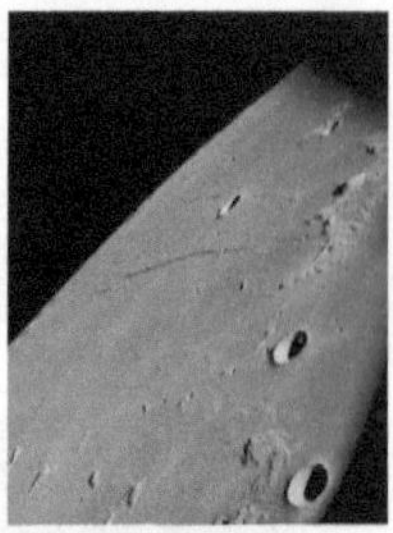

चांद्रभूमीवरील ट्रांक्वालिटी खोऱ्याचा प्रदेश

परतीच्या प्रवासात अंतराळवीर आता काहीसे निवांत झाले होते. नियोजित प्रक्षेपमार्गातून ते पुढे चालले होते. २७ डिसेंबरला सायंकाळी अपोलो-८च्या उपकरणांच्या कुपीपासून अंतराळवीरांची नियंत्रक कुपी विलग झाली आणि आयनावरणाच्या थरात शिरकाव झाला. या आधी काही वेळ अवकाशयानाच्या बाहेर अस्पष्ट दिसू लागले होते. तो परिणाम दूरवर असलेल्या घडून आलेल्या ध्रुवीय प्रकाशाचा होता. त्या हिरवट पांढऱ्या प्रकाशामुळे काही वेळ बाहेरचे काहीच दिसले नाही. बाहेरचे वातावरण निवळल्यानंतर दूरवर चंद्रोदय दिसला. त्याच वेळी उपकरणांच्या कुपीपासून अंतराळवीरांची कुपी अलग झाली आणि तिच्या हवाईछत्र्या उघडण्यास प्रारंभ झाला. अपोलो-८ ही आजपर्यंतचा माणसासाठी सर्वांत दूरचा प्रवास घडवून आणणारी मोहीम होती. त्यामुळे पृथ्वीतलावर त्यांचे उतरणे महत्त्वाचे होते. चंद्राकडून प्रथमच पृथ्वीवर उतरणाऱ्या या माणसांची नेहमीपेक्षा अधिक काळजी घेणे आवश्यक होते. त्यामुळे अवकाशवीरांची कुपी शोधायला जरी विलंब झाला, तरी नेहमीपेक्षा वेगळ्या प्रकारची काळजी घेण्यात

आली होती. यासाठी त्यांना एक खास पाठपिशवी (रकसॅक) देण्यात आली होती. यामध्ये आपत्कालीन परिस्थितीत आवश्यक असणाऱ्या साहित्याबरोबर जीवरक्षक होडी, सी डाय मार्कर (पाण्यात पडताना रंग उत्सर्जित करणारी भुकटी) अशा गोष्टीही होत्या. अंतराळवीरांची कुपी अलग होऊन हवाईछत्र्या उघडल्या गेल्या आणि पुढच्या काही मिनिटांमध्ये कुपी भूपृष्ठापासून साधारण ९ किलोमीटर उंचीवर आली. साधारण १५ ते २० मिनिटांच्या कालावधीत अपोलो-८चे अंतराळवीर सुरक्षितपणे समुद्रात, हवाईबेटांच्या दक्षिणेला उतरले. अंतराळवीरांकरिता दिलेल्या खास पाठपिशवीचा वापर करण्याची वेळ आली नाही. शोधपथकांनी लगेच अंतराळवीरांना बाजूला केले आणि पुढील प्रवासासाठी खास विमानाने रवाना केले. त्यांच्यापैकी फक्त फ्रँक बॉरमन काहीसा आजारी झाला होता. बाकी काही काळजी करण्यासारखे नव्हते.

या मोहिमेच्या निमित्ताने माणूस पहिल्यांदाच चंद्राच्या निकट आणि चंद्राच्या पलीकडेही गेला होता. शिवाय चंद्राभोवती फेऱ्याही प्रथमच मारल्या होत्या.

या वर्षात अमेरिका आणि युरोपीय राष्ट्रांत बऱ्याच राजकीय उलथापालथी झाल्या, आंदोलने भडकली. भांडवलशाही आणि युद्धखोरीविरुद्ध मोर्चे निघाले. मात्र अपोलो-८च्या मोहिमेमुळे या वर्षाचा शेवट चांगला झाला असेच सर्वांना वाटले. टाइम या नियतकालिकाने अपोलो-८च्या अंतराळवीरांचा 'मेन ऑफ दी ईयर' असा गौरव केला. नासाकडे २८ देशांमधून अभिनंदन करणारे तब्बल ५ हजार दूरसंदेश आले. प्रसिद्ध अशा लाईफ नियतकालिकाने जग बदलणाऱ्या छायाचित्रांच्या वर्गवारीत 'पृथ्वीउदय' या छायाचित्राचा समावेश केला.

नासासाठी चंद्राकडे जाण्याचा मार्ग दाखवत हे वर्ष संपले!

रशिया : १९६८

रशियातील समानव चांद्रमोहिमेलाही आता वेग आला होता. अवकाशयानांची सिद्धता उत्तम होती मात्र अग्निबाणांवर अजून काम करावे लागणार होते. रशियन वैज्ञानिक त्याचाच पाठपुरावा करत होते. एन-१ अग्निबाणाची प्राथमिक चाचणी हा त्याचाच भाग होती. फेब्रुवारीच्या सुरुवातीस ही चाचणी रशियातील झॅगॉर्स्क येथे पार पडली. या यशस्वी चाचणीमुळे रशियाच्या चांद्रमोहिमेच्या आशा आणखीनच पल्लवीत झाल्या. दर महिन्याला याची एक मोहीम करण्याचा त्यांचा इरादा होता. या यशस्वी चाचणीनंतर केलेली ऑरबिटर अवकाशायानाची चाचणी मात्र अयशस्वी ठरली. अवकाशयानासाठी असलेल्या इंधनटाकीमध्ये बिघाड निर्माण झाल्यामुळे हे अवकाशयान पृथ्वीय कक्षा पार करत वातावरणातून बाहेर पडताना भरकटले.

यानंतर मार्च महिन्यात झॉन्ड-४ मोहिमेचे नियोजन करण्यात आले होते. अवकाशयान पृथ्वीपासून सुमारे चंद्राएवढ्या अंतरापर्यंत पाठवून पुन्हा पृथ्वीतलावर

आणण्याचा झॉन्ड-४ मोहिमेचा उद्देश होता. पृथ्वीभोवतालच्या अवकाशातील ऊर्जाभारित कणांचे निरीक्षण आणि ॲरगॉन या नव्याने विकसित झालेल्या संगणकाची चाचणी या मोहिमेदरम्यान होणार होती.

झॉन्ड-४मध्ये नियंत्रक आणि उपकरण कुपी संयुक्त होती. नियंत्रक कुपीत अवकाशवीर असणार होते. पृथ्वीच्या वातावरणात आल्यानंतर नियंत्रक कुपी उपकरण कुपीपासून अलग होत हवाईछत्र्यांच्या मदतीने पृथ्वीतलावर अलगद उतरणार होती. झॉन्ड-४च्या नियंत्रक कुपीत दोनच अवकाशवीरांची सुविधा होती. त्यामुळे अमेरिकेच्या अपोलो यानाच्या तुलनेत झॉन्ड-४ आकाराने थोडे लहान होते. याला दोन सौर तक्त्यांचा वापर करून विद्युतऊर्जा पुरवण्यात आली होती.

२ मार्चला झॉन्ड-४ या मानवरहित अवकाशयानाचे बैकोनूरहून यशस्वी उड्डाण झाले. ते चंद्रापासून वेगळ्या दिशेला ३.५४ लाख किलोमीटर गेले आणि यशस्वीरीत्या परत फिरले. परत फिरल्यानंतर पृथ्वीकडे अचूक दिशेने आले. पृथ्वीच्या कक्षेत शिरताना पृष्ठभागापर्यंत येणारी कुपी अलग झाल्याचे संकेत मिळाले. यानंतर मात्र त्याचा भूकेंद्रांबरोबर संपर्क तुटला. आता झॉन्ड-४ अवकाशयान रशियन भूमीऐवजी भलतीकडे जाण्याची शक्यता वाढली. अवकाशयान पृथ्वीवर उतरण्याच्या ठिकाणात आणि दिशेमध्ये मोठा फरक असेल, तर यानाला १० ते १५ किलोमीटर उंचीवर असताना स्वयंःनाश करण्याची सुविधा असते. अखेर हीच सुविधा वापरली जाऊन झॉन्ड-४ अवकाशयान नाश पावले. नंतर सापडलेल्या अवशेषांवरून झॉन्ड-४ अवकाशयानाची अखेर पश्चिम आफ्रिकेतील गिनी नामक देशाच्या भूमीत झाल्याचे स्पष्ट झाले.

अगदी अखेरच्या क्षणी झॉन्ड-४चा भूकेंद्राशी असलेला संपर्क का तुटला याची कारणे शोधली गेली. अवकाशयानात वापरण्यात आलेले स्टार ट्रॅकर उपकरण बिघडल्याने यानाचा संपर्क तुटल्याचे यातून स्पष्ट झाले.

अवकाशमोहिमांत येणाऱ्या अपयशाची कारणे शोधून त्या चुका दुरुस्त करून आणि यशामुळे वाढलेल्या दुप्पट उत्साहाने रशियाची अंतराळ मोहीम जोमात चालली होती. मात्र या घोडदौडीला एक गालबोट लागले.

जगातील पहिला अंतराळवीर होण्याचा मान मिळालेल्या युरी गागरीनचा अपघाती मृत्यू झाला. युरी त्या वेळी रशियातील अंतराळवीरांचा प्रशिक्षक म्हणून काम करत होता. प्रशिक्षणादरम्यानच विमानाचा अपघात होऊन युरीला आणि त्याच्या एका सहकाऱ्याला अचानक काळाने कवेत घेतले.

यानंतरच्या महिन्यात ल्यूना-१४ ही मानवरहित चांद्रमोहीम पार पडली. चंद्राच्या विविध पृष्ठभागांवरील गुरुत्वाकर्षणाचे मोजमाप, सौरवात आणि ऊर्जाभारित कणांचे मोजमाप आणि त्यांचे वस्तूमान मोजणे, तसेच अवकाशयान

आणि भूकेंद्रामधील संपर्कयंत्रणा तपासणे हे या मोहिमेचे उद्देश होते. ७ एप्रिल रोजी मॉनलिया अग्निबाणाच्या मदतीने १७०० किलोग्रॅम वजनाचे ल्यूना-१४ अवकाशयान चंद्राकडे झेपावले. तीन दिवसांनी ल्यूना-१४ चंद्राच्या कक्षेत पोहोचून १६० ते ८७० किलोमीटर अंतरादरम्यानच्या कक्षेतून प्रदक्षिणा करू लागले. ते पुढे ७ जुलैपर्यंत कार्यरत राहिले. यशस्वी ठरलेल्या या मोहिमेची वाच्यता करण्यात आली नाही!

एप्रिल महिन्यातच सोयुझ कार्यक्रमाचा भाग असलेल्या दोन मानवरहित अवकाशयानांच्या मोहिमा पार पडल्या. त्यांना कॉसमॉस-२१२ आणि २१३ अशी नावे देण्यात आली होती. यातील कॉसमॉस-२१२ हे ६५३० किलोग्रॅम वजनाचे अवकाशयान १४ एप्रिल रोजी प्रक्षेपित झाले तर दुसऱ्याच दिवशी कॉसमॉस-२१३ अवकाशात झेपावले. सारख्याच वजनाची ही दोन्ही अवकाशयाने बैकोनूरहून सोडण्यात आली. पुढील पाच दिवसांमध्ये दोन्ही अवकाशयाने एकत्र येण्याचे तसेच एकमेकांशी जोडली जाण्याचे प्रात्यक्षिक करण्यात आले. १९ एप्रिलला कॉसमॉस-२१२ आणि २० एप्रिलला कॉसमॉस-२१३ सुरक्षितपणे रशियातील भूमीवर परत आली.

दरम्यानच्या काळात युआर-५५० के आणि एन-१ या अग्निबाणांच्या चाचण्या झाल्या. या चाचण्यांमध्ये यश आणि अपयश दोन्हींचा अनुभव मिळाला.

ऑगस्टमध्ये कॉसमॉस-२३८ची चाचणी घेण्यात आली. आगामी सोयुझ-२ आणि ३ संदर्भातील ही शेवटची चाचणी होती. तर सप्टेंबर महिन्यात झॉन्ड-५ ही मानवरहित चांद्रमोहीम आखली गेली. चंद्राजवळ जात चंद्राला वळसा घालून येणारे हे अवकाशयान होते. म्हणून याला फ्लायबाय-सर्कल्ड असे नाव देण्यात आले. झॉन्ड-४ अखेरच्या क्षणी सुरक्षितपणे रशियात न उतरल्यामुळे त्याच्याकडून अपेक्षित माहिती मिळालेली नव्हती. ती या मोहिमेतून मिळवण्याचा हा प्रयत्न होता. तसेच या मोहिमेत माणूस नव्हता परंतु काही पृथ्वीवासीय झॉन्ड-५ अवकाशयानातून सफरीला चालले होते. यामध्ये दोन कासवे, काही भुंगे, माशा तसेच वनस्पती, बिया आणि काही जीवाणू यांचा समावेश होता. माणसाच्या बुद्धिमत्तेला आणि दूरदृष्टीला साजेशी अशीच ही गोष्ट होती. १४ सप्टेंबर रोजी सायंकाळी झॉन्ड-५ हे ५३७५ किलोग्रॅम वजनाचे अवकाशयान बैकोनूरहून चंद्राकडे निघाले. रशियन सजीव मंडळींना घेऊन जाणारे हे अवकाशयान पृथ्वीभोवती २०२ ते २८२ किलोमीटर उंचीदरम्यानच्या कक्षेत एक फेरी घालून चंद्राच्या मार्गाला लागले. चौथ्या दिवशी झॉन्ड-५ चंद्राच्या निकट गेले. चंद्राभोवती साधारण १९५० किलोमीटर अंतरावरून प्रदक्षिणा घालत झॉन्ड-५ त्याच दिवशी परतीच्या प्रवासाला निघाले. इकडे रशियातील भूकेंद्रांमध्ये आता कुठलीही चूक होऊ द्यायची नाही असा निर्धार केला गेला होता. सर्वांचे डोळे झॉन्ड-५ अवकाशयान पृथ्वीच्या कक्षेत येण्याकडे लागले होते. येताना पृथ्वीपासून ९० हजार किलोमीटर अंतरावर

असताना झॉन्ड-५ अवकाशयानाने पृथ्वीचे जास्त बारकावे दाखवणारे छायाचित्र घेतले. २१ सप्टेंबरला यान पृथ्वीच्या कक्षेत आल्यानंतर रशियातील भूकेंद्रातील निरीक्षकांनी सावधपणे झॉन्ड-५ला सूचना देण्यास सुरुवात केली. मात्र या वेळी काही किरकोळ चूक झाली. पण या चुकीमुळे झॉन्ड-५ला वेगळेच संदेश गेले आणि त्याची पृथ्वीवर उतरण्याची दिशाच बदलू लागली. आता काय? झॉन्ड-४ प्रमाणे या अवकाशयानालाही स्वयंनाशाची सूचना द्यावी का यावर खल सुरू झाला. मात्र तसे न करण्याचे ठरले. झॉन्ड-५ अवकाशयानाला स्थानात बदल करत पृथ्वीतलावर सुरक्षित आणायचे यावर एकमत झाले. आणि त्याप्रमाणे पुढील कार्यवाही होऊ लागली. अल्पावधीत झॉन्ड-५ अवकाशयानाचा पृथ्वीतलावरचा प्रवेश हिंदी महासागरात होणार असल्याचे नक्की झाले आणि तशा सूचना पाठवण्यात आल्या. त्याप्रमाणे झॉन्ड-५ हिंदी महासागरात मॉरिशसपासून दक्षिणेला दूरवर उतरले. दुसऱ्या दिवशी रशियन नौकांनी या अवकाशयानाच्या कुपीचा शोध घेतला आणि मुंबईमार्गे ही कुपी रशियाकडे रवाना झाली.

झॉन्ड-५ अवकाशयानाची कुपी हिंदी महासागरात उतरल्यानंतर

पृथ्वीतलावर आल्यानंतर चौथ्या दिवशी झॉन्ड-५ यानामधील सजीवांची तपासणी केली असता, त्यातील कासवांचे वजन १० टक्क्यांनी कमी झाले असल्याचे दिसले. मात्र त्यांची हालचाल नेहमीसारखीच होती आणि त्यांना भूक लागत असल्याचेही दिसत होते.

पहिल्यांदाच चंद्राजवळ जाऊन सजीव सुखरूप परत आला होता. म्हणजे आता माणसाची चंद्राकडे जाण्याची वाट मोकळी झाली होती!

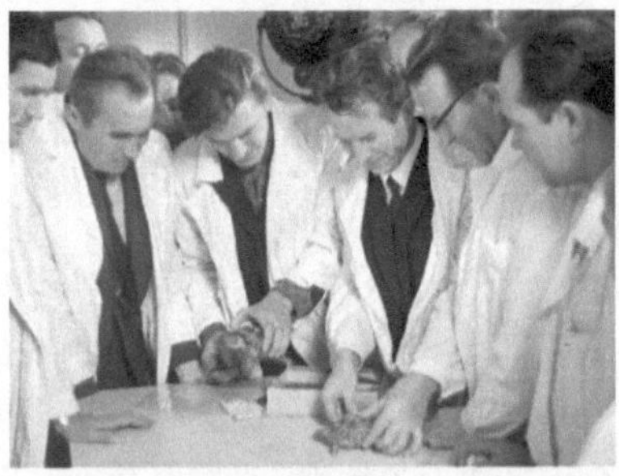

झॉन्ड-५ अवकाशयानातील कासवांची तपासणी करताना रशियन तज्ज्ञ

सोयुझ-२ आणि ३ या अवकाशमोहिमांची आखणी ऑक्टोबर महिन्यात करण्यात आली होती. तीन ते चार दिवसांच्या या मोहिमेतील एक यान मानवरहित, तर दुसरे समानव होते. आतादेखील या संयुक्त मोहिमेचा उद्देश दोन अवकाशयांनाची एकमेकांशी जोडणी हाच होता. अंतराळवीर जॉर्जी बेरेगॉव्हॉय

सोयूझ-३चा अवकाशवीर असणार होता. व्लादिमिरच्या दुःखद घटनेनंतर प्रथमच जॉर्जी अवकाशात जात असल्यामुळे वातावरण थोडेसे साशंक होते. २५ ऑक्टोबर रोजी सोयुझ-२ हे ६४५० किलोग्रॅम वजनाचे अवकाशयान बैकोनूरहून अवकाशात जाऊन पृथ्वीभोवती १९१ ते २२९ किलोमीटर उंचीदरम्यान प्रदक्षिणा करू लागले. तर दुसऱ्या दिवशी दुपारी रिमझिमणारे वातावरण मागे टाकत सोयुझ-३मध्ये बसून जॉर्जी अवकाशात गेला. साधारण सोयुझ-२सारखेच असलेले सोयुझ-३ पृथ्वीभोवती १८३ ते २०५ किलोमीटर उंचीदरम्यान ८८ मिनिटांमध्ये एक या दराने प्रदक्षिणा करणार होते. सोयुझ-३ अवकाशात गेल्यानंतर तासाभरातच कक्षेत स्थिर होऊन सोयुझ-२चा मागोवा घेऊ लागले आणि अल्पावधीत सोयुझ-२च्या १८० मीटरपर्यंत निकट आले. आणखी जवळ जात जॉर्जीने त्या यानाबरोबर आपले यान जोडण्यासाठी संचलन सुरू केले. सोयुझ-२चे दिवे जोडणीचे योग्य संदेश देत होते मात्र सोयुझ-३मधील जोडणीसंदर्भातील संवेदक कार्यरत होत नसल्याचे जॉर्जीच्या लक्षात आले. अर्थात त्याने प्रयत्न सुरूच ठेवले. मात्र त्याला अपयश आले. पहिल्या दिवशी केवळ बरोबरीने भ्रमण करण्यात वेळ गेला. जॉर्जीने दुसऱ्या दिवशीही सोयुझ-२बरोबर सोयुझ-३ जोडण्याचे आटोकाट प्रयत्न केले. आता सोयुझ-२चेही काही संवेदक काम करत नसल्याचे दिसले. मग दोन्ही अवकाशयानांच्या जोडणीचा प्रयत्न सोडून देण्यात आला. सोयुझ-२ यान भूपृष्ठावर परत पाठवण्याचे ठरले. तर इकडे सोयुझ-३मधून जॉर्जीने पृथ्वीची स्थलरूपदर्शक आणि हवामानाच्या अनुषंगाने निरीक्षणे केली. तसेच त्याने अवकाशयानाच्या आतील भागाचे थेट प्रक्षेपण केले. असे प्रथमच घडले. आजपर्यंत केवळ भूकेंद्रातील व्यक्तीच असे प्रक्षेपण पाहू शकत असत. या वेळी मात्र रशियातील सर्वसामान्यांना सोयुझ-३ अवकाशयानातील अंतराळवीर घरबसल्या बघता आला. पुढे चौथ्या दिवशी सोयुझ-३ भूपृष्ठावर आले. जॉर्जी असलेली सोयुझ-३ची अंतराळवीर कुपी कझाकस्तानच्या कॅरॅगॅन्डा प्रदेशात अपेक्षित ठिकाणापेक्षा १० किलोमीटर दूर कुठल्याही समस्येशिवाय अलगद उतरली. फक्त कुपी उतरल्यानंतर जॉर्जीला काही वेळ बर्फाच्या वादळाचा सामना करावा लागला.

सोयुझ-२ आणि ३ यांची एकत्र जोडणी साध्य न झाल्याची कारणे नंतर शोधली गेली. त्यानुसार, दोन्ही अवकाशयानांसंदर्भात जोडणीबाबतच्या दिव्यांच्या संकेतांचा जॉर्जीचा गोंधळ उडाल्यामुळे सोयुझ-२ आणि सोयुझ-३ यांची एकत्र जोडणी शक्य झाली नाही. मात्र जॉर्जीच्या अवकाशातून पुन्हा सुरक्षित येण्यामुळे मोहीमेला थोडे यश तरी मिळाले होते.

आता रशियाने झॉन्ड-६ ही मोहीम अंमलात आणली. सजीवांना जिवंत परत आणल्यामुळे रशियन वैज्ञानिकांना आत्मविश्वास आला होता. तर अवकाशमोहिमांसाठी राजकीय पाठबळही मिळाले होते. मॉस्कोतील भूगर्भशास्त्रज्ञ

अलेक्झांडर बॅझिल्सव्हस्की यांनी चांद्रभूमीवरील जागांचा अभ्यासही पूर्णत्वाकडे आणला होता.

तिकडे अमेरिकेत जशा रशियन मोहिमांच्या बातम्या पोहोचत होत्या, तसेच इथे रशियातही नासाने आखलेल्या मोहिमांची बित्तंबातमी येत होती. अपोलो-८च्या समानव चांद्रमोहिमेची नासा जोमाने तयारी करत असल्याचे रशियन राज्यकर्त्यांना समजले असावे. म्हणूनच की काय, राजधानी मॉस्कोतील राष्ट्राध्यक्षांच्या कार्यालयातून कॅमानीन यांना दूरध्वनीवरून 'आपण अपोलो-८च्या आधी अवकाशयान पाठवू शकतो का?' अशी सारखी विचारणा होत होती. राज्यकर्त्यांच्या आग्रही पार्श्वभूमीवर झॉन्ड-६ची मोहीम कशी असणार होती कुणास ठाऊक?

या पार्श्वभूमीवर १० नोव्हेंबर रोजी बैकोनूरहून ५३७५ किलोग्रॅम वजनाचे झॉन्ड-६ हे फ्लायबाय प्रकाराचे अवकाशयान अवकाशात झेपावले. मागील चुकांची पुनरावृत्ती टाळून समानव मोहिमेचे यशस्वी प्रात्यक्षिक करणे हा या मोहिमेचा उद्देश होता. या अवकाशयानात असलेल्या उपकरणांद्वारे वैश्विक प्रारणांचे मोजमाप होणार होते. तसेच सूक्ष्म उल्काकणांचा वेध घेतला जाणार होता. याखेरीज छायाचित्रण प्रणाली, काही सजीव, कासवे असे अवकाशयानात पाठवले जाणार होते. चार दिवसांनतर झॉन्ड-६ चंद्राच्या कक्षेत शिरले. झॉन्ड-६ अवकाशयानाने चंद्राच्या पृष्ठभागापासून दोन प्रकारे कक्षीय भ्रमणे पूर्ण करत छायाचित्रांचे प्रक्षेपण केले. मात्र पृथ्वीकडे परत येताना हवाईछत्रीत झालेल्या बिघाडामुळे झॉन्ड-६ भारतीय सागरात कोसळले असे सांगितले जाते. झॉन्ड-६ अवकाशयान मोहिमेबद्दल प्रवाद आहेत. रशियाने झॉन्ड-६कडून झालेले छायचित्रण प्रकाशित केले नाही. त्यामुळे जगभरातील वैज्ञानिकांनी रशियाचे म्हणणे मान्य केले नाही. झॉन्ड-६च्या विवादित मोहिमेनंतर पुढच्या महिन्यात अमेरिकेतील अपोलो-८ मोहीम पार पडली होती. ही समानव चंद्र प्रदक्षिणा मोहीम यशस्वी झाली होती. रशियातील वैज्ञानिकांनी याचे स्वागत केले आणि बरोबरीने आपणही चंद्रावर जाऊ असा विश्वास व्यक्त केला होता. एकूणच या दोन्ही बलाढ्य राष्ट्रात अवकाशस्पर्धा चांगलीच रंगली होती. एखादा स्पर्धक थोडा पुढे गेला की प्रसिद्धीमाध्यमे त्याच्यावर चर्चा करत होती. अद्याप कुठलेच चित्र स्पष्ट नव्हते. एक मात्र खरे चांद्रस्पर्धेतली चुरस फारच वाढली होती!

◆◆◆

१३

चांद्रस्पर्धा अखेरच्या टप्प्यात

मानव, पृथ्वीतलावरचा बुद्धिमान सजीव, गेल्या काही दशकांपासून आकाशाला गवसणी घालण्याचा प्रयत्न करत होता. ते प्रयत्न निष्कर्षाप्रत आले होते. इसवीसन १९६९ हे साल उजाडले ते मानवजातीसाठी एक वेगळा इतिहास निर्माण करण्यासाठीच. चांद्रभूमीवर पाय ठेवण्याची चुरस आता अंतिम टप्प्यात आली होती.

अमेरिकेत ९ जानेवारीला नासाकडून अपोलो-११ या महत्त्वाकांक्षी मोहिमेसाठी अंतराळवीरांच्या नावाची अधिकृत घोषणा करण्यात आली. अवघड परिस्थितीत अतिशय कौशल्याने जेमिनी-८ मोहीम हाताळणाऱ्या नील आर्मस्ट्राँगचे नाव यामध्ये मोहीम प्रमुख म्हणून होते. दुसरे नाव एडविन ऑल्ड्रिनचे होते तर तिसरा फ्रेड हाईज होता. नील आणि एडविन यांना जेमिनी मोहिमांमध्ये प्रत्यक्ष कामाचा अनुभव होता. तर फ्रेड हाईज प्रशिक्षित अंतराळवीर असला तरी प्रत्यक्ष मोहिमेचा अनुभवी नव्हता.

अपोलो-११ मोहिमेसाठी निवडलेले अंतराळवीर नील आर्मस्ट्राँग, एडविन ऑल्ड्रिन आणि फ्रेड हाईज

रशियाने नुकतीच सोयुझ प्रकल्पातील सोयुझ-४ आणि ५ ही संयुक्त मोहीम राबवली होती. दोन अवकाशयानांना पृथ्वीच्या कक्षेत एकत्र आणत जोडण्याचा या संयुक्त मोहिमेचा उद्देश होता. या वेळी ही मोहीम कुठल्याही त्रुटीशिवाय यशस्वी करण्याचा चंग रशियन मंडळींनी बांधला होता. याखेरीज या मोहिमेत अवकाशीय पदभ्रमणासाठी बदल करून खास विकसित केलेला यास्त्रब नावाचा अंतराळपोशाख वापरण्यात येणार होता. सोयुझ-४साठी अमुर (रशियातील एक नदी) तर सोयुझ-५साठी बैकल (रशियातील एक तळे) ही नावे ठरवण्यात आली होती. १४ जानेवारीला सोयुझ-४ हे समानव अवकाशयान अंतराळात झेपावले. या यानात व्लादिमिर शॅतालोव्ह हा एकटा अंतराळवीर होता. दुसऱ्या दिवशी सोयुझ-५मधून येणारे दोन अंतराळवीर सोयुझ-४ अवकाशयानात स्थलांतर (खरे तर अवकाशांतर) करणार होते. अंतराळात झेपावल्यानंतर सोयुझ-४ पृथ्वीतलापासून २१३ ते २२४ किलोमीटर उंचीच्या कक्षेत साधारण ८९ मिनिटांच्या कालावधीत कक्षीय भ्रमण करू लागले.

व्लादिमिरचे हे पहिलेच अवकाशभ्रमण होते. संवेदनशील मनाच्या या अंतराळवीराला सोयुझ-४ भ्रमण कक्षेत स्थिरावताच कसे वाटते असे विचारले गेले. यावर तो उत्तरला, ''खरंच, आकाश अमर्याद आहे. मी अवघ्या दहा मिनिटांत येथे आलोय. वेगळा अनुभव होता तो! आता पलीकडे काहीच नाही. काळाकुट्ट अंधार आहे, भीतीदायक! पण खाली एका पातळ आवरणाखाली आपल्याला सांभाळणाऱ्या पृथ्वीचा मोठाच आधार वाटतोय!''

व्लादिमिर शॅतालोव्ह

ठरल्याप्रमाणे दुसऱ्या दिवशी सोयुझ-५ ही अवकाशात येऊन भ्रमण करू लागले. या अवकाशयानात बोरिस वॉलिनोव्ह हा प्रमुख अंतराळवीर होता तर ॲलेक्सी येलिसेयेव आणि येवजेनी ख्रुनोव्ह हे दोघे अन्य सहकारी त्याच्या समवेत होते.

सोयुझ-५ अवकाशयान ज्या वेळी सोयुझ-४ ला भेटणार होते त्यावेळी एक आगळी-वेगळी घटना घडणार होती. सोयुझ-४च्या अंतराळवीराला, व्लादिमिरला आलेली पत्रे, संदेश इत्यादी सोयुझ-५ यानाच्या पत्रपेटीतून त्याच्याकडे पाठवली जाणार होती. १६ जानेवारीला सोयुझ-४ आणि सोयुझ-५ कक्षीय भ्रमण करत असताना एकाच पातळीत आले. एकमेकांशी संकेतांचे आदानप्रदान झाले. त्यानंतर दोन्ही अवकाशयाने एकमेकांच्या निकट येऊ लागली. अवकाशयानांचे संचलन काळजीपूर्वक होऊ लागले. या वेळी कोणतीही चूक होऊ द्यायची नाही असा विचार दोन्ही यानांमध्ये सुरू होता. कारण दोन समानव अवकाशयानांमधील हे पहिलेच प्रात्यक्षिक होते आणि यानातील स्थानांतरही प्रथमच घडणार होते. आणि कुठलीही अडचण न येता सोयुझ-४ आणि सोयुझ-५ एकत्र आले. त्यांची जोडणी झाली. ही जोडणी यांत्रिक आणि विद्युत प्रणालीच्या आधारे झाली. अमुर आणि बैकल एकमेकांना भेटल्याचा संकेत भूकेंद्रात जाताच तिथल्या सर्वांना हायसे वाटले.

सोयुझ-५ मोहिमेचे अंतराळवीर

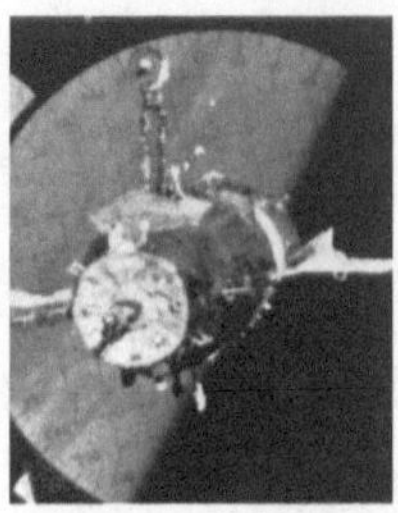

सोयुझ-४ आणि ५ अवकाशयानांची जोडणी होताना

जोडणी झालेल्या अवस्थेत ही दोन्ही याने ४ तास ३५ मिनिटे होती. या वेळेतच सोयुझ-५मधील ॲलेक्सी आणि

येवजेनी या दोघांनी अंतराळ पोशाख बदलले. प्रमुख अंतराळवीर बोरिसने त्यांच्या तयारीची खातरी केल्यानंतर त्यांना यानाबाहेर जाण्याची परवानगी दिली. बोरिसचा निरोप घेऊन दोघेही यानाबाहेर आले. अवकाशयानाच्या बाहेर आल्यानंतर या दोघांनी अवकाशीय पदभ्रमण केले. यादरम्यान दोघांनी अंतराळ पोशाखासाठीच्या विविध चाचण्या केल्या. पदभ्रमणाचा अनुभव घेतला. दोघांचाही हा पहिलाच अनुभव होता. सुमारे ३७ मिनिटांचा कालावधी यानाबाहेर व्यतीत केल्यानंतर त्यांनी सोयुझ-४च्या प्रवेश खिडकीपाशी जात संदेश दिला. सोयुझ-४मधून व्लादिमिरने प्रवेश खिडकीचे नियंत्रण करत या दोघांना आत घेतले. आत आल्यानंतर प्रथम त्यांनी सोयुझ-५मध्ये बोरिसला निरोप दिला. जोडलेल्या यानांचे मिळून झालेले अंतर ते कितीसे होते? जेमतेम १५ मीटर. पण अंतराळात या एवढ्या अंतरावर दिलेल्या निरोपाचे महत्त्व वेगळे सांगायला नको! ॲलेक्सी आणि येवजेनी यांनी व्लादिमिरची आलिंगन देऊन भेट घेतली. व्लादिमिरने त्यांचे स्वागत केले आणि त्यांच्याकडून आलेल्या पत्रांचा स्वीकार केला. पत्रांची गोष्ट तशी साधीशीच होती पण स्थळ-काळ बदलल्याने कौतुक वेगळेच होते!

अंतराळात एका अवकाशयानातून दुसऱ्या अवकाशयानात जाणे या घटनेला केवळ रशियात नव्हे, तर जागतिक पातळीवर अवकाश तंत्रज्ञानाच्या दृष्टिकोनातून विशेष महत्त्व होते. कारण आता भविष्यात अंतराळात प्रयोगशाळा उभारणे शक्य होणार होते. त्याचबरोबर या प्रयोगशाळेत अंतराळवीरांचे जाणे-येणे, अवकाशातील शास्त्रीय प्रयोग शक्य होणार होते. अवकाशातील असे ठिकाण हे अन्य ग्रह, उपग्रह अशा खगोलीय घटकांकडे जाण्यासाठीच्या मार्गावरील एक थांबा म्हणून उपयोगात येऊ शकणार होते. ठरवलेले सगळे प्रयोग पूर्ण करून १७ जानेवारीला सोयुझ-४ पृथ्वीतलाकडे परतले. अपेक्षित ठिकाणापासून सुमारे १०० किलोमीटर दूर अंतरावर सोयुझ-४ची अंतराळवीर कुपी उतरली. ॲलेक्स आणि येवजेनी या आपल्या दोन्ही सहकाऱ्यांसहित व्लादिमिर सुरक्षित उतरला. तथापि त्यांना बर्फाच्या वादळाचा सामना करावा लागला. आता त्यांना प्रतिक्षा होती ती बोरिसच्या आगमनाची.

सोयुझ-४ अवकाशयानाची कुपी जमिनीवर उतरल्यानंतर

दुसऱ्याच दिवशी १८ जानेवारीला बोरिसही सोयुझ-५ घेऊन त्याच्या कुपीसह भूतलावर आला. मात्र त्याचे येणे सुखावह ठरले नाही. नियंत्रक कुपीपासून अंतराळविराची कुपी वेगळी होताना जोराचा झटका बसला. यामुळे बोरिस कुपीमध्ये आदळला गेला आणि त्याचा एक दातच तुटला. त्यातच खाली येताना त्याची कुपी अपेक्षित ठिकाणापासून

सुमारे २२० किलोमीटर दूरवर गेली. तो प्रदेश उरल पर्वतरांजीचा असल्यामुळे बोरिसचा शोध घेण्यास वेळ लागला. तिथले तापमानही चांगलेच खाली घसरले होते आणि बर्फाचे वादळही झाले होते. अखेर वाट पाहून दुखऱ्या दाताच्या कळा सोसत बोरिस कुपीतून बाहेर आला आणि चालू लागला. बराच वेळ चालल्यानंतर बोरिसला एका शेतकऱ्याचे घर दिसले. त्याच्या घरी बोरिसला आधार मिळाला शिवाय त्याच्या दातावर जुजबी उपचारही झाले. यथावकाश शोध पथकही बोरिसपर्यंत पोहोचले.

सोयुझ-५ मोहिमेचा अंतराळवीर बोरीस दाताची वेदना घेऊन चालताना

> सोयुझ-४ आणि सोयुझ-५च्या संयुक्त मोहिमेची आठवण रशियात जपली गेली ती वेगळ्याच पद्धतीने. या मोहिमेदरम्यान रशियातील पूर्व भाग (अमुर नदीचा परिसर) आणि सायबेरियाचा प्रदेश (बैकल तळे असलेला) ही एकमेकांपासून खूप दूर असलेली ठिकाणे ४३२४ किलोमीटरच्या रेल्वेने जोडली गेली. या रेल्वेमार्गाला अमुर-बैकल मार्ग नाव देण्यात आले. अवकाशयानांची संयुक्त मोहीम पार पडली त्याच दरम्यान हा मार्गही पूर्ण झाला.

सोयुझ-४ आणि सोयुझ-५ संयुक्त मोहीम यशस्वी ठरली होती आणि जगभरात रशियाच्या या अवकाश तंत्रज्ञानाचा गवगवा झाला होता. त्या प्रीत्यर्थ राष्ट्राध्यक्ष ब्रेझनेव्ह यांनी खास समारंभ आयोजित करत हे चार अंतराळवीर तसेच सोयुझ-३चा अंतराळवीर जॉर्जी बेरेगॉव्हॉय आणि पहिली महिला अंतराळवीर वॅलेन्टिना तेरेश्कोव्हा यांना आमंत्रित केले. मात्र या राष्ट्राध्यक्ष ब्रेझनेव्ह समारंभाला येत असताना त्यांच्या गाडीच्या ताफ्यावर सुरक्षा दलातीलच एका सैनिकाने गोळीबार केला. या अनपेक्षित हल्ल्यामुळे हा समारंभ झाला नाही.

यानंतर रशियाने आणखी एक अवकाशयान चाचणी घेतली. ७के-एल१ असा क्रमांक असलेले हे यान चंद्राला फेरी घालणार होते. २० जानेवारी रोजी त्याचे उड्डाण झाले. उड्डाणानंतर सहाव्या मिनिटाला उड्डाणासाठी वापरलेल्या प्रोटॉन अग्निबाणाचा दुसरा चरण पुरेशा क्षमतेत कार्यरत होऊ शकला नाही आणि सगळी मोहीम फोल ठरली.

इकडे अमेरिकेत समानव चांद्रमोहिमेच्या अंतिम टप्प्याकडे नासाची वाटचाल चालू होती. याचे तपशील राष्ट्राध्यक्षांपर्यंत जात होते. नवनिर्वाचित

राष्ट्राध्यक्ष रिचर्ड निक्सन यांनी या कामासाठी एक अवकाश कार्यगट स्थापन केला. समानव चांद्रमोहिमेनंतरचे अवकाश कार्यक्रम कसे असावेत याबाबत ध्येयधोरणे आखण्याचे काम या गटाकडे दिले गेले. नासाच्या समानव अवकाशयान केंद्रातील तांत्रिक विभागाचे प्रमुख जॅक किन्झलर यांनी अपोलो-११ मोहिमेद्वारे चांद्रभूमीवर गेल्यानंतर तिथे अमेरिकेच्या वतीने कायमस्वरूपी ठेवता येईल असे स्मृतिचिन्ह तयार करण्याबाबत सुचवले. अर्थातच नासाने त्याला संमती दिली. स्मृतिचिन्ह स्टेनलेस स्टीलच्या पट्टीवर तयार करण्यात येणार होते.

अपोलो-११ मोहिमेसाठी अंतराळवीर निवडताना प्रत्यक्ष मोहिमेचा अनुभव असलेलेच अंतराळवीर निवडावेत असे नासाच्या वरिष्ठांनी ठरवले. त्यामुळे फ्रेड हाईज ऐवजी मायकेल कॉलिन्सला घेण्यात आले. मायकेल कॉलिन्सकडे जेमिनी-१० मोहिमेचा अनुभव होता.

रशियाने चांद्रमोहिमेअंतर्गत ई-८ या एका वेगळ्या मोहिमेचेही नियोजन केले होते. चांद्रभूमीवर उतरल्यानंतर तिथल्या पृष्ठभागावर सैर करणारी ही मोहीम होती. याचे काम पूर्ण झाल्याने ही मोहीम वर्षाच्या सुरुवातीस करण्याचे ठरले. रशियातील लॅव्होश्कीन या सरकारी उद्योगसमूहाने हे वाहन म्हणजेच ल्यूनार रोव्हर तयार केले होते. ल्यूनार रोव्हरबद्दल रशियातही फारशी माहिती नव्हती किंबहुना ल्यूनार रोव्हर मोहिमेबद्दल मुद्दामच काहीही प्रसिद्ध करण्यात आले नव्हते.

अंतिम निवड झालेले अपोलो-११ मोहिमेचे अंतराळवीर

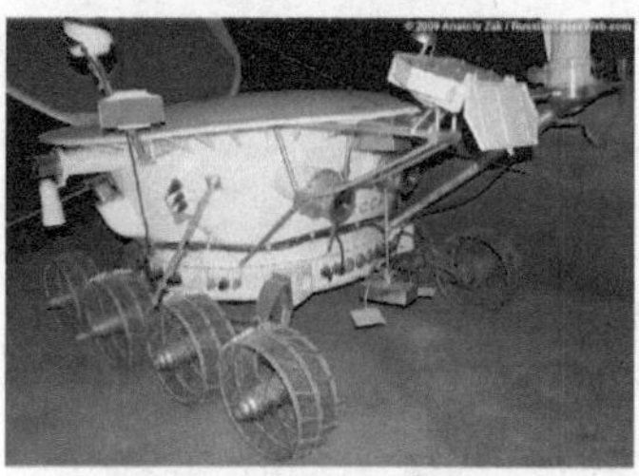

रशियन ल्यूनार रोव्हर

रशियाने समानव चांद्रमोहिमेवरही संशोधन सुरू ठेवले होतेच, पण त्याच वेळी यंत्रमानवाचा वापर करून अवकाशमोहिमा कशा विकसित करता येतील याचेही प्रयत्न चालू होते. मानवाचा बहुमोल जीव धोक्यात न घालता तेच अवकाशप्रयोग यंत्रमानवाच्या माध्यमातून करावे हा त्यामागील एक हेतू होता.

ल्यूनार रोव्हरच्या मोहिमेला रशियन भाषेत ल्युनखॉड असे नाव दिले गेले. ल्युनखॉडचा हा पहिलाच प्रयोग असल्यामुळे रशियाने या उड्डाणाची जाहीर घोषणा केली नसावी. या अवकाशयानाचे उड्डाण १९ फेब्रुवारी रोजी झाले. तथापि ई-८ हे अवकाशयान त्याला घेऊन जाणाऱ्या युआर ५०० या अग्निबाणात बिघाड

झाल्यामुळे पृथ्वीच्या कक्षेच्या बाहेरही जाऊ शकले नाही. आणि ल्यूनार रोव्हर कोसळले. यामुळे तिथल्या वातावरणात रासायनिक पदार्थांचा किरणोत्सार पसरला. या दुर्घटनेमुळे अवकाशमोहिमांसंदर्भात अशा प्रकारच्या गोष्टींचीही काटेकोर तपासणी करणे किती महत्त्वाचे आहे हे समजले. २१ फेब्रुवारीला रशियाने एन-१ अग्निबाणाची चाचणी घेतली. या अग्निबाणावर पुढे चंद्राभोवती भ्रमण करणाऱ्या अवकाशयानाची जोडणी करण्यात आली होती. साधारण १० टन वजनाच्या या यानाचा व्यास ३ मीटर तर उंची १० मीटर होती. यात दोन अंतराळवीरांची सोय करण्यात आली होती. या अग्निबाणाची ही पहिलीच चाचणी होती. त्यामुळे या यानाच्या पुढे चंद्राच्या पृष्ठभागावर उतरण्यासाठी आवश्यक असलेले दुसरे यान या चाचणीच्या वेळी जोडण्यात आलेले नव्हते तर त्याची प्रतिकृती जोडली गेलेली होती. शिवाय ही मोहीम मानवरहित होती.

सर्वात अवजड म्हणून ओळखल्या गेलेल्या या अग्निबाणाचे वजन तब्बल २८२० टन होते. या अग्निबाणात रेल्वेगाडीच्या ५० टाक्या भरेल इतके इंधन मावू शकत होते. कुठलाही गाजावाजा न करता एन-१ अग्निबाण अवकाशात सोडण्यात आला. ओकेबी-१चे प्रमुख वॅसिली मिशीन यांच्यासह रशियन सरकारातील काही मंत्री या वेळी उपस्थित होते. मिशिन यांनीच उड्डाण होण्यासाठीची अंतिम कळ दाबली.

एन-१ अग्निबाणाचे उड्डाण

बैकोनूरच्या उड्डाणमंचाच्या नियंत्रण केंद्रातून सर्वांच्या नजरा वर निघालेल्या एन-१ कडे होत्या. अग्निबाणाच्या ज्वाळा बघतानाच तज्ज्ञांच्या तीक्ष्ण नजरेतून त्यातला वेगळा काळा धूर सुटला नाही. असे का बरे झाले असावे, अशी शंकेची पाल त्यांच्या मनात चुकचुकत असतानाच दूरवर आसमंतात वेगळाच उजेड दिसला आणि पाहता पाहता एन-१ पृथ्वीतलावर कोसळला. इतके दिवस झटून केलेल्या मेहनतीचा ६८ सेकंदांत शब्दशः धूर झाला होता. रशियन वैज्ञानिक आता पुढे कशी पावले टाकणार होते?

इकडे अमेरिकेने मार्च महिन्यात अपोलो-९ या समानव मोहिमेचे नियोजन केले होते. या मोहिमेत नियंत्रक-उपकरण कुपी (कमांड सर्व्हिस मॉड्यूल) आणि चांद्रभूमीवर उतरणारी कुपी (ल्यूनार मॉड्यूल) यांची तपासणी केली जाणार होती. नियंत्रक-उपकरण कुपी दोन भागांची होती. या मोहिमेची चाचणी पृथ्वीच्या कक्षेतच केली जाणार होती. ही मोहीम दहा दिवसांची होती. नेहमीच्या चाचण्यांशिवाय कक्षा बदलणे, अग्निबाणापासून नियंत्रक-उपकरण कुपी विलग करणे, त्यापासून पुन्हा

चांद्रकुपी वेगळी करणे, दोन्ही कुप्यांच्या संचलनाच्या चाचण्या घेणे, एका कुपीतून दुसऱ्या कुपीत जाणे, अवकाशीय पदभ्रमण करणे इत्यादी अनेक चाचण्या यात करायच्या होत्या. याखेरीज पोर्टेबल लाईफ सपोर्ट सिस्टिम असलेल्या नवीन अंतराळ पोशाखाची चाचणी या वेळी होणार होती. थोडक्यात स्थानाव्यतिरिक्त घेतलेली ही चांद्रमोहिमेआधीची सराव परीक्षाच होती!

अपोलो-९पासून नासाने नियंत्रक-उपकरण कुपी आणि चांद्रकुपी यांच्यासाठी संकेतनावे देण्यास सुरुवात केली. दोन वेगवेगळ्या कुप्यांच्या आणि भूकेंद्राच्या संदेशांच्या देवाणघेवाणीमध्ये गोंधळ व्हायला नको हे त्यामागचे कारण होते. तर, अपोलो-९च्या नियंत्रक-उपकरण कुपीसाठी 'गमड्रॉप' आणि चांद्रकुपीसाठी 'स्पायडर' अशी संकेतनावे देण्यात आली होती. अपोलो-९तील नियंत्रक-उपकरण कुपीचे वजन २२ हजार आणि चांद्रकुपीचे १४ हजार ५०० किलोग्रॅम होते. तीन चरणांच्या अग्निबाणाच्या शेवटच्या चरणावर चांद्रकुपी आणि त्यापुढे नियंत्रक-उपकरण कुपी जोडलेली होती. या मोहिमेसाठी जेम्स मॅकडिव्हिट हा प्रमुख अंतराळवीर होता तर डेव्हिड स्कॉट आणि रसेल श्वेईकार्ट हे अंतराळवीर त्याचे अवकाशयानातले सहकारी असणार होते. यामध्ये रसेल चांद्रकुपीचे संचलन करणार होता. या तिघांनाही श्वसनाचा त्रास झाल्यामुळे ही मोहीम काही दिवस पुढे ढकलण्यात आली होती.

अपोलो-९ मोहिमेचे अंतराळवीर

३ मार्चचा दिवस उगवला. उलटगणती सुरू झाली आणि सकाळी बरोबर ११ वाजता अपोलो-९ अवकाशयान सॅटर्न-५ अग्निबाणाच्या मदतीने केनेडी स्पेस सेंटरच्या उड्डाणमंचावरून अवकाशात झेपावले. उड्डाणानंतर ११ मिनिटांमध्ये अपोलो-९ पृथ्वीपासून १८९ ते १९२ किलोमीटर उंचीदरम्यानच्या कक्षेत स्थिरावत भ्रमण करू लागले.

दुसरे भ्रमण पूर्ण होताना चांद्रकुपीच्या पुढे जोडलेली नियंत्रक-उपकरण कुपी अलग करण्यात आली. त्याचा वेग वाढवत ती पुरेशा अंतरावर गेल्यानंतर त्याच्यामध्ये असलेल्या इंधन प्रणालीच्या साहाय्याने तिची दिशा उलट करण्यात आली. म्हणजे आता गमड्रॉप स्पायडरच्या दिशेने येऊ लागला. गमड्रॉपमधील अंतराळवीरांनी वेगाचे नियंत्रण

अपोलो-९ अवकाशयानाचे उड्डाण

राखत आपली कुपी स्पायडरजवळ नेली. जोडणीच्या संकेतांचे आदानप्रदान करत या दोन्ही कुप्या एकमेकांना जोडण्यात आल्या. आता स्पायडरला घेऊन जाणारा अग्निबाणाही अलग झाला. दरम्यान चांद्रकुपीच्या भोवती असलेले वर्तुळाकार आवरण चार भागांमध्ये सुटे होत दूर झाले होते.

अपोलो-९ - नियंत्रक-उपकरण कुपीपासून अलग झालेली चांद्रकुपी

गमड्रॉपने आपली दिशा पुन्हा बदलत आता स्पायडरला आपल्या पुढे घेतले आणि त्यांचा एकत्र प्रवास सुरू झाला. सुरुवातीच्या कक्षीय भ्रमणाच्या विरुद्ध दिशेने हा प्रवास होता. गमड्रॉपने पुन्हा दिशा बदलून मूळ दिशेने प्रवास सुरू केला. या तऱ्हेने वेग आणि दिशा नियंत्रणाच्या आणि इंधन यंत्रणेच्या विविध चाचण्या पार पडल्या. आता अंतराळवीर विश्रांती घेणार होते. दुसऱ्या दिवशी गमड्रॉपने भूकेंद्राशी संपर्क साधण्याची प्रात्यक्षिके केली. तसेच ५०० किलोमीटर दूर जात भ्रमण कक्षा विस्तारली आणि पुन्हा सुरुवातीच्या कक्षेत आणली. या प्रात्यक्षिकांमध्ये दुसरा दिवस संपला.

तिसऱ्या दिवशी अंतराळवीरांना चांद्रकुपीत जायचे होते. दोन कुप्या एकत्र जोडलेल्या ठिकाणच्या छोट्या खिडक्या उघडून जेम्स आणि रसेल स्पायडरमध्ये गेले. एका खिडकीतून बाहेर पडत दुसऱ्या खिडकीतून आत जाणे हे एक प्रकारचे अवकाशीय पदभ्रमणच होते. तिथे गेल्यानंतर त्यांनी तिथल्या सर्व संचलन-नियंत्रण प्रणाली तपासून पाहिल्या. कुपीतली दुर्बीण, अँटेना आणि कुपीसाठीची अग्निबाणसदृश्य यंत्रणा तपासली. स्पायडरमधील अपेक्षित कामे संपवून जेम्स आणि रसेल दिवस अखेरीला पुन्हा गमड्रॉपमध्ये आले.

चौथ्या दिवशी पुन्हा जेम्स आणि रसेल स्पायडरमध्ये गेले. तिथे गेल्यानंतर रसेलने कुपीचा अवकाशीय पदभ्रमणासाठी असलेला दरवाजा उघडला. दरवाजाच्या पुढे लहान मचाणासारखी जागा केलेली होती. मचाणाला जोडून अवकाशात उतरण्यासाठी एक शिडी जोडलेली होती. रसेल महाशय या मचाणावर थोडा वेळ रेंगाळले, अगदी हातांनी आधार न घेता उभे राहिले. अर्थात कुपीपासून आलेली सुरक्षा दोरी अंगाभोवती बांधूनच. हे मचाण सोनेरी रंगाचे होते. मचाणावरून रसेल गमड्रॉपच्या दुसऱ्या टोकापर्यंत जाऊन आला. त्याने त्या कुपीच्या बाहेरील भागाला जोडलेल्या घटकांची तपासणी केली. पुन्हा मचाणावर आल्यानंतर रसेल काही वेळ तिथे निवांत उभा राहिला. मचाणावरून चालल्यामुळे पडवीवर त्याच्या पायांचे ठसे उमटले आणि पडवीचा सोनेरी रंग त्याच्या पादत्राणांना लागला. उजेडात आणि अंधारातही त्याने या

अपोलो-९ मोहिमेदरम्यानचे अवकाशीय पदभ्रमण

दिवशी केलेल्या अवकाशीय पदभ्रमणाचे थेट प्रसारण टेक्सासमधील भूकेंद्रात झाले.

पाचव्या दिवशी रसेल पुन्हा चांद्रकुपीत म्हणजेच स्पायडरमध्ये गेला. आज ही कुपी गमड्रॉपपासून विलग करण्यात आली. काहीशा दूर अंतरावर गेल्यानंतर स्पायडरच्या इंधन प्रणालीची चाचणी करण्यात आली. त्यामुळे स्पायडर किती दूरपर्यंत जाऊन पुन्हा गमड्रॉपजवळ येऊ शकेल याची चाचणी झाली. या दोन कुप्यांचे रॉन्देव्हू होण्यासाठी संकेतांचे आदान-प्रदान तपासण्यात आले. काही वेळ हा दोन कुप्यांचा पकडापकडीचा खेळ रंगला. या दरम्यानच गमड्रॉपच्या खिडकीतून स्पायडरच्या मचाणावर उमटलेल्या रसेलच्या पाऊलखुणा दिसल्या. त्यांना 'गोल्डन स्लीपर्स' म्हटले गेले.

गोल्डन स्लीपर्स

यानंतर चांद्रकुपीचे स्वतंत्र भ्रमण सुरू झाले. गमड्रॉपच्या समांतर अवस्थेत स्पायडर मार्गक्रमणा करत होते. यादरम्यान दोन कुप्यांमधल्या विविध प्रकारच्या संदेशवहनांच्या चाचण्या झाल्या. या दोन कुप्यांची एक संयुक्त प्रदक्षिणा झाल्यानंतर पुन्हा स्पायडर आणि गमड्रॉप एकमेकांपासून दूर गेले. आता ते सुमारे ६ हजार किलोमीटर इतक्या दूरवर गेले होते. यानंतर चांद्रकुपीच्या खालच्या भागपासून (डिसेंट) वरचा भाग (ॲसेंट) विलग करण्यात आला. वरच्या भागात असलेला रसेल चंद्रकुपीतून पुन्हा उपकरण-नियंत्रक कुपीकडे म्हणजे गमड्रॉपकडे आला. या कुपीशी ॲसेंट भागाची जोडणी करण्यात आली. रसेल गमड्रॉपमध्ये आला. आता स्पायडरचा रिकामा ॲसेंट भाग गमड्रॉपपासून अलग करण्यात आला. कारण आता पुढील चाचण्यांमध्ये या भागाची आवश्यकता नव्हती. चंद्रकुपीचे हे दोन अलग झालेले भाग आता पृथ्वीच्या वातावरणात काही काळ भ्रमण करत राहणार होते. सलग पाच दिवस विविध प्रात्यक्षिके, चाचण्या झाल्यानंतर सहाव्या दिवशी अंतराळवीरांनी कामात बदल केला. आज अवकाशातून अनेक भूकेंद्रांशी संपर्क साधण्यात आले आणि उपकरण-नियंत्रक कुपीच्या इंधन प्रणालीच्या अनुषंगाने संचलनाबाबत चाचण्या झाल्या. सातव्या, आठव्या आणि नवव्या दिवशी अवकाशयानातील विविध प्रणालींची संचलन पडताळणी, अवकाशीय स्थाननिश्चिती आणि विविध वर्णपटांच्या माध्यमातून छायाचित्रण करण्यात आले. आता अपोलो-९ मोहिमेतील अपेक्षित कामकाज पूर्ण झाले होते.

१३ मार्च, मोहिमेचा दहावा दिवस. आता काही तासांनी पृथ्वीतलावर उतरायचे होते. अपोलो-९ची १५१वी प्रदक्षिणा पूर्ण झाली. भूकेंद्रांशी संदेश-संपर्कांची देवाणघेवाण झाली. आणि अपोलो-९ वातावरणातून खालच्या दिशेला वळले. उपकरण-नियंत्रक कुपीपासून आता फक्त अंतराळवीरांच्या नियंत्रक कुपीचा भाग अलग होत पृथ्वीतलाकडे जाऊ लागला. वातावरणाच्या खालच्या थरात येताना हवाईछत्र्या व्यवस्थितपणे कार्यरत होत गेल्या. सकाळचे पावणेदहा वाजले होते. अपोलो-९ अवकाशयानाची अंतराळवीर-नियंत्रक कुपी अटलांटिक महासागरात बर्म्युडा ट्रँगलपासून ४५० किलोमीटर अंतरावर अलगद उतरली. शोधपथक लगेचच अंतराळवीरांकडे दाखल झाले. जेम्स, डेव्हिड आणि रसेल सुखरूप होते. चंद्र आता फार दूर नव्हता!

अपोलो-९ यानाची अंतराळवीर-नियंत्रक कुपी अटलांटिक महासागरात उतरताना

या मोहिमेत रसेल श्वेईकार्टने अवकाशीय पदभ्रमण केले होते. या त्याच्या विशेष कामगिरीनंतर त्याला एका सामाजिक संस्थेने कार्यक्रमासाठी प्रमुख पाहुणा म्हणून आमंत्रित केले होते. तिथे अर्थातच पृथ्वीच्या कक्षेतील अनुभव कसा होता याबाबत विचारले गेले. यावर रसेल उत्तरला, "अवकाशातून बघताना कसलीच सीमारेषा दिसत नाही. सारं कसं एकजिनसी वाटतं. पण आपण मात्र आपणच आखलेल्या सीमारेषांवरून भांडतोय, लढाया करतोय!" रसेलला अवकाशातील अनुभवाने खऱ्या अर्थाने एकात्मतेचा अर्थ कळला होता.

आगामी समानव चांद्रमोहिमेसाठी निवडलेल्या अंतराळवीरांचे प्रशिक्षण आता अखेरच्या टप्प्यात आले होते. नासामध्ये प्रशिक्षणासाठी चांद्रभूमीसदृश्य वातावरण निर्माण करण्यात आले होते. नील आणि एडविनचे प्रशिक्षण त्या ठिकाणी सुरू होते. चांद्रभूमीवर उतरल्यानंतर तिथल्या माती, दगड किंवा अन्य घटकांची तपासणी अवकाशवीरांना करायची होती. त्याबाबतीत नील अजून साशंक होता.

नासाच्या समानव अवकाश केंद्रातील जेष्ठ भूगोलतज्ज्ञ अल्बर्ट किंग यांनी नीलचे शंकानिरसन केले. एक दिवस प्रशिक्षणादरम्यान त्याने अल्बर्ट किंग यांना त्याबद्दल विचारले, ''चांद्रभूमीवर उतरल्यावर आम्ही तिथले घटक गोळा करायचे आहेत हे समजले. परंतु नक्की कुठले आणि कसले घटक भौगोलिक अभ्यासासाठी उपयोगी आहेत हे कसे समजणार?'' त्यावर अल्बर्ट किंग यांनी सांगितले, ''नील, तू तिथे जाणारा पहिला माणूस असणार आहेस. तेव्हा एक लक्षात ठेव, तू जे काही तिथून आणशील, ते आम्हा भूगोलअभ्यासकांच्या दृष्टीने उपयुक्तच असेल. तेव्हा, तुला जे काही आणता येईल ते आण. त्याहीपेक्षा महत्त्वाचे म्हणजे तू स्वतःची आणि तुमच्या चमूची काळजी घे. चांद्रभूमीवरून तुम्ही सर्वांनी सुरक्षितपणे पुन्हा पृथ्वीतलावर येणे सगळ्यात महत्त्वाचे आहे'.

चांद्रभूमीसदृश्य वातावरणात प्रात्यक्षिके करताना नील व एडविन

माणूस चंद्रावर पाठवण्यासाठी आणि त्याला सुरक्षित परत आणण्यासाठी शक्य होईल तितकी दक्षता घेतली जात होती. त्याचमुळे चंद्रावरच्या समानव मोहिमेआधी आणखी एक चाचणी मोहीम करायचे ठरले, अपोलो-१० या नावाने. नियंत्रक-उपकरणकुपी आणि चांद्रकुपी यांच्या अखेरच्या टप्प्यातील चाचण्या यामध्ये करण्यात आल्या. अपोलो-१० ही एक रंगीत तालीमच होती. नाटकाच्या परिभाषेत रंगीत तालीम. पहिल्या जाहीर प्रयोगाआधी, कलाकारांनी तशीच रंगभूषा-वेषभूषा करून, त्याच नेपथ्यावर, तेच संगीत वापरत मोजक्या व्यक्तींसमोर केलेला प्रयोग!

रंगीत तालीम

रंगीत तालीम अर्थात ड्रेस रिहर्सल म्हणून संबोधलेल्या अपोलो-१० मोहिमेच्या मुख्य अवकाशयानाला 'चार्ली ब्राऊन' आणि चंद्रावर उतरणाऱ्या यानरूपी कुपीला 'स्नूपी' असे नाव दिले होते. एका व्यंगचित्र मालिकेतला चार्ली ब्राऊन हा अचाट आणि खट्याळ मुलगा असतो, तर कायम काही ना काहीतरी शोध घेणाऱ्या त्याच्या लाडक्या कुत्राचे नाव असते स्नूपी!

१८ मे या दिवशी दुपारी सॅटर्न अग्निबाणाच्या मदतीने अपोलो-१० चंद्राकडे निघाले. अपोलो-१०साठी असलेली नियंत्रक-उपकरण कुपी आणि चांद्रकुपी यांचे उड्डाणाच्या वेळी वजन होते ४४.५ टन. मात्र अवकाशवीरांना घेऊन जमिनीवर परतताना नियंत्रक कुपीचे वजन असणार होते ५ टन. या उड्डाणासाठी नवीन उड्डाणमंच वापरला गेला. हीदेखील एक चाचणीच होती!

उड्डाणानंतर पृथ्वीभोवती ८८ मिनिटांच्या कालावधीत १८५ किलोमीटर उंचीदरम्यान तीन प्रदक्षिणा पूर्ण करत अग्निबाणाच्या शेवटच्या चरणापासून अपोलो-१० विलग झाले. आता नियंत्रक-उपकरण कुपीची इंधन प्रणाली कार्यरत झाली होती. चांद्रकुपीचा प्रवास चंद्राच्या मार्गात सुरू झाला. त्या वेळी दुपारचे साडेचार वाजले होते. आता भेट तीन दिवसांनी होणार होती. अर्थात प्रवासादरम्यान संपर्क होणारच होता.

अपोलो-१० मोहिमेचे अवकाशयान उड्डाणाच्या तयारीत असताना

अपोलो-१०साठी अंतराळवीर थॉमस स्टॅफर्ड हा प्रमुख अंतराळवीर होता तर जॉहन यंग नियंत्रक-उपकरण कुपीचे संचलन करणार होता. युजेन सेरनन चांद्रकुपीचे संचलन करणार होता. या सर्वांना जेमिनी मोहिमांमधील सहभागाचा अनुभव होता.

पृथ्वीचे सान्निध्य सोडल्यानंतर अपोलो-१० आता ११.१ किलोमीटर प्रती सेकंद वेगाने चंद्राकडे निघाले. अंतराळवीरांच्या आधीच्या अनुभवावरून यावेळी अंतराळवीरांनी काळजी घेतल्यामुळे त्यांच्या प्रकृतीबाबत कसलीही तक्रार उद्‌भवली नाही. भूकेंद्रातील वेळेनुसार २१ मे या दिवशी अपोलो-१०ने चंद्राच्या कक्षेपर्यंतचा प्रवास पूर्ण केला होता. दुपारी ५ वाजण्याच्या सुमारास अपोलो-१० चंद्राभोवती ११० ते ३१५ किलोमीटर उंचीदरम्यान फेऱ्या मारू लागले. या भ्रमणादरम्यानच थॉमस आणि युजेन हे चार्ली ब्राऊनमधून स्नूपीमध्ये जाऊ लागले. त्यावेळी नियंत्रक-उपकरण कुपीची खिडकी उघडल्यावर पलीकडील बाजूच्या आवरणाची काच तुटलेली आहे असे त्यांच्या लक्षात आले. तुटलेल्या काचा सभोवताली पसरल्या होत्या. मग दोघांनी ते काचांचे तुकडे गोळा केले आणि या तुटलेल्या आवरणामुळे धोका नसल्याची खातरी करून घेतली. त्यानंतर स्नूपीचा छोटा दरवाजा उघडत ते त्या चांद्रकुपीत शिरले. आत प्रवेश केल्यानंतर थॉमस आणि युजेन यांनी तिथल्या सर्व यंत्रणा-प्रणालींचे कार्य प्राथमिक स्तरावर तपासले. त्यानंतर दोघेही पुन्हा नियंत्रक-उपकरण कुपीत परतले. त्यांची त्या दिवसाच्या विश्रांतीची वेळ झाली होती. दुसऱ्या दिवसभर अपोलो-१०ने चंद्राभोवती प्रदक्षिणा पूर्ण करत पुढील प्रस्तावित

अपोलो-१० मोहिमेचे अंतराळवीर

मोहिमेसाठी ज्या ठिकाणांची निवड केली होती त्या ठिकाणांचे छायाचित्रण केले. दुपारच्या सुमारास नियंत्रक-उपकरण कुपीपासून चांद्रकुपी अलग करण्याची क्रिया सुरू झाली. नियंत्रक-उपकरण कुपीच्या खिडकीतून बाहेर पडत आणि अवकाशीय पदभ्रमण करत थॉमस आणि युजेन चांद्रकुपीच्या खिडकीतून सुरक्षितपणे आतमध्ये गेले. चांद्रकुपीत गेल्यानंतर तिथल्या यंत्रणा-प्रणालींची चाचणी झाली आणि दोन तासांमध्ये चांद्रकुपी नियंत्रक-उपकरण कुपीपासून अलग झाली. आता नियंत्रक-उपकरण कुपी होती त्याच दिशेने भ्रमण करत होती. तर चांद्रकुपी त्याच दिशेने भ्रमण करून सावकाश खालच्या दिशेला वळत होती.

अपोलो-१० अवकाशयानाची नियंत्रक-उपकरण कुपी चांद्रकुपीतून अशी दिसली

चांद्रभूमीच्या जास्तीत जास्त जवळ जात भावी मोहिमांसाठीच्या ठिकाणांचे निरीक्षण आणि छायाचित्रण करणे हे थॉमस आणि युजेनकडे या भ्रमणादरम्यान करण्याचे महत्त्वाचे काम होते. शिवाय, दोन्हीकडचे संदेशांचे आदान-प्रदानही त्यांना तपासायचे होते. चांद्रकुपी ट्रांक्विलिटीज विवर प्रदेशाच्या दिशेने जात चांद्रभूमीच्या निकट चालली होती. भूकेंद्रात रात्रीचे साडेनऊ वाजले होते. युजेन काळजीपूर्वक चांद्रकुपीचे संचलन करत होता. थॉमसने चांद्रभूमी अजून किती खाली असेल याचे मोजमाप केले. त्यानुसार चांद्रकुपी चंद्राच्या जमिनीपासून अवघी १४.४ किलोमीटर अंतरावर आली. आजवरची ही विशेष नोंद होती.

याखाली जाणे शक्य नव्हते. यानंतर चांद्रकुपीच्या खालच्या भागापासून वरचा भाग सुटा करण्यात आला. संदेशांचे आदानप्रदान करत वरचा भाग पुन्हा वरच्या दिशेला निघाला. चंद्राभोवतालच्या कक्षेत नियंत्रक-उपकरण कुपी आपले भ्रमण करतच होती. त्या कुपीला जाऊन पुन्हा जोडण्याचे काम चांद्रकुपीच्या वरच्या भागाला करायचे होते. इकडे चांद्रकुपीचा विलग झालेला खालचा भाग चंद्राभोवताली एखाददुसरे भ्रमण करत खालच्या विवरांच्या प्रदेशात कोसळणार होता. नियंत्रक-उपकरण कुपीच्या कक्षेच्या समांतर चांद्रकुपी आल्यानंतर अवस्थेत आल्यानंतर पुन्हा एकदा संदेशांचे आदानप्रदान झाले. चांद्रकुपीचा वरचा भाग आता नियंत्रक-उपकरण कुपीच्या पुढे आला होता. दोन्हींची कक्षा आता एकच झाली होती. यानंतर वेग नियंत्रित करत त्यांची जोडणी करण्यात आली. थॉमस आणि युजेन चांद्रकुपीच्या वरच्या भागातून नियंत्रक-उपकरण कुपीत परतले. भूकेंद्रात या कामगिरीचे संदेश पोहोचले, तेव्हा तिथे २३ मेच्या पहाटेचे साडेतीन वाजले होते.

जॉहन त्यांची वाटच पाहत होता. चंद्राच्या वातावरणात अवकाशयानाच्या दोन कुप्यांचे विलग होण्याचे आणि परत एकत्र जोडले जाण्याचे कार्य प्रथमच घडले होते. पुन्हा चंद्राभोवताली भ्रमण करण्याचे कार्य सुरू राहिले. थॉमस आणि युजेन नियंत्रक-उपकरण कुपीत आल्यानंतर काही वेळानंतर चांद्रकुपीचा वरचा भाग नियंत्रक-उपकरण कुपीपासून अलग करण्यात आला. आता हा भागदेखील फिरत राहून काही दिवसांत चांद्रभूमीवर जाऊन पडणार होता. २४ मेपर्यंत नियंत्रक-उपकरण कुपीची चंद्राभोवती भ्रमणे सुरूच राहिली. या भ्रमणांदरम्यान मुख्यत्वे छायाचित्रण तसेच खाणखुणांच्या संदर्भातील मोजमापे करण्यात आली.

अपोलो-१० अवकाशयानाच्या नियंत्रक-उपकरण कुपी आणि चांद्रकुपीची एकत्र जोडणी होताना

यानंतर अपोलो-१० मोहिमेचा परतीचा प्रवास सुरू झाला. नियंत्रक-उपकरण कुपीने पृथ्वीच्या दिशेने कूच केले. २६ मे रोजी अपोलो-१० पृथ्वीच्या जवळ आले. चंद्रापासून निघाल्यानंतर प्रवास सुखरूप झाला होता. दुपारी अडीचच्या दरम्यान नियंत्रक-उपकरण कुपी पृथ्वीच्या कक्षेत आली. तासाभरानंतर कुपी वातावरणात खालच्या दिशेने जाऊ लागली. या दरम्यानच कम्युनिकेशन ब्लॅकआऊट सुरू झाला. पृथ्वीपासून साधारण १३० किलोमीटर अंतरावर असताना संयुक्त असलेली नियंत्रक-उपकरण कुपी वेगळी होत केवळ अंतराळवीर असलेली नियंत्रक कुपी पृथ्वीतलाकडे येऊ लागली. वर राहिलेली उपकरण कुपी तिथेच काही दिवस फिरत राहून नष्ट होणार होती. अंतराळवीरांची नियंत्रक कुपी आता पृथ्वीतलापासून ५० किलोमीटरवर आली. आणखी खाली आल्यावर हवाईछत्र्या उघडल्या गेल्या. प्रथम वेगाला अटकाव करणारी हवाईछत्री आणि त्यापाठोपाठ दुसऱ्या हवाईछत्र्याही कार्यरत झाल्या. पाच वाजण्याच्या सुमारास अपोलो-१०च्या अंतराळवीरांची कुपी सामोआ प्रांताजवळच्या सागरात उतरली. नंतरच्या अर्ध्या तासात अंतराळवीर सुरक्षितपणे नासामध्ये पोहोचले. आठवडाभरात त्यांची कुपीही नासात दाखल झाली.

मोहिमेदरम्यान अपोलो-१० यानाचे चौदा वेळा प्रक्षेपण करण्यात आले. यामुळे भूकेंद्रात आणि नासाच्या संबंधितांना वेळोवेळी कुपीबाहेरील परिस्थितीची माहिती मिळाली.

रंगीत तालमीनंतर आता चांद्रभूमीस प्रत्यक्ष माणसाचे पाय लागायचे बाकी राहिले होते!

तिकडे रशियात, अवकाशयानांच्या फेब्रुवारीतील सलग अपयशानंतर शांतता होती. तथापि अपोलो-१० मोहिमेचे यश त्यांच्यापर्यंत पोहोचले होते. त्यानंतर मात्र रशियातील वैज्ञानिकांनीही उचल खाल्ली आणि जून महिन्यात ई-८-५ या अवकाशयानाचे उड्डाण ठरले. हे अवकाशयान चंद्रावर जाऊन, तेथील पृष्ठभागावर उतरून त्यावरील माती-खडकाचा नमुना घेऊन परतणार होते. मून स्कुपर असे अवकाशयानाच्या उद्देशाला साजेसे नाव त्याला दिलेले होते. चांद्र मोहिमेतली या प्रकारची ही पहिलीच मोहीम होती. हे अवकाशयान लॅव्होश्किन या सरकारी उद्योगसमूहात विकसित झाले होते. ५६०० किलोग्रॅम वजनाच्या या अवकाशयानाला प्रोटॉन अग्निबाण अंतराळात नेणार होता. ठरल्याप्रमाणे १४ जून रोजी सकाळी बैकोनूरच्या उड्डाणमंचावरून ई-८-५चे प्रक्षेपण झाले. या मोहिमेकडून वैज्ञानिकांच्या मोठ्या अपेक्षा होत्या. मात्र अग्निबाणाचा तिसरा चरण योग्य वेळी कार्यरत न झाल्यामुळे हे अवकाशयान पृथ्वीची कक्षादेखिल गाठू शकले नाही. परिणामतः पहिल्या लॅन्डर-सॅम्पल रिटर्न प्रकारच्या अवकाशयान मोहिमेचे श्रेय रशियाला मिळाले नाही.

लॅन्डर-सॅम्पल रिटर्न प्रकारचे अवकाशयान

अभ्यासकांच्या मते रशियाने ३० एप्रिललासुद्धा याच प्रकारच्या मोहिमेचा प्रयत्न केला होता. मात्र त्यातही त्यांना अपयश आले होते. अलिकडच्या काळात अमेरिकेने केलेल्या अपोलो मोहिमांच्या यशाचे दडपण रशियाला आले होते का? की मोहीम यशस्वी होण्यासाठी आवश्यक असलेला वैज्ञानिक-अभियंते-तंत्रज्ञ यांच्यामधील समन्वय कमी पडत होता? तथापि रशियाचीही चांद्रमोहिमेच्या दिशेने आगेकूच सुरूच होती!

◆◆◆

१४

प्रत्यक्ष मोहिमेच्या दिशेने

नासाच्या ह्युस्टन येथील मुख्यालयात १२ जून रोजी अपोलो-११ मोहिमेची अधिकृत घोषणा करण्यात आली. याबाबतचे एक पत्रक मुख्यालयातील प्रत्येक विभागाच्या सूचना फलकावर त्या दिवशी झळकले. १६ जुलै रोजी सुरू होणाऱ्या या मोहिमेची माहिती त्यात होतीच पण पत्रकात शेवटी असेही म्हटले होते की, 'मोहिमेबाबत काही कमतरता आहे असे जर उड्डाणाच्या वेळेपर्यंत कधीही आम्हांला जाणवले तर आम्ही ही मोहीम पुढे ढकलण्यास मागेपुढे पाहणार नाही. तसेच, मोहीम सुरू झाल्यानंतरही जर काही प्रश्नचिन्ह उपस्थित झाले तर आमच्याकडून अवकाशयान माघारी घेतले जाईल.' नासाच्या या पत्रकामुळे आत्मविश्वास आणि दर्पोक्ती यांतील फरक स्पष्ट झाला होता.

अमेरिकेच्या समानव चांद्रमोहिमेची बातमी जगभरात पसरू लागली आणि अनेक देशांकडून मोहिमेसाठीच्या शुभेच्छांचा ओघ सुरू झाला. जर्मनी, फ्रान्स असे काही देश वगळता जपानसह ७३ देशांकडून अमेरिकेला शुभेच्छा मिळाल्या. भारताच्या तत्कालीन पंतप्रधान इंदिरा गांधींनी या मोहिमेला शुभेच्छा देताना म्हटले होते, 'पृथ्वीबाह्य घटकावर पाऊल उमटवण्यासाठी होणाऱ्या या एकमेवाद्वितीय अशा प्रवासासाठी शूर अंतराळवीरांना माझ्या देशाच्या वतीने शुभेच्छा देत आहे. हे पाऊल मानवाच्या शांततेसाठी ठरेल अशी आशा बाळगते!'

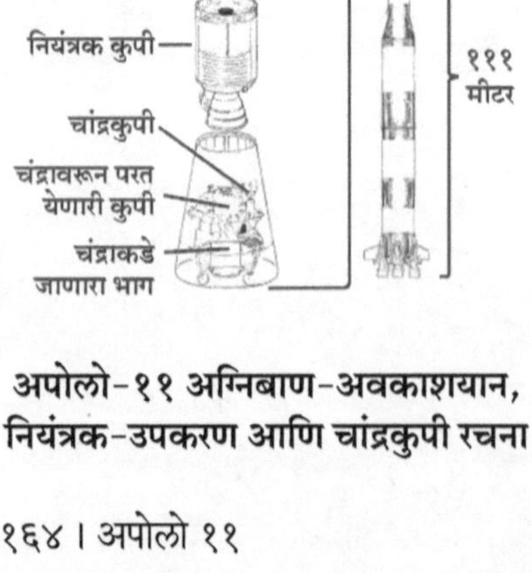

अपोलो-११ अग्निबाण-अवकाशयान, नियंत्रक-उपकरण आणि चांद्रकुपी रचना

नासाने अपोलो-११ मोहिमेचा ३६३ पानी नियोजन अहवाल सरकारला पाठवला. मोहिमेच्या आधीची तयारी, प्रत्यक्ष मोहीमेबद्दल आणि मोहिमेनंतरच्या कामांबद्दल अहवालात सविस्तरपणे नमूद करण्यात आले होते.

सॅटर्न-५ अग्निबाण अपोलो-११ला अंतराळात घेऊन जाणार होता. चंद्राच्या मार्गात यानाला सोडल्यानंतर

अग्निबाणाचे कार्य संपणार होते. तीन चरणांच्या सॅटर्न-५ अग्निबाणाचे वजन २९३८ टन होते. अपोलो-११ यान आणि अग्निबाण अशी एकत्र उंची १११ मीटर झाली होती, तर याचा तळाकडचा व्यास १० मीटर होता.

अपोलो-११ या अवकाशयानात नियंत्रक-उपकरण कुपी आणि चांद्रकुपी असे दोन भाग होते. हे दोन्ही भाग चंद्राकडे जाणार होते. एक भाग चांद्रभूमीवर प्रत्यक्ष उतरणार होता आणि दुसरा भाग चंद्राच्या कक्षेत फिरत राहणार होता. चांद्रभूमीवर उतरलेला भाग नंतर पुन्हा कक्षेत फिरणाऱ्या भागाला जोडला जाणार होता. चंद्राभोवती फिरत राहिलेल्या त्या भागातूनच अंतराळवीर पृथ्वीवर परतणार होते.

अपोलो-११ अवकाशयानाचा पहिला भाग म्हणजे नियंत्रक-उपकरण कुपी. नावाप्रमाणे यात उपकरणे, इंधन आणि नियंत्रण किंवा संचलन साधणारा नियंत्रक असणार होते. नियंत्रकाच्या जवळ अंतराळवीर असणार होते. सर्व्हिस प्रपल्शन, हेलियम, हायड्रोजन आणि ऑक्सिकारक आणि एसपीएस यंत्रणांच्या इंधन टाक्या हे सगळे उपकरणांतर्गत होते. याखेरीज जीवनावश्यक ऑक्सिजन तसेच विद्युतऊजसंदर्भातील साधनेही होती. या कुपीभोवती संदेशवहनासाठी अँटेना जोडलेले होते. या कुपीत बरीच उपकरणे आणि विविध इंधन प्रणाली असल्याने इथले वातावरण स्थिर ठेवणारी प्रणालीही या कुपीत होती. याच उपकरण कुपीच्या वरच्या भागावर नियंत्रक कुपी होती. या कुपीत अंतराळवीर यानाची उंची, वेग, दिशा नियंत्रण याचे संचलन करू शकणार होते. परतीच्या प्रवासात पृथ्वीच्या वातावरणात प्रवेश करताना उपकरण कुपीपासून विलग होण्यासाठी तसेच हवाईछत्र्या उघडण्यासाठीचे आवश्यक नियंत्रणही इथेच होणार होते. एकूण तीन अंतराळवीरांसाठी आसनव्यवस्था असलेल्या या कुपीत खाद्यपदार्थांची कपाटे, पिण्याचे पाणी, तसेच आरोग्यविषयक आणि स्वच्छतेच्या सुविधा होत्या. या सुविधा आसनांच्या मागे असलेल्या मीटरभर जागेत समाविष्ट करण्यात आल्या होत्या. अंतराळवीरांची आसने कुपीच्या निमुळत्या बाजूकडे तोंड करून होती. या आसनांना तसेच मागे कलते करून त्याचा झोपण्यासाठी वापर करता येणार होता.

या कुपीत पुढच्या बाजूला अंतराळवीरांच्या डाव्या-उजव्या दिशेला दोनदोन खिडक्या होत्या. त्यांचा उपयोग चांद्रकुपीची जोडणी होताना पाहणी करण्यासाठी आणि ही कुपी पृथ्वीवर उतरताना होणार होता. या चार खिडक्यांमधून अंतराळवीरांना समोरील दृश्य दिसणार होते. याच्याशिवाय एक खिडकी अथवा दरवाजा अंतराळवीरांच्या डोक्यावर होता. अवकाशीय पदभ्रमणासाठी बाहेर पडण्यासाठी या दरवाजाचा उपयोग होणार होता. या कुपीच्या निमुळत्या गोलाकार भागाशीच चांद्रकुपीचे जोडणे साध्य होणार होते. त्यासाठी त्या भागाला विशेष रचना करण्यात आली होती. यांत्रिक कृतीने अंतराळवीर ही जोडणी करू शकणार होते. पृथ्वीच्या वातावरणातून बाहेर जाताना आणि पुन्हा परतताना तसेच जमिनीवर सुरक्षितरीत्या उतरण्यासाठी अंतराळवीरांच्या

नियंत्रक कुपीला उष्णतारोधक घटकांचे आवरण तयार करण्यात आले होते.

कुपीवर बाहेरच्या बाजूला वेगवेगळ्या प्रकारच्या हालचालींसाठी इंधन यंत्रणा होत्या.

नियंत्रक-उपकरण कुपीमध्ये उपकरण कुपीचे वजन २३२४४ किलोग्रॅम, व्यास ३.९ मीटर आणि उंची ११ मीटर होती. नियंत्रक कुपीचा तळाचा व्यास ३.९ मीटर होता आणि कुपी वरच्या दिशेला निमुळती होत गेलेली होती. वरच्या टोकाकडील भागाचा व्यास अर्धा मीटरपेक्षाही कमी असून वजन ५५५७ किलोग्रॅम होते.

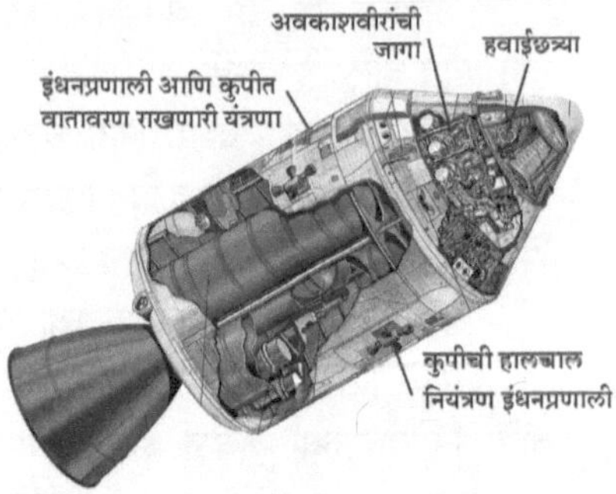

अपोलो-११ची नियंत्रक-उपकरण कुपी

अंतराळयानाचा दुसरा भाग म्हणजे चांद्रकुपी. चांद्रभूमीवरून पुन्हा उड्डाण करणारा (अ‍ॅसेन्ट) आणि चांद्रभूमीवर उतरणारा (डिसेन्ट) या दोन भागांच्या जोडणीतून ही कुपी तयार झालेली होती. यामध्ये वरच्या कुपीच्या (अ‍ॅसेन्ट) खाली खालच्या कुपीची (डिसेन्ट) भागाची रचना केलेली होती. अपोलो-९ मोहिमेतील कुपीची ही सुधारित आवृत्ती होती.

अंतराळवीर अ‍ॅसेन्ट भागात असणार होते. दोन अंतराळवीरांची सुविधा असलेल्या या भागाची रचना नियंत्रक कुपीशी जोडणी करण्यायोग्य अशी केलेली होती. या कुपीत दोन्ही अंतराळवीरांना मुख्यत्वे उभे राहूनच संचलन नियंत्रण करावे लागणार होते. त्यांच्यासाठी आसनांचीही सोय यात केलेली होती. ती आसनेच त्यांना कलती करून झोपण्यासाठी वापरता येणार होती. तसेच या भागात अंतराळवीरांची शिधासामग्री तसेच काही साहित्य ठेवण्यात येणार होते. या भागाच्या खालचा भाग चांद्रभूमीवर टेकण्याचे तसेच वरच्या कुपीला उड्डाणासाठी मंचरूपी आधार देण्याचे कार्य करणारा होता. चांद्रभूमीवर टेकण्यासाठी या भागाला मध्यात दुमडू शकणाऱ्या चार पायांची सुविधा होती.

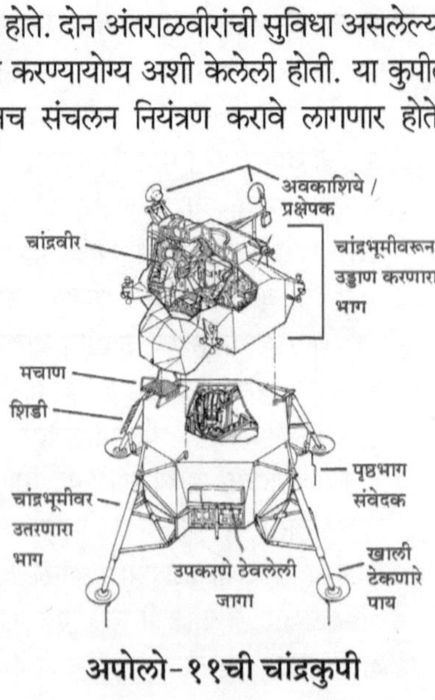

अपोलो-११ची चांद्रकुपी

या पायांमध्ये धक्के शोषण्यासाठी खास उपाय योजण्यात आले होते. अंतराळातल्या प्रवासात या भागाचे पाय दुमडलेल्या स्थितीत राहणार होते तर उतरताना उघडणार होते. या पायांना १.७ मीटर लांबीचे संवेदक जोडलेले होते. या संवेदकांमुळे कुपीचे पाय जमिनीला लागण्याआधी तिथल्या स्पर्श संवेदना जाणून घेऊन अंतराळवीरांना तसा संदेश दिला जाणार होता.

चांद्रभूमीवर आरोहण करणे हा या मोहिमेचा मुख्य उद्देश तर होताच त्याचबरोबर चंद्राच्या जमिनीवर भूकंपमापक यंत्र बसवणे, पृथ्वीवरून येणाऱ्या प्रकाशकिरणांचे परावर्तन करणारे साधन ठेवणे आणि चंद्राच्या पृष्ठभागावरील धुळीचा वेध घेणाऱ्या प्रणालीची उभारणी करणे ही कामेही तिथे करायची होती. इतर वैज्ञानिक प्रयोग आणि मोहिमेचे छायाचित्रण होणार होते.

आपल्या पूर्वजांना आदिम काळापासून दिसत आलेल्या चंद्राबाबतची माहिती बदलत्या कालखंडानुसार अद्ययावत होत गेली. यामध्ये आकार, अंतर, त्याच्या कलांचे वाढणे-कमी होत जाणे, कालबद्ध चलन-वलन इत्यादींपासून चंद्राभोवतालचे वातावरण, वातावरणातील घटक अशा अनेक गोष्टी होत्या. या साऱ्याची मानवाला लांबून ओळख होती. आधुनिक काळात चंद्राचे भूपृष्ठ, चंद्रापर्यंत जाण्यायेण्याच्या मार्ग हेही माहीत झाले होते. मात्र तरीही तिथल्या भूमीला मानवी स्पर्श झाला नव्हता. म्हणूनच या मोहिमेचे महत्त्व वेगळे होते. एक वेगळीच उत्कंठा उत्सुकता यामागे होती.

तिकडे रशियात, आधीच्या प्रयोगातल्या यशापयशाची तमा न बाळगता रशियातील वैज्ञानिकांचे प्रयत्न सुरू होतेच. त्यांनी ३ जुलैला पुन्हा एन-१ अग्निबाणाची चाचणी घेण्याचे ठरवले. हा दुसरा प्रयत्न होता. हा प्रयत्न यशस्वी झाला, तर आपण केवळ चंद्रावरच काय, तर मंगळावरदेखील समानव स्वारी करू शकतो असे तिथल्या वैज्ञानिकांनी सांगितले होते. राजकीय व्यवस्थेलाही हा कार्यक्रम रुचला असावा.

३ जुलैच्या चाचणीची कुठेही वाच्यता करण्यात आली नाही. या उड्डाणाची वेळ रात्री ११नंतरची होती. उड्डाण केंद्रातील कर्मचाऱ्यांव्यतिरिक्त कुणालाही याबाबत फारसे काही माहीत नव्हते. दिवसभर विविध शाखांचे अभियंते आणि तंत्रज्ञ अग्निबाणाच्या एका टोकापासून दुसरी टोकापर्यंत ये-जा करत असंख्य बाबी पुनःपुन्हा तपासत होते. बैकोनूरला हा तीव्र उन्हाळ्याचा कालावधी होता. उन्हाचा कडाका आणि धुळीने भरलेल्या त्या साम्राज्यात अगदी युद्धजन्य परिस्थिती असल्यासारखे वातावरण तयार झाले होते.

अंधार वाढत चालला आणि अखेर रात्रीचे ११ वाजले. नियंत्रण केंद्राच्या जवळ असलेल्या वसाहतीमधून सारे दूरवर नजरा लावून बसले होते. इकडे नियंत्रण केंद्रातील प्रत्येकाच्या चेहऱ्यावरच्या आत्मविश्वासात तणावाची थोडी झाक दिसत होती. उलटगणती संपली आणि अखेरची कळ दाबण्यात आली. सर्वांचे श्वास रोखले गेले. बाहेर अग्निबाणाच्या तळाशी निर्माण झालेल्या ज्वाळातून उंचावत अवजड

असा एन-१ अग्निबाण वर निघाला. नियंत्रण अधिकारी दहाव्या सेकंदाला 'उड्डाण ठिक!' असे म्हणतात तोवर अचानक अग्निबाणाच्या भडका उडाला. निमिषार्धात त्या अग्निबाणाचा प्रचंड स्फोट झाला आणि आकाशात आगीचे लोळ उठले. एन-१ अग्निबाण उड्डाणमंचापासून केवळ १०० मीटर उंचीवर गेला आणि अनपेक्षित घडले.

१०० मीटर उंचीवर असताना एन-१ अग्निबाणाचा झालेला स्फोट

हा स्फोट एवढा प्रचंड होता की नियंत्रण केंद्रात चांगलेच हादरे बसले. काही जण खुर्चीतून खालीसुद्धा पडले. उड्डाणमंचाच्या किलोमीटरभर परिसरात या स्फोटाचे अवशेष पडून मोठेच नुकसान झाले. तब्बल ५० किलोमीटर अंतरावरून हा स्फोट दिसल्याचे नंतर सांगितले गेले.

रशियन वैज्ञानिकांनी केलेल्या अथक प्रयत्नांच्या अक्षरशः चिंधड्या उडवणाऱ्या या घटनेचे तातडीने अन्वेषण झाले. पहिल्या चाचणीच्या वेळी अग्निबाणाच्या विविध इंजिनांना प्रज्वलित करण्यासाठी असलेल्या प्रणालीत चूक झाल्याने स्फोट झाल्याचे निष्पन्न झाले होते. तर या वेळी इंधनपुरवठा करणाऱ्या एका नलिकेत एक बोल्ट अडकल्याने अडथळा निर्माण झाला आणि स्फोट झाला असे निष्पन्न झाले. कुठल्याशा प्रचलित म्हणीनुसार, 'केवळ एका खिळ्यामुळे लढाई हरली!' आकाशात फिरणाऱ्या कृत्रिम उपग्रहांनी (बहुधा अमेरिकेच्या गुप्तहेर उपग्रहांनी) या स्फोटाचे आणि विध्वंस झालेल्या उड्डाणमंचाचे छायाचित्रण केले होते.

पण आता काय? चांद्रस्पर्धेतून रशिया माघार घेणार होती का?

○ ○ ○

अवघ्या दोन आठवड्यांवर आलेल्या अपोलो-११ मोहिमेची तयारी अमेरिकेत जोमात सुरू होती. या मोहिमेसाठी नासाने नियंत्रक-उपकरण कुपीसाठी 'कोलंबिया' आणि चांद्रकुपीसाठी 'ईगल' अशी नामकरणे केली होती. फ्रान्समधील ज्युल्स व्हर्न या लेखकाने १८६५मध्ये लिहिलेल्या 'फ्रॉम दि अर्थ टू द मून' या कादंबरीत पृथ्वी ते चंद्र असा प्रवास करणाऱ्या साधनाला त्याने 'कोलंबियाड' असे नाव दिले होते. तसेच कोलंबियाड नावाची एक इतिहासकालीन तोफही अमेरिकेत आहे. त्यावरून 'कोलंबिया' हे नाव या वेळी देण्यात आले. अमेरिकेचा राष्ट्रीय पक्षी ईगल (गरुड) असल्यामुळे त्याच्या नावाने चांद्रकुपी ओळखली जाणार होती. या अवकाशमोहिमांना एक चिन्हही दिले जात असे. तसेच अपोलो-११ या मोहिमेसाठी तयार करण्यात आले. दूरवर असलेल्या पृथ्वीपासून

चांद्रभूमीवर उतरत असलेला ईगल यावर रेखाटला गेला. मात्र मायकेल कॉलिन्सला हे चित्र पसंत पडले नाही. त्याच्या मते या ईगलकडे काहीतरी हवे होते. मग मायकेलनेच चित्रात बदल करत ईगलच्या चोचीत ऑलिव्ह या वृक्षाची फांदी दाखवली. खाद्यतेलासाठी प्रसिद्ध असलेला ऑलिव्ह हा वृक्ष बहुउपयोगी आणि सर्व ऋतूंमध्ये फुलणारा आहे. मात्र, चोचीत ऑलिव्हची फांदी धरलेला ईगल शिकारी वाटतो, असे वरिष्ठांचे मत होते.

अपोलो-११ मोहिमेचे चिन्ह

मग चोचीतली फांदी पायात आली. जणू काही अपोलो-११ला संदेश द्यायचा आहे की, ही केवळ फांदी नसून पृथ्वीवरून कायस्वरूपी टिकणारी एखादी आठवण चांद्रभूमीवर ठेवण्यासाठीच ईगल इथपर्यंत आलेला आहे. या चित्रात चंद्राच्या एका बाजूला असलेली पृथ्वी गरुडाच्या डावीकडून सूर्यप्रकाशित झाल्याचे दिसते. प्रत्यक्षात पृथ्वी वरच्या बाजूने सूर्यप्रकाशित झाल्याचे दाखवणे शास्त्रीयदृष्ट्या बरोबर होते. काहीही असले तरी चिन्हातून जो बोध अपेक्षित होता तो झाला.

ल्यूना-१५ मोहीम

अमेरिका आणि रशिया यांच्यातले अवकाशयुद्ध १९६९च्या दरम्यान प्रकर्षाने जाणवू लागले होते. एकीकडे समानव चांद्रमोहिमेसाठी पद्धतशीर पाऊले टाकत असलेली अमेरिका, तर दुसरीकडे इर्षेला पेटलेली रशिया! या रशियन इर्षेचा प्रत्यय लगेच आला!

सॅम्पल रिटर्न प्रकारच्या चांद्रमोहिमेसाठी रशिया पुन्हा एकदा सज्ज झाली. ३ जुलैच्या एन-१ अग्निबाणाच्या अपयशी चाचणीनंतर रशियन वैज्ञानिकांनी अवघ्या दहा दिवसांत ल्यूना-१५ चांद्रमोहीम अंमलात आणण्याचे ठरवले. लॅव्होश्कीन अर्थात ओकेबी-३०१ या संस्थेने तयार केलेले अवकाशयान चांद्रभूमीवर जाऊन, तिथल्या जमिनीची दगड-माती, घटक स्वतःबरोबर सुरक्षितपणे आणण्याचे काम करणार होते. हे अवकाशयान पूर्वीच्या ल्यूना मोहिमांसारखेच असले, तरी या मोहिमेसाठी त्याचा विस्तार करण्यात आला होता. या अवकाशयानाचे दोन भाग करण्यात आले होते. यामध्ये चांद्रभूमीवर उतरणारी आणि तेथून पृथ्वीवर परतणारी अशी वेगवेगळी कुपी असलेले हे अवकाशयान ५६०० किलोग्रॅम वजनाचे होते. परतणाऱ्या कुपीत एका खास नलिकेतून चांद्रभूमीचे घटक आणले जाणार होते. ल्यूना-१५च्या खालच्या भागात केलेल्या विशेष रचनेमुळे चांद्रभूमीवर उतरल्यानंतर तिथली जमीन उकरणे, उकरलेली माती/घटक सुरक्षितरीत्या नलिकेत भरणे ही कामे यंत्रमानवाच्या माध्यमातून केली जाणार होती. त्याचमुळे या प्रयोगासाठी वैज्ञानिकही आतुरले होते.

खुनिश्चेव्ह उद्योगसमूहाने तयार केलेल्या चार चरणांच्या प्रोटॉन नामक अग्निबाणाच्या मदतीने ल्यूना-१५ अवकाशयान चंद्राकडे जाणार होते. चांद्रभूमी आणि तिथल्या वातावरणातील प्रारणांचा शोध घेणे, छायाचित्रण करणे यासाठीची सोयही अवकाशयानात करण्यात आली होती.

चंद्रावरून परतणाऱ्या मोहिमांमध्ये रशियाकडे झॉन्ड-५ आणि ६ तसेच ल्यूना-११ ते १४ अशा मोहिमांचा अनुभव होता. या जोरावरच रशियन वैज्ञानिक ल्यूना-१५च्या यशाचे स्वप्न पाहत होते. त्यांच्यापैकी काहींना तर पुरेपूर खातरीच होती.

एवढे काय होते या ईर्षेने आखलेल्या मोहिमेमागे? रशियन मंडळींची विजिगीषू वृत्ती, खिलाडूपणा, स्वतःवरचाच राग, तिरस्कार, हार न मानण्याचा स्वभाव की आणखी काही? तिथल्या काही संबंधितांना हा अविचारी जुगार वाटला. काही का असेना, रशियन वैज्ञानिकांनी आपला घोडा बेफामपणे दौडवण्याचे ठरवले होते.

१३ जुलैच्या सकाळी ९ वाजता बैकोनूरच्या उड्डाणमंचावरून ल्यूना-१५ अवकाशात झेपावले. उड्डाणानंतर साधारण सव्वा तासाच्या कालवधीत पृथ्वीभोवती १८२ ते २४७ किलोमीटर अंतरात लंबवर्तुळाकार कक्षेत फेरी घालत ल्यूना-१५ चंद्राकडे मार्गस्थ झाले. अमेरिकेचे अपोलो-११ अवकाशयान परत यायच्या आत चंद्रावरील घटक इथे आणायचे एवढेच मोहिमेशी संबंधित मंडळींना दिसत होते. रशियाकडून या मोहिमेची औपचारिक प्रसिद्धी करण्यात आली नव्हती, तरीही जगभर या मोहिमेचा गवगवा झाला होता. दुसऱ्या दिवशी ल्यूना-१५चा संपर्क तर व्यवस्थित होताच, त्याचबरोबर भूकेंद्रातून ल्यूना-१५च्या प्रवासाची झालेली पडताळणीही अपेक्षेप्रमाणे होती. चंद्रापर्यंतचे प्रदीर्घ अंतर पार करण्यात ल्यूना-१५चा दिनांक १५ जुलैचा दिवस गेला होता.

इकडे अमेरिकेत अपोलो-११ या विशेष चांद्रमोहिमेची महती राष्ट्राध्यक्षांपर्यंत गेलीच होती. म्हणूनच की काय व्हाइट हाऊसमधून अपोलो-११ आणि अपोलो-१०च्या अंतराळवीरांसाठी विशेष मेजवानीचे आयोजन करण्यात आले. या मेजवानीचे निमंत्रण अंतराळवीरांपर्यंत पोहोचल्यानंतर त्यांनी या मोहिमेचे खास प्रशिक्षक डेक स्लेटॉन यांच्याकडे परवानगी मागितली. डेक त्या दिवशी अंतराळवीरांना काही खास सूचना देणार होते. शिवाय, मेजवानीमुळे मोहिमेत काही बदल करावे लागले तर मोहीम थेट एक महिना पुढे ढकलावी लागेल असे डेक यांना वाटत होते. साहजिकच अंतराळवीरांनी मेजवानीस जाऊ नये असे डेक यांनी सुचवले. 'कृपया मेजवानीचा आग्रह नको! सन्माननीय राष्ट्राध्यक्ष्यांना तसे कळवा,' असे सांगण्यात आले. केवळ डेक स्लेटॉनच काय, सगळ्यांच्याच समोर आता एकच ध्येय होते, चांद्रमोहीम!

◆◆◆

१५

...आणि चांद्रमोहीम

अमेरिकेत केनेडी स्पेस सेंटरमध्ये १५ जुलैला पहाटे साडेपाच वाजल्यापासून अपोलो-११ मोहिमेची उलटगणती सुरू करण्यात आली. अग्निबाणाच्या विद्युत मोटरला विद्युतघट बसवण्यास आले. चांद्रकुपीसाठी इंधन भरले गेले. नियंत्रक-उपकरण कुपी आणि चांद्रकुपी यांच्या संचलनाची अखेरची तपासणी झाली. यानंतरही अनेक प्रकारच्या फेरतपासण्या रात्री उशीरापर्यंत होत राहिल्या. चांद्रभूमीवर करण्यात येणाऱ्या वैज्ञानिक प्रयोगांची तसेच दूरदर्शन प्रसारणाची साधने, उपकरणे आणि अमेरिकेचा राष्ट्रध्वज चांद्रकुपीत ठेवले गेले. अंतराळवीरांसाठीच्या आवश्यक वस्तू, उपकरणे आणि शिधासामग्री अवकाशयानात पोहोचती झाली. चांद्रभूमीवर ठेवण्यासाठी तयार केलेले खास स्मृतीचिन्हही चांद्रकुपीवर जोडण्यात आले.

अपोलो-११ मोहिमेला आता अवघे ८ तास उरले होते. १६ जुलैची पहाट सुरू झाली. आता अग्निबाणाच्या विविध चरणांचे आणि नियंत्रक-उपकरण कुपीचे इंधन भरण्याचे कार्य सुरू झाले. पहाटे ५ वाजल्यानंतर अंतराळवीरांना उठवण्यात आले. मोहिमेसाठी निवडलेल्या अंतराळवीरांची वैद्यकीय तपासणी झाली. सर्वांची प्रकृती उत्तम होती. राखीव अंतराळवीर निश्चिंत झाले. नील, मायकेल आणि एडविन यांचे आवरल्यानंतर त्यांना न्याहारी देण्यात आली. न्याहारीनंतर या तिघांनी अंतराळपोशाख परिधान केले. एव्हाना सकाळचे साडेसहा वाजले होते. त्यांना उड्डाणमंचाकडे नेण्यासाठी वाहन आले. अंतराळपोशाखातील ते तिघे आपापल्या जीवरक्षक प्रणालीच्या पेट्या हातात सांभाळत, शुभेच्छांचा स्वीकार करत वाहनात बसून उड्डाणमंचाकडे रवाना झाले.

अपोलो-११ मोहिमेचे अंतराळवीर उड्डाणमंचाकडे जाताना

अंतराळवीरांपैकी चंद्रावर जाताना नीलकडे काही खास स्मृतीचिन्हे देण्यात आली होती. यामध्ये, राईट बंधूंच्या पहिल्या यशस्वी विमानउड्डाणातल्या विमानाचा एक लहानसा लाकडी तुकडा आणि अपोलो-१ या अयशस्वी ठरलेल्या मोहिमेतील अंतराळवीरांच्या पोशाखावरील चिन्हे! अपोलो-१

मोहिमेत कामी आलेल्या अंतराळवीरांच्या पत्नींनी ही चिन्हे डेक स्लेटॉन यांच्याकडे दिली आणि अपोलो-११मधून ती बरोबर घेऊन जाण्यास सुचवले होते. अपोलो-१च्या दिवंगत अंतराळवीरांना ही एक आगळीच मानवंदना ठरणार होती!

अंतराळवीर उड्डाणमंचाजवळ पोहोचले. तिथून ते अपोलो-११ अवकाशयान-अग्निबाण ज्या सांगांड्याच्या साहाय्याने उभा होता त्याच्या लिफ्टपाशी आले. आत जाण्याआधी त्यांनी प्रशिक्षण प्रमुख डेक स्लेटॉन यांचा निरोप घेतला. 'नील, मायकेल, एडविन, प्रत्येक गोष्टीवर काळजीपूर्वक लक्ष ठेवा आणि चांद्रमोहीम यशस्वी करा!'

लिफ्टमध्ये आता अंतराळवीरांसमवेत उड्डाणमंचाची जबाबदारी असलेले गुंटर वेन्ड्ट आणि त्याचे तंत्रज्ञ सहकारी होते. लिफ्ट शेवटच्या मजल्यापर्यंत गेली. लिफ्टमधून ते अवकाशयानाची नियंत्रक-उपकरण कुपी आणि लिफ्ट यांच्यादरम्यान असलेल्या एका खोलीत आले. इथे अंतराळवीरांच्या तयारीची शेवटची तपासणी झाली. ही खोली पांढऱ्या रंगाची म्हणून तिला व्हाइट रुम असे म्हटले जाते. व्हाइट रुममधून गुंटर वेन्ड्ट यांनी अंतराळवीरांना नियंत्रक-उपकरण कुपीच्या दरवाजाजवळ नेत स्थानापन्न होण्यास मदत केली आणि चांद्रयानाची प्रतिकात्मक किल्ली नीलकडे दिली. गुंटर यांनी अंतराळवीरांना अंतराळ प्रवासासाठी आणि चांद्रभूमीवरील पदार्पणाच्या शुभेच्छा दिल्या आणि कुपीचा दरवाजा बंद झाला. सकाळचे सात वाजले होते.

गुंटर आणि सहकारी व्हाइट रुममधून खाली आले. त्यानंतर उड्डाणमंचापासून तातडीने मोहीम नियंत्रण केंद्रात परतले. शेवटच्या अडीच तासांमध्ये अपोलो-११ अवकाशयान-अग्निबाणाची अगदी अंतीम टप्प्यातील तपासणी सुरू झाली. मोहीम नियंत्रण केंद आणि अपोलो-११मधील संदेशवहन, संकटकाळी अंमलात येणारी संचलन प्रणाली, आपत्कालीन यंत्रणा असे सगळे तपासले गेले.

शेवटची ३० मिनिटे शिल्लक असताना अग्निबाण आणि अवकाशयानापासून उड्डाणमंच आणि विद्युतउर्जेची उपकरणे दूर केली गेली. प्रथम अग्निबाण मग चांद्रकुपी त्यानंतर नियंत्रक-उपकरण कुपी यांचा ऊर्जापुरवठा स्वतंत्रपणे सुरू झाला. अखेरची ६ मिनिटे शिल्लक असताना संकेतांच्या माध्यमातून अग्निबाण आणि दोन कुप्यांची स्थिती जाणून घेण्यात आली. सर्व काही व्यवस्थित होते. आता अग्निबाण आणि अवकाशयानाला त्या रचनेला आधारासाठी जोडलेल्या सांगाड्यापासून मुक्त केले गेले आणि संकेत मिळताच अग्निबाणाची यंत्रणा प्रज्वलित होण्यासाठी संदेश दिला गेला. आता केवळ ३ मिनिटे शिल्लक राहिली. उलटगणती सुरूच होती. शेवटच्या ९ सेकंदात अग्निबाणाचे इंजिन प्रज्वलित झाले. अग्निबाणाच्या सर्व यंत्रणा ठिक असल्याचे संकेत दिसले आणि क्षणार्धात अपोलो-११ अवकाशयानाने आकाशात झेप घेतली. किंचितसे पूर्वेला कलते होऊन उंच उंच जातच राहिले. मोहीम नियंत्रण केंद्रात टाळ्यांचा कडकडाट झाला.

केनेडी स्पेस सेंटर आणि उड्डाणमंचाला लागून असलेल्या २० किलोमीटर परिसरातील हजारो व्यक्तींनी चंद्राकडे झालेले हे उड्डाण प्रत्यक्ष पहिले. अवकाशयानाचे उड्डाण प्रत्यक्ष डोळ्यांनी पाहण्यासाठी लोकांनी मोकळ्या जागा आणि आजूबाजूच्या रस्त्यावर ठाण मांडले होते. दूरदर्शनच्या माध्यमातून तर जवळपास १५ कोटी लोकांनी अपोलो-११ अवकाशयान उड्डाणाचा अनुभव घेतला.

अपोलो-११ चे उड्डाण नियंत्रण केंद्रातून

अमेरिकेच्या राष्ट्राध्यक्षांसह ५६ देशाच्या प्रतिनिधींनी या प्रसंगी हजेरी लावली. जगभरातील दोन हजार पत्रकारांनी या अभूतपूर्व घटनेचे वार्तांकन केले. यामध्ये, झेकोस्लोव्हाकियाच्या पत्रकाराने 'याच अमेरिकेवर आम्ही प्रेम करतो' असे आवर्जून लिहीले. हाँगकाँगच्या वर्तमानपत्रात 'साम्राज्यवादी अमेरिका आता स्वर्गातसुद्धा!' अशी टिप्पणी करण्यात आली.

रशियाचे ल्यूना-१५ चंद्रावरील घटक घेऊन आधी परतणार, की अमेरिकेचे अपोलो-११चे अंतराळवीर आधी चांद्रमोहीम यशस्वी करून परतणार याची उत्सुकता शिगेला पोहोचली होती. चांद्रस्पर्धा गगनाला भिडली होती!

अपोलो-११ चे उड्डाण पाहण्यासाठी जमलेली गर्दी

उड्डाणानंतरच्या २-३ मिनिटांत अपोलो-११ पृथ्वीतलापासून ६७ किलोमीटर उंचावर गेले होते. आता अग्निबाणाचा दुसरा चरण कार्यन्वित झाला. यामुळे अग्निबाणाचा वेग अजूनच वाढला. १८६ किलोमीटर उंचीच्या कक्षेत अग्निबाणाचे पृथ्वीभोवतालचे भ्रमण सुरू झाले. दोन तासांपेक्षाही जास्त वेळ सुरू राहिलेल्या कक्षीय भ्रमणात दोन्ही कुप्यांची प्राथमिक चाचणी पार पडली होती आणि अग्निबाण आता चंद्राकडे मार्गस्थ झाला. पृथ्वीपासून ३३६ किलोमीटर अंतर असताना अग्निबाणाचा वेग पुन्हा वाढला. खालच्या दिशेला विषुववृत्तावरील विशाल असा प्रशांत महासागर हळूहळू लहान होत गेला. या दरम्यान अवकाशयानाचे संचलन उड्डाणमंचाजवळच्या मोहीम नियंत्रण केंद्रातून ह्युस्टन येथील समानव अवकाशयान केंद्रातील नियंत्रण कक्षात हस्तांतरित झाले.

अपोलो-११ आता पृथ्वीच्या पृष्ठभागापासून हजारो किलोमीटर दूर आले होते. पृथ्वीच्या बाह्यथरापर्यंत (एक्झोस्पियर) पृथ्वीच्या गुरुत्वाकर्षणाचा प्रभाव राहत असल्यामुळे अपोलो-११ अवकाशयानाचा वेग सुमारे १०.८२ किलोमीटर प्रति सेकंद इतपत वाढवण्यात आलेला होता. मात्र याच्यापुढे जाताना हा वेग कमी होणार होता.

यापुढील प्रवासात अग्निबाणाच्या शेवटच्या चरणाच्या रचनेत पुढे जोडलेली नियंत्रक-उपकरण कुपी स्वतंत्रपणे पुढे आली. पुरेसे अंतर निर्माण झाल्यानंतर नियंत्रक-उपकरण कुपीची अभिक्रिया नियंत्रण प्रणाली (रिॲक्शन कंट्रोल सिस्टिम) कार्यान्वित झाली. आता ही कुपी दिशा बदलून चांद्रकुपीच्या दिशेला आली. कुपीची गतीही आता स्थिर राहिली.

यानंतर अग्निबाणाच्या शेवटच्या चरणाच्या रचनेतील असलेले चार पाकळ्यांचे आवरण सुटे झाले. यामुळे आतली चांद्रकुपीदेखील दिसू लागली. आता चांद्रकुपीला नियंत्रक-उपकरण कुपीच्या वरच्या भागाकडून एकत्र जोडणी (रॉन्देव्हू) करण्यात आली. नंतर नियंत्रक-उपकरण कुपीकडून चांद्रकुपीला बाहेर काढून घेण्यात (एक्स्ट्रॅक्शन) आले. अग्निबाणाच्या या चरणाचे कार्य आता पूर्ण झाले होते. नियंत्रक-उपकरण कुपी चांद्रकुपीसहित बाहेर येऊन अग्निबाणाच्या या चरणाच्या पुढे गेली आणि चरणाचा भाग मागे राहिला. थोड्या काळानंतर हा भाग घर्षणाने नष्ट होणार होता. यावेळी उड्डाणकेंद्राच्या घड्याळात दुपारचे तीन वाजून गेले होते. अवकाशयान पृथ्वीपासून ४० हजार किलोमीटर दूर आल्याची नोंद केंद्रात झाली होती.

इकडे अपोलो-११ने पुन्हा नियंत्रक-उपकरण कुपीची दिशा उलट केली. आता नियंत्रक-उपकरण कुपीची मुख्य इंधन प्रणाली सुरू झाली. जोडणी झालेल्या या दोन्ही संयुक्त कुप्यांचा म्हणजे कोलंबियाने पुढे धरलेल्या ईगलचा प्रवास आता ४ किलोमीटर प्रती सेकंद या वेगाने चंद्राच्या दिशेने सुरू झाला. आता कोलंबियासह ईगलचे नियंत्रण अवकाशवीर करणार होते. मोहिमेचे अवलोकन आणि अंतराळवीरांबरोबरचा संपर्क ह्युस्टनच्या नियंत्रण कक्षातून होणार होता. अपोलो-११च्या बाबतीत वेळेसच कोणताही संदर्भ घेताना ह्युस्टनच्या केंद्रातील स्थानिक वेळच ग्राह्य धरली जाणार होती.

रात्री ११ वाजता मोहीम नियंत्रण केंद्रात अपोलो-११ अवकाशयान पृथ्वीपासून १ लाख १८ हजार किलोमीटर दूर गेल्याचे कळले. यापुढील दोन दिवस आता चंद्राच्या प्रक्षेप मार्गातील प्रवासात जाणार होते. अर्थात या प्रवासादरम्यान सातत्याने भूकेंद्राशी संपर्क आणि थेट प्रक्षेपण चालू राहणार होते.

याच दिवशी, म्हणजे १६ जुलैला रशियाचे ल्यूना-१५ अवकाशयान दिवसरात्र प्रवास करत चंद्राच्या जवळ चालले होते. पुढील दैनंदिनी अशी होती.

१७ जुलै :

आज पहाटे ४ वाजण्याच्या सुमारास ल्यूना-१५ अवकाशयान चंद्राच्या कक्षेत शिरले. रशियाच्या नियंत्रण केंद्रातील माहितीनुसार या अवकाशयानाने चंद्राच्या पृष्ठभागापासून १०० किलोमीटर उंचीवरून कक्षीय भ्रमण करण्यास सुरुवात केली. नियोजित मोहिमेनुसार हे कक्षीय भ्रमण आज दिवसभर होणार होते. त्यानंतर भ्रमणाची कक्षा हळूहळू कमी होत १६ किलोमीटर करण्यात येणार होती आणि चांद्रभूमीचे निरीक्षण करत अवकाशयान तिथल्या भूपृष्ठावर उतरवले जाणार होते. त्यापुढे यंत्रमानवाचे कार्य होणार होते.

आज सकाळी अपोलो-११ अवकाशयानातील अंतराळवीरांना काल अमेरिकेत घडलेल्या दिवसभरातील घडामोडी कळवल्या गेल्या. काल अपोलो-११च्या यशस्वी उड्डाणानंतर उपराष्ट्राध्यक्षांनी '२०००पर्यंत अमेरिका मंगळावर माणूस पाठवेल' अशी घोषणा केली होती!

सायंकाळी साडेसात वाजता अपोलो-११ अवकाशयानाने पृथ्वीपासून २ लाख ३७ हजार किलोमीटर अंतर कापल्याचे स्पष्ट झाले होते.

१८ जुलै :

अपोलो-११ : दुपारी चार वाजण्याच्या सुमारास अपोलो-११ अवकाशयान पृथ्वीपासून ३ लाख २४ हजार किलोमीटर दूर तर चंद्राच्या ८९ हजार किलोमीटर जवळ आले होते. यापुढे चंद्राचा गुरुत्वाकर्षण प्रभाव वाढणार होता. या दरम्यान अपोलो-११ अवकाशयानाचा वेग ०.९ किलोमीटर प्रति सेकंद इतका कमी करण्यात आला. यानंतर अपोलो-११ अवकाशयान चंद्राच्या पश्चिम दिशेने भ्रमण कक्षेत शिरले. आज अंतराळवीरांपैकी नील, एडविन हे दोघे नियंत्रक-उपकरण कुपीतून चांद्रकुपीत जाऊन आले. तिथे जाऊन त्यांनी यंत्रणा-प्रणालींची तपासणी केली.

ल्यूना-१५ : आज ल्यूना-१५ या अवकाशयानाचे कक्षीय भ्रमण चंद्राच्या पृष्ठभागाच्या दिशेने चालले होते.

एका देशाचे अवकाशयान चंद्राकडे येण्यासाठी मार्गक्रमणा करत होते, तर दुसऱ्या देशाचे अवकाशयान चंद्राभोवती कक्षीय भ्रमण करत सावकाशपणे आरोहण करण्याच्या बेतात होते. चांद्रस्पर्धेच्या परमोच्च बिंदूकडे वाटचाल सुरू होती!

१९ जुलै :

ल्यूना-१५ : आज हे अवकाशयान चंद्राच्या पृष्ठभागापासून २२१ ते ८५ किलोमीटर उंचीदरम्यान कक्षीय भ्रमण करत असल्याचे कळले. यापुढे हे अवकाशयान चंद्राच्या कक्षीय भ्रमणाची उंची कमी करत पृष्ठभागाच्या दिशेने जाणार होते.

अपोलो-११ : सगळ्या जगाचे लक्ष त्यांच्या चांद्रआरोहणाकडे लागल्याचे अंतराळवीरांना आज सकाळी कळवण्यात आले. आत्तापर्यंतची ख्यालीखुशाली विचारण्यात आली. मायकेलने सांगितले, ''माझ्या आयुष्यातील मोठाच बदल आहे हा! काळे आकाश तारे-तारकांनी भरून गेलेले आहे. आपल्या पृथ्वीवरून दिसते तसेच पण खूप गच्च. सगळे तारे सारखेच दिसताहेत. मला काही नक्षत्रे ओळखता आली आहेत.'' नीलला विचारताच तो उत्तरला, ''अवकाशयानाच्या खिडकीतून आपली पृथ्वी खूप छान दिसतेय. हा अवर्णनीय प्रवास चाललाय.''

'साधारण २३ मिनिटांनंतर तुम्ही चंद्राच्या कक्षीय भ्रमणमार्गात जाणार आहात' असा संदेश दुपारी एक वाजण्याच्या सुमारास अंतराळवीरांना आला. संदेशाप्रमाणे अपोलो-११ अवकाशयान चंद्राभोवती साधारण ३१४ ते १११ किलोमीटर उंचीवरील लंबवर्तुळाकार कक्षेत भ्रमण करू लागले. सायंकाळी ७ वाजण्याच्या सुमारास नील, एडविन चांद्रकुपीत गेले. तिथे जाऊन काही तपासण्या करत ते दोघेही दोन तासांनी नियंत्रक-उपकरण कुपीत परतले. आजची रात्र चंद्राभोवती भ्रमण करण्यात जाणार होती.

२० जुलै :

ल्यूना-१५ : आजदेखील रशियाच्या अवकाशयानाचे कक्षीय भ्रमण चंद्राच्या पृष्ठभागापासून ८५ ते १६ किलोमीटर उंचीदरम्यान सुरू असल्याचे कळले. तसेच, अवकाशानाचा प्रवास पृष्ठभागाच्या दिशेने चालले असल्याचे दिसले. याखेरीज या मोहिमेबाबत अन्य माहिती कळली नाही.

चांद्रकुपी नियंत्रक-उपकरण कुपीपासून विलग होऊन चांद्रभूमीकडे जाताना

अपोलो-११ : आज सकाळी साडेनऊच्या सुमारास नील, एडविन चांद्रकुपीत आले. या वेळी त्यांनी चांद्रकुपीच्या खालच्या भागाकडील चांद्रभूमीवर टेकणाऱ्या पायांची शेवटची चाचणी केली. याखेरीज ते एकदोन वेळा या कुपीतून त्या कुपीत आले-गेले. सुमारे १११ किलोमीटर उंचीवरून तेरावे भ्रमण सुरू असताना मोहीम केंद्राला माहिती देत दुपारी दीड वाजल्यानंतर अपोलो-११ची चांद्रकुपी नियंत्रक-उपकरण कुपीपासून विलग होऊ लागली. पुढे १५ मिनिटांच्या कालावधीत चांद्रकुपी विलग होत स्वतंत्रपणे चंद्राच्या पृष्ठभागाच्या दिशेने निघाली होती तर, चंद्राच्या वातावरणात वरच्या बाजूला नियंत्रक-उपकरण कुपीचे संचलन करत मायकेलने चंद्राच्या कक्षेत भ्रमण सुरू ठेवले होते.

पुढे दोन तासांनी नियंत्रक-उपकरण कुपीतून मायकेल आणि या दोघांचे संभाषण झाले. त्याच्या कुपीचे भ्रमण व्यवस्थित असल्याचे कळले होते.

दुपारी चारच्या सुमारास चांद्रकुपी चंद्राच्या पृष्ठभागापासून सुमारे १५ किलोमीटर उंचीवर आल्याचे स्पष्ट झाले होते. तसेच हा चांद्रप्रदेश ट्रांक्विलिटी विवर क्षेत्राचा असल्याचेही दिसत होते. मात्र आरोहणासाठी निवडलेली जागा दृष्टिक्षेपात येत नव्हती. नकाशानुसार प्रदेश तर हाच होता. मग कुपी पुन्हा काहीशी मागच्या बाजूला वळवून नील पुन्हा त्या जागेचा शोध घेऊ लागला. या क्षेत्रातच चांद्रकुपी उतरवण्यासाठी काही विशेष कारणे होती : हे विवर क्षेत्र चंद्राच्या दिसणाऱ्या आणि न दिसणाऱ्या दोन प्रदेशांदरम्यानचे होते. यामुळे येथील भूमीवर सूर्यप्रकाश थेट डोक्यावर येणारा नव्हता. तसेच येथे पूर्ण अंधारही नव्हता. थेट सूर्यप्रकाश पोहोचणाऱ्या क्षेत्रात चांद्रभूमीवरील तापमान तब्बल १०० अंश सेल्सिअसपर्यंत जाते तर अंधाऱ्या बाजूकडील तापमान उणे १७३ अंश सेल्सिअसपर्यंत खाली येते. यान उतरवण्यासाठी निवडलेल्या प्रदेशात अशी टोकाची परिस्थिती नव्हती. यामुळे अंतराळवीरांसाठी हे वातावरण त्रासदायक ठरणार नव्हते. शिवाय, चंद्राची या प्रदेशादरम्यानची बाजू अवकाशयान तिथे असताना मोहीम केंद्राच्या सन्मुख राहणार असल्यामुळे रेडिओ संकेतांचे प्रसारण किंवा संग्रहणास अडथळे येणार नाहीत हे एक कारणही होते.

चांद्रकुपी थोडी मागे, पुढे नेल्यानंतर आरोहण करण्यासाठी निवडलेली जागा दिसू लागली. नकाशानुसार खातरी पटली. नील आणि एडविन आता चांद्रभूमीच्या अगदी निकट आले होते. चांद्रकुपीच्या खालच्या भागाकडील जमिनीवर टेकणारे पाय मुडपलेल्या स्थितीतून सरळ करण्यात आले होते. चांद्रकुपीचे संचलन एडविनकडे होते. खालच्या दिशेने चाललेल्या चांद्रकुपीच्या खिडकीतून नील चंद्राचा पृष्ठभाग न्याहाळत होता. समोरच्या यंत्रणा-प्रणालींच्या पडद्यावरील माहिती एडविनला सांगत होता. अधूनमधून नील त्याच्याकडे असलेल्या माहितीपत्रकातही पाहत होता. ट्रांक्विलिटी विवर क्षेत्रातील साधारण सपाट प्रदेश आल्याची खातरी झाल्यानंतर चांद्रकुपी झपाट्याने पृष्ठभागाकडे सरकण्याची क्रिया सुरू झाली, आणि अखेरच्या टप्प्यात आल्यानंतर अतिशय सावकाश झाली.

'२२९ मीटर'

'२१३ मीटर'

'१२२ मीटर'

'थोडे अस्पष्ट दिसत आहे.'

'२२ मीटर'

'सगळ्या गोष्टी ठीक वाटत आहेत.'

'धूळ उठली आहे.'

'९.१ मीटर'

'जमिनीला स्पर्श झाल्याचे संकेत'

'ठीक ठीक'

'कुपीचा जमिनीला स्पर्श झाल्याचे संकेत मिळालेत!'

यानंतर कुपीतील प्रणालीत मिळालेले संकेत त्यांनी पाहिले. कुपी सुरक्षितपणे टेकल्याचे खिडकीतूनही दिसले होते. नील आणि एडविन दोघांनी एकमेकांकडे पाहत नि:श्वास टाकले. अपेक्षित जागेपासून कुपी ६.४ किलोमीटर बाजूला उतरली होती.

दुपारचे ४ वाजून १८ मिनिटे झाली होती. सूर्यप्रकाश होताच, पण अवकाश काळे होते.

'ह्युस्टन, हा ट्रांक्विलिटी तळ आहे. ईगल उतरला. (दि ईगल हॅज लँडेड!)', नीलने सर्वप्रथम मोहीम केंद्रात संदेश पाठवला. हा संदेश अवकाश विश्वाच्या इतिहासात अजरामर झाला!

इकडे मोहीम केंद्रात सकाळपासूनच अपोलो-११शी संबंधित प्रत्येक जण हा संदेश ऐकण्यासाठी जीवाचे कान करून बसला होता. संदेश ऐकला गेला आणि एकच जल्लोष झाला!

नीलने मोहीम केंद्रात तसेच मायकेलला यशस्वी आरोहणाची माहिती दिल्यानंतर चांद्रकुपीची यंत्रणा प्रणाली बंद करण्यात आली. नील आणि एडविन यांनी चांद्रकुपीच्या खिडकीतून बाहेर पाहिले. आदिम काळापासून मानवाला वेड लावणारा, आकर्षित करून घेणारा हाच तो चंद्र! कित्येक वर्ष माणसाने पृथ्वीवरून याचा अभ्यास केला, अवकाश मोहिमा काढून याच्या जवळ येण्याचे शर्थीचे प्रयत्न केले तो हाच चंद्र! जे भाकीत केले गेले होते तसेच इथे दिसत आहे. सगळ्या आकाराची आणि प्रकारची ही भूमी आहे. लहान-मोठे खड्डे आहेत, जमिनीतून वर आलेले गोलाकार सुळके आहेत. लहानशा दगडापासून दूरवर असलेले शिलाखंड आणि मोठ्या आकाराचे विवर दिसत आहेत. चार-पाच किलोमीटरपर्यंत तरी हेच दिसत आहे. पण या सगळ्याला रंग नाही. सारे काही करड्या आणि पांढरट-काळपट रंगाचे आहे.

यानंतर पुन्हा एकदा मोहीम केंद्राशी तपशीलवार संदेशांचे आदान-प्रदान झाले.

आता नियोजित उपक्रमांनुसार अंतराळवीरांनी काही वेळ विश्रांती घेणे अपेक्षित होते. त्यातच चांद्रकुपी अपेक्षेपेक्षा सुमारे पाच तास आधीच चांद्रभूमीवर उतरली होती. यामुळे नील आणि एडविन यांनी थोडी जास्त वेळ विश्रांती घेतल्याशिवाय बाहेर पडू नये असे ठरले. यापुढे त्या दोघांनी चार ते साडेचार तास विश्रांती घ्यावी असे त्यांना मोहीम केंद्राकडून सांगण्यात आले. त्याप्रमाणे नील आणि एडविन यांनी नियंत्रण फलकासमोरच्या आपल्या आसनांना मागे कलते करून आपल्या झोपण्याची सोय केली. चंद्रावरची झोप! हाही किती आगळावेगळाच अनुभव असेल, नाही?

एव्हाना जगभरातही अपोलो-११च्या चांद्रआरोहणाची बातमी पसरण्यास सुरुवात झाली होती. जागतिक प्रमाणवेळेनुसार २० जुलै रोजी सायंकाळी ८ वाजून १८ मिनिटांनी अपोलो-११ चंद्रावर उतरले होते.

ठरल्यानुसार विश्रांती पूर्ण झाल्यावर रात्री साडेदहानंतर चंद्रावर प्रत्यक्ष माणसाने उतरण्याची तयारी झाली. बाहेर पडण्याआधी नीलने अंतराळपोषाखाबरोबरच खास जीवरक्षक प्रणाली पाठीशी जोडून घेतली. शिवाय पादत्राणांवरही खास बंद पादत्राणे (ओव्हरशुज) घातली. संदेशवहन प्रणाली बरोबर घेतली. या दोन घटकांचे पृथ्वीवरील वजन ३८ किलोग्रॅम होते. चंद्रावर मात्र ते अवघे ६.४ किलोग्रॅम झाले. असे वजन कमी होण्याचे कारण - पृथ्वीवरील गुरुत्वाकर्षण बल ९.८१ मीटर प्रति सेकंद वर्ग तर चंद्रावरील गुरुत्वाकर्षण बल १.६२ मीटर प्रती सेकंद वर्ग असल्यामुळे वजनात असा फरक झाला होता.

नीलने चांद्रकुपीच्या खालच्या भागातील दरवाजा उघडला. हा दरवाजा उघडण्याची प्रक्रिया सावकाश होणारी होती. तिथे कुपीच्या खालच्या भागाला थेट जमिनीपर्यंत जाण्यासाठी असलेली शिडी होती. नील त्या शिडीच्या वर असलेल्या छोट्या मचाणावर आला. तेथून खाली दहा फूट लांबीची, नऊ पायऱ्यांची शिडी जोडलेली होती. क्षणभर सभोवती नजर टाकत नील स्तब्धच झाला. मघाशी खिडकीतून दिसलेल्या दृश्याचे भव्य स्वरूप त्याला आता दिसत होते. नील शिडीकडे तोंड करत शिडीच्या दुसऱ्या पायरीवर उतरला. शिडीच्या सांगाड्यातून एक वर्तुळाकार कडी त्याने बाहेर ओढली आणि त्याला छायाचित्रण प्रणाली जोडली. यामुळे नीलचे चंद्रावर उतरणे आणि चालणे छायाचित्रांमध्ये बंदिस्त होणार होते आणि दूरदर्शनच्या माध्यमातून सर्वदूर पोहोचू शकणार होते. आता नील शिडीच्या शेवटच्या पायरीवर आला. इथून खाली उतरताना नीलला दिसले की चांद्रकुपीचे पाय त्या जमिनीच्या मातीत रुतले होते. ही माती भुकटीच्या स्वरूपात दिसत होती. नीलने पुन्हा मोहीम केंद्राशी संपर्क साधला आणि आपण चंद्रावर पाय ठेवत असल्याचे सांगितले. हा क्षण महत्त्वाचा होता. रात्रीचे १० वाजून ५६ मिनिटे होत होती. नीलने त्याचा डावा पाय शिडीच्या शेवटच्या पायरीवरून खाली टेकवला आणि...

...

...

...

...

आणि पृथ्वीवासी मानवाचा चंद्राला स्पर्श झाला! नील आर्मस्ट्राँग नावाचा माणूस चंद्राच्या जमिनीवर उतरला. माणसाचे पाय चांद्रभूमीला लागले. कित्येक वर्ष केलेल्या अथक परिश्रमाचे सार्थक झाल्याचा तो महत्त्वपूर्ण क्षण होता. अभूतपूर्व! माणसाच्या देदीप्यमान बुद्धिमत्तेचा तो अविष्कार होता. आदिम काळापासून मानवाला

पृथ्वीवासीय माणसाचा चंद्राला झालेला पहिला स्पर्श आणि उमटलेले पाऊल

वाटत असलेली चंद्राची ओढ पूर्ण झाली होती. माणसाच्या एका विलक्षण अट्टाहासाची अशा प्रकारे सांगता झाली होती!

शतकाआधी लिहिली गेलेली ज्युल्स व्हर्नची 'फ्रॉम दि अर्थ टू द मून' कादंबरी आज प्रत्यक्षात अवतरत होती!

चांद्रभूमीवर उतरल्यानंतर नीलने काढलेले उद्‌गार मानवी इतिहासात अधोरेखित होत अजरामर झाले. तो म्हणाला, ''माणसासाठी हे एक लहानसे पाऊल आहे, मात्र मानवतेसाठी मोठी झेप आहे!'' नीलचा संदेश मोहीमकेंद्रात ऐकला गेला. पुन्हा एकदा टाळ्यांचा कडकडाट आणि जल्लोष झाला. पृथ्वीवर स्पष्ट ऐकू आलेला नीलचा आवाज वातावरण नसल्यामुळे चांद्रभूमीवर अगदी क्षीण उमटला होता.

कुपीतून खाली उतरताना शिडीजवळील मातीत रुतलेला नीलच्या बुटाचा तो ठसा माणसाचे चांद्रभूमीवरील पहिले पाऊल म्हणून अविस्मरणीय ठरला. तिथल्या चंद्राच्या जमिनीवरील मातीचा थर ५ ते २० सेंटीमीटर जाडीचा असल्याचे दिसत होते.

चांद्रभूमीवर उतरल्यानंतर नील कुपीच्या पायांजवळ गेला. स्मृतीचिन्ह म्हणून जोडलेली खास धातूची पट्टी चांद्रकुपीच्या टेकलेल्या एका पायावर बसवलेली होती. नीलने त्या धातूच्या पट्टीवरील आवरण दूर केले. 'इथे पृथ्वी ग्रहावरच्या माणसाने प्रथम पाऊल ठेवले आहे, जुलै १९६९. आम्ही मानवतेच्या शांततेसाठी इथे आलेलो आहोत' असे त्या पट्टीवर इंग्लिश भाषेत लिहिलेले होते. त्या ओळींच्या खाली नील, एडविन आणि मायकेल या अंतराळवीरांबरोबरच राष्ट्राध्यक्ष निक्सन यांची नावे आणि प्रत्येकाची स्वाक्षरी होती.

स्मृतीचिन्ह म्हणून चांद्रकुपीच्या टेकलेल्या एका पायावर जोडलेली खास धातूची पट्टी

तिथल्या वातावरणाचा सराव होईपर्यंत तिथेच थांबण्याचे नीलने ठरवले. वातावरणाचा काही त्रास होत नाही असे जाणवताच नील पुढे चालू लागला. चंद्राच्या जमिनीवर पुढे चालताना नीलला तिथली भुकटी स्वरूपातील माती चकचकीत असल्याचे जाणवले. त्याची पावले जणू काही कोळशाच्या चुऱ्याच्या थरात पडत आहेत असे त्याला वाटले. सभोवताली न्याहाळत मोहीम केंद्राशी संपर्क साधताना तो म्हणाला, ''माझे पाय या माती-वाळूत सहज उचलले जात आहेत आणि रुतलेही जात आहेत.

बुटांवर या मातीचे कण सहज चिकटले जात आहेत. मला चालताना काहीच त्रास वाटत नाही.'' गुरुत्वाकर्षण बल सहापट कमी असल्याने वजन तितकेच कमी जाणवत होते.

या वेळेत नीलने आपल्या जवळील कॅमेऱ्याच्या साहाय्याने काही छायाचित्रे काढली. थोडा विश्वास आल्यानंतर नील आणखी काही पाऊले पुढे चालला. नंतर चांद्रकुपीच्या आसपासच्या जागेत फिरत आपल्याजवळची पिशवी काढून त्यात चांद्रभूमीवरील घटक गोळा करून घेतले. यामध्ये त्याने मिळतील तसे दगड, माती, वाळू, मोठे खडे घेतले. ते पिशवीत बंदिस्त करून पोशाखाच्या खिशात ठेवले. हे काम सर्वप्रथम करण्यामागील हेतू हा की, न जाणो, जर लगेच पुन्हा कुपीत जावे लागले किंवा मोहीम आटोपून तातडीने परतायचे संदेश आले तर, किमान आपल्याबरोबर चांद्रभूमीवरील काहीतरी घटक असावेत. अर्थात असे काही झाले नाही.

यानंतर नील कुपीकडे गेला. तिथे एडविन बाहेर येण्याच्या तयारीने मचाणावर उभा होता. एडविनने बाहेर येताना छायाचित्रण प्रणालीचे कुपीला जोडलेले अँटेना काढून नीलकडे दिले आणि तो खाली उतरू लागला. नीलने तेवढ्यात त्याला कॅमेऱ्यात बंदिस्त केले.

''जमीन निसरडी आहे, चालताना घसरणार नाही याची काळजी घे,'' नीलने एडविनला सांगितले. ध्वनिवर्धकामुळे त्याला ऐकू येत होते. तो शिडीपासून दूर झाला. कुपीपासून दूर येताना नीलने तिथली छायाचित्रण प्रणाली काढून घेतली. खाली आल्यानंतर या दोघांनी कुपीपासून समोरच्या दिशेने सुमारे १२ मीटर दूर जात छायाचित्रण आणि प्रक्षेपण प्रणाली उभारली. या अंतरावरून कुपीसहित बाजूचा परिसर छायाचित्रणाच्या आवाक्यात येणार होता. त्यांनी प्रथम कुपीच्या पायाला असलेल्या स्मृतीचिन्हाकडे कॅमेरा फिरवून त्या पट्टीवरील संदेशांचे छायाचित्र घेतले. यानंतर त्यांनी वैज्ञानिक प्रयोगांसाठी उभारणी सुरू केली. यामध्ये त्यांनी प्रथम कुपीपासून सूर्यकिरण येणाऱ्या बाजूला ८ मीटर अंतरावर १.४ मीटर लांबी आणि ०.३ मीटर रुंदी असलेला ॲल्युमिनियमचा अतिशय पातळ तक्ता सळईसदृश दोन खांबांच्या आधारे उभा केला.

चांद्रभूमीवर सूर्य किरणांचा अभ्यास

अतिशय शुद्ध धातूच्या या तक्त्यावर सूर्यकिरणांद्वारे येणाऱ्या उच्च ऊर्जाभारित कणांमधला होणारा बदल अभ्यासण्यात येणार होता. त्यासाठी जास्तीत जास्त वेळ हा तक्ता सूर्यकिरणांसमोर ठेवायचा होता. चंद्रावर फारसे वातावरण नसल्यामुळे चंद्राच्या पृष्ठभागावर येणाऱ्या सूर्यकिरणांमधील उच्च ऊर्जाभारित कणांचे प्रमाण कमी होत नाही. यामुळे सूर्यकिरणांची वर्णरचना आणखी तपशिलात कळण्यास या प्रयोगाची मदत होणार होती. यानंतर त्या दोघांनी अमेरिकेचा राष्ट्रध्वज आणि तो रोवण्याचे साहित्य

बाहेर काढले. नायलॉनपासून बनवलेला हा राष्ट्रध्वज तीन फूट बाय पाच फूट आकाराचा होता. राष्ट्रध्वज रोवण्यासाठी मिश्र धातूनी बनवलेले पोकळ दांडके होते. हे एकमेकांना जोडून ते चंद्रावरील जमिनीत रोवण्यात आले. दोघा अंतराळवीरांनी मिळून मग यावर अमेरिकेचा राष्ट्रध्वज लावला. त्यासमोर उभे राहत मानवंदना दिली. राष्ट्रध्वजाच्या वरच्या बाजूला लहान आकाराची एक दांडी लावली. यामुळे वारा नसलेल्या चंद्रभूमीवरही राष्ट्रध्वज फडकत राहणार होता. नील चांद्रभूमीवर उतरल्यापासून एव्हाना पाऊण तास झाला होता. मोहीम केंद्राशी संपर्क सुरूच होता.

चांद्रभूमीवर अमेरिकेचा राष्ट्रध्वज

राष्ट्रध्वजाला मानवंदना दिल्यानंतर अंतराळवीरांनी काही मिनिटांचा कालावधी त्या परिसराचे निरीक्षण करण्यासाठी घालवला. एवढ्यात त्यांना मोहीम केंद्राकडून संदेश आला. राष्ट्राध्यक्ष त्यांच्याशी बोलू इच्छित असल्याचे सांगण्यात आले.

"नील, एडविन; मी व्हाइट हाऊसमधून बोलतोय. आजचे हे दूरध्वनी संभाषण व्हाइट हाऊसच्या इतिहासातील सर्वात महत्त्वाचे आहे. आजचा दिवस अमेरिका आणि सगळ्या जगासाठीच अभिमानास्पद आहे. तुमच्या परिश्रमाचा सगळेच गौरव करतील याची मला खातरी आहे. तुमच्यामुळे आजवर स्वप्नवत वाटत असलेला चंद्र माणसाचा झाला आहे. तुमचे ट्रांक्विलिटी तळावरून येत असलेले शब्द पृथ्वीवर शांतता नांदण्यासाठी प्रेरणा देतील. मानवीय इतिहासात या महान क्षणासाठी पृथ्वीवरील सगळ्या व्यक्ती एकत्र आलेल्या आहेत."

राष्ट्राध्यक्षांना उत्तर देताना नील म्हणाला, "धन्यवाद, माननीय राष्ट्राध्यक्ष. या घटनेच्या अनुषंगाने अमेरिका आणि सगळ्या देशांच्या वतीने इथे आम्ही शांततेचा संदेश घेऊन प्रतिनिधित्व करत आहोत. आम्हाला मिळालेल्या या विशेष अधिकाराचा अभिमान आहे. आजच्या चांद्र आरोहणातून भविष्यातील शांतता, उत्सुकता आणि दृष्टिकोनासाठी मार्ग दिसेल. या घटनेत सहभागी होत असल्याबद्दल गौरवास्पद वाटत आहे." यानंतर नील आणि एडविनने कॅमेऱ्याच्या दिशेने पाहून राष्ट्रध्यक्षांना अभिवादन केले.

या राष्ट्रध्वजाबरोबरच अपोलो-११मधून अमेरिकेच्या ५० राज्यांचे ध्वज, संयुक्त राष्ट्र संघाचा ध्वज आणि जगभरातील १३६ देशांचे राष्ट्रध्वज चांद्रभूमीवर आणण्यात आले होते. ते सर्व ध्वज काही काळ चांद्रभूमीवर ठेवून परत पृथ्वीवर आणण्यात आले. नंतर ते ध्वज त्या त्या ठिकाणांवर फडकवण्यात येणार होते.

यानंतरचा काही वेळ अंतराळवीरांसाठी चांद्रभूमीवर मुक्तपणे अनुभवण्याचा होता. त्या वेळेतही त्यांनी काही प्रात्यक्षिके करायची होती. नीलने प्रथम चांद्रभूमीच्या

जमिनीवर लाथ मारून माती उडवून पाहिली. दोघांनी पुन्हा चंद्रावरच्या जमिनीचे आणखी घटक गोळा केले. नंतर सूर्यप्रकाशाचे तापमान तसेच तिथे पडत असलेल्या सावल्यांचे निरीक्षण-मोजमाप केले.

एडविन चांद्रभूमीवरील माती उकरताना

चांद्रकुपी उतरली त्या वेळेपासून नंतर बदलत गेलेले तिथले उणे २३ ते ७ अंश सेल्सिअसपर्यंतचे तापमान नोंदण्यात आले. अंतराळवीरांचा पोशाख उणे १५६ ते अधिक १२१ अंश सेल्सिअसपर्यंत टिकाव धरणारा असल्यामुळे नील आणि एडविनला कुठलाच धोका निर्माण झाला नाही. त्यांच्या अंतराळपोशाखाचा दाब, प्राणवायू अशा बाबींचेही मोजमाप झाले. मोहीम केंद्रात मध्यरात्रीचे बारा वाजले होते. दिनांक २१ जुलैची सुरुवात झाली होती.

२१ जुलै :

नील आणि एडविन यांनी चांद्रकुपीभोवती चकरा मारत तपासणी केली. खाली टेकलेल्या चारही पायांचे निरीक्षण केले. चांद्रकुपीचा खालचा भाग इथेच राहणार होता, तर वरचा भाग खालच्या भागाचा मंच म्हणून वापर करत चंद्राच्या आकाशात झेपावणार होता. नंतर एडविनने चंद्रावर एक घडीचे टेबल मांडले आणि त्यावर चांद्रभूमीवर गोळा केलेले दगड, माती, वाळू असे सगळे साहित्य छोट्या डब्यांमधून स्वतंत्रपणे ठेवून दिले. गोळा केलेल्या सगळ्या वस्तूंचे मिळून वजन २२ किलोग्रॅमपर्यंत झाले होते. नियोजनानुसार ते मर्यादित होते.

आता त्यांना आणखी एक प्रयोग करायचा होता. त्यासाठी कुपीच्या खालच्या कप्प्यातून एडविनने दोन उपकरणे काढून घेतली. त्यातले एक उपकरण त्याने कुपीच्या मागील बाजूस १६ मीटर अंतरावर, तर दुसरे त्याहून पुढे ४ मीटर ठेवले.

एडविन उपकरणे घेऊन चालत असताना

या उपकरणांतून त्यांनी भूकंपमापक यंत्राची उभारणी केली. हे यंत्र जडत्वाच्या तत्त्वावर कार्य करणारे होते. एका वजनदार चौकटीवर एक लंबक टांगलेला होता. कंपनांमुळे जेव्हा चौकटीला हादरे बसतील तेव्हा लंबक हलेल अशी ही रचना होती. या हालचालींचे मोजमोप करून त्याआधारे भूकंपाचा अभ्यास केला जाणार होता. या यंत्रातील नोंदींचे रूपांतर रेडिओ संकेतांमध्ये होणार होते आणि ते संकेत पृथ्वीकडे प्रक्षेपित होणार होते. तसेच या यंत्राशी वरच्या बाजूला जोडलेल्या संवेदकांमुळे चंद्रावर

चांद्रभूमीवर भूकंपमापक यंत्राची उभारणी

पडणाऱ्या उल्कांची किंवा अशनींची नोंद होणार होती. या उपकरणाला विद्युतऊर्जा पुरवण्यासाठी दोन सौर फलक पूर्व आणि पश्चिम दिशेला जोडलेले होते.

पुन्हा अलीकडे येत त्यांनी लेझर रेंजिंग रिट्रोरिफ्लेक्टोमीटर उपकरणाची उभारणी केली. हे उपकरण म्हणजे प्रकाशकिरण परावर्तित करणारे आरसारूपी साधन होते. साधारण ३.८ सेंटीमीटर व्यासाच्या खोलगट गोलाकार पद्धतीच्या १०० आरशांची रचना अर्धा मीटर चौरसात केलेली होती. ही आरशांची रचना त्या चौकटीत एका बाजूने साधारण ३० अंश कोनात उभी करून ठेवण्यात आली. या उपकरणावर पृथ्वीच्या पृष्ठभागावरून एकाच वर्णाचा सोडलेला प्रकाश आणि त्याचे परावर्तन यांच्या वेळा अभ्यासून पृथ्वी आणि चंद्र यांच्यातील अंतर सेंटीमीटर अचूकतेपर्यंत मोजले जाणार होते.

चांद्रभूमीवरील लेझर रेजिंग रिट्रोरिफ्लेक्टोमीटर

यानंतर नील, एडविन कुपीजवळ परतले. कुपीजवळ लावलेला ॲल्युमिनियमचा तक्ता सुरक्षितरीत्या बंद करून कुपीत परत ठेवण्यात आला. नंतर विविध घटकांची आवराआवर, बांधाबांध सुरू झाली. या दरम्यान मोहीम केंद्राकडून भूकंपमापक यंत्राकडून अपेक्षित असलेली संकेत प्रणाली व्यवस्थित चालत असल्याचे कळवण्यात आले. अन्य कामांची विचारणा करून चांद्रमोहीमेची वेळ आता संपत आल्याचे सांगण्यात आले.

चंद्रावर उतरल्यानंतर करायची सगळी नियोजित कामे, प्रात्यक्षिके आणि प्रयोग पूर्ण झाले होते. आता कुपीत परतायची वेळ झाली होती. नील आणि एडविन यांनी परिसरात नजर टाकत अनावश्यक काही राहिले नसल्याची खातरी केली. दोघेही कुपीच्या शिडीजवळ आले. पुन्हा काही क्षण त्यांनी चांद्रभूमी न्याहाळली आणि जाता जाता काही छायाचित्रे टिपली. नीलने कुपीची शिडी चढण्याआधी, या समानव चांद्रमोहिमेचे चिन्ह - पायांत ऑलिव्ह झाडाची फांदी घेऊन चंद्रावर आलेला गरुड - खाली ठेवले. याबरोबरच राईट बंधूंच्या त्या ऐतिहासिक विमानाचा तुकडा आणि अपोलो-१च्या दिवंगत अंतराळवीरांच्या पोशाखावरील चिन्ह हेही त्या परिसरात ठेवले. एक वेगळी आठवण इथेच राहणार होती.

आता मोहिमेचा निरोप घेण्याची वेळ आली होती. आजवर माणसांकरिता केवळ दुरून दिसत असलेला आणि वास्तव्यासाठी तर फक्त आणि फक्त स्वप्नवतच असलेला चंद्र प्रत्यक्ष आवाक्यात आला होता.

प्रथम एडविन शिडी चढून कुपीत गेला. पाठोपाठ नीलही गेला. आत गेल्यावर त्यांच्या अंतराळपोशाखाला जोडलेली जीवनावश्यक प्रणाली आणि ओव्हरशूज दोघांनी बाजूला काढले. बरोबर १:११ वाजता कुपीचा दरवाजा बंद करण्यात आला. कुपीत शिरल्यानंतर आपल्या आसनावर बसताना नील समोरच्या कळफलकाला आपटला. आणि यामुळे त्यावरचा एक स्विच तुटला. हा स्विच कुपीच्या वरच्या भागाचे इंजिन सुरू करण्याचा होता. बापरे, आता! मग एक शक्कल लढवून या स्विचच्या खाचेमध्ये एक पेन ढकलून तात्पुरता का होईना पण विद्युत प्रवाह वाहता राहील अशी योजना केली गेली आणि सुदैवाने ती लागू पडली. पण तोपर्यंत काही वेळ मात्र नील आणि एडविन चांगलेच तणावात होते. जर, तो उपाय चालला नसता तर? काय घडले असते याची कल्पनाच केलेली बरी. त्यांचा उपाय लागू पडल्यावर दोघांना हायसे वाटले. तोपर्यंत इकडे मोहीम केंद्रातून सगळे त्यांच्याशी बोलण्यास, त्यांचा अनुभव जाणून घेण्यास उत्सुक होते. नील, एडविन यांना प्रश्न विचारण्यास सुरुवात झाली. २ तास ४७ मिनिटे ते दोघे चंद्रावर होते. मात्र एवढ्याशा वेळेत त्यांना आयुष्यभराचा अनुभव मिळाला होता. प्रश्नोत्तरांच्या दरम्यान त्यांनी खाद्यपदार्थांचाही आस्वाद घेतला. त्यानंतर अंतराळवीरांनी विश्रांती घ्यावी असे मोहीम केंद्राकडून सुचवण्यात आले. त्यामुळे पुढचे सहा तास या दोघांनी झोप घेतली.

नील आणि एडविन चंद्रावर झोपेत असताना इकडे पृथ्वीवर, अमेरिकेतल्या प्रत्येक वृत्तपत्राचा मथळा 'माणूस चंद्रावर उतरला!', 'माणूस चांद्रभूमीवर चालला!' अशा मजकुराने भरून गेला होता. वृत्तपत्रांच्या आजवरच्या इतिहासातील ही सर्वात मोठी बातमी होती. काही वृत्तपत्रांनी तर या बातमीसाठी खास मोठ्या आकाराचे मुद्रण खिळे रातोरात तयार केले.

अमेरिकेबरोबरच जगातील अन्य देशांच्या वर्तमानपत्रांची पानेही अपोलो-११च्या बातम्यांनी भरून गेली होती. अपोलो-११ मोहीम, अवकाशयान, चंद्रापर्यंतचा त्याचा प्रवास, कोलंबिया आणि ईगल, अंतराळवीर - नील, एडविन आणि मायकेल यांच्या महापराक्रमाच्या विस्तृत वर्णनांनी वर्तमानपत्रांचे रकाने भरलेले होते. याला अपवाद होता तो फक्त न्यूयॉर्क टाइम्स या दैनिकाचा. त्यांच्या मुखपृष्ठावर 'मॅन वॉक ऑन दी मून; वन स्मॉल स्टेप फॉर मॅन, वन जायंट लीप फॉर मॅनकाईन्ड' असा मजकूर आणि अंतराळवीर चांद्रभूमीवर राष्ट्रध्वजाला मानवंदना देत असतानाचे छायाचित्र इतकेच होते. या दैनिकाच्या अशा प्रकारच्या वार्तांकनाला एक वेगळीच पार्श्वभूमी होती. अग्निबाणावर संशोधन करणाऱ्या रॉबर्ट गोड्डार्ड यांनी १९२०मध्ये असे म्हटले होते की, अग्निबाणरूपी साधन

The Register
MORNING FINAL
MAN ON MOON!
'One Step For Man, Giant Leap For Mankind'

DAILY NEWS
FINAL
8¢
MEN WALK ON THE MOON
'One Small Step for Man... One Giant Leap for Mankind'

पहिल्या समानव चांद्रमोहिमेची बातमी सांगणारी वर्तमानपत्रांची शीर्षके

निर्माण झाले तर माणसाला अगदी चंद्रावरही जाता येईल. त्यावर न्यूयॉर्क टाइम्सच्या खास संपादकीयमध्ये टिप्पणी करण्यात आली होती. त्यात असे लिहिले होते की 'रॉबर्ट गोड्डार्ड यांना न्यूटन यांचे बलविषयक नियम ठाऊक नाहीत का? बहुधा ते माध्यमिक विद्यालयात खूपच थोडे शिकले असावेत!' आज अपोलो-११ मोहिमेचा वृतान्त देताना या दैनिकाने त्या वेळी केलेल्या टीकेबद्दल गोड्डार्ड यांची माफी मागितली होती.

अपोलो-११ मोहिमेची चांद्रकुपी चंद्रावर उतरली ती जागा

रशियात काय होत होते? रशियातदेखील या मोहिमेच्या यशाचे स्वागत झाले. वैज्ञानिक जगतातून चांद्रभूमीवर प्रथम पाऊल ठेवणाऱ्या अमेरिकेच्या योगदानाचा स्वीकार झाला. शेवटी 'माणूस चंद्रावर पोहोचला' याला महत्त्व होते. स्पर्धा म्हटली की कुणीतरी दुसरा राहतोच. मात्र दुसऱ्या राहिलेल्याचेही योगदान तितकेच महत्त्वाचे होते. आताशी कुठे चंद्र आवाक्यात आला होता, अजून सूर्यमालिकेतील अन्य ग्रह बाकी होतेच की!

आणि, रशियाच्या ल्यूना-१५ अवकाशयानाची काय प्रगती होती?...

सहा तासांच्या झोपेनंतर नील आणि एडविन यांना जागे करणारे संदेश आले. यादरम्यान मोहीम केंद्राकडून चंद्राभोवती भ्रमण करत असलेल्या उपकरण-नियंत्रक कुपीशी चांद्रकुपीच्या जोडणीसंदर्भात उड्डाणवेळ ठरवण्यासाठी संदेशांचे आदान-प्रदान सुरू झाले. तर चांद्रकुपीत उड्डाणाच्या अनुषंगाने यंत्रणा-प्रणालींच्या काही तपासण्या झाल्या. उपकरण-नियंत्रक कुपीत असलेल्या मायकेलशी संपर्क साधत त्याचे भ्रमण कक्षेतील स्थान समजले. कोलंबियापासून ईगल वेगळा झाल्यापासून आत्तापर्यंत म्हणजे, सुमारे २१ तास मायकेल एकटाच चंद्राच्या कक्षेतून भ्रमण करत होता. ही त्याच्या सहनशीलतेची कसोटी असावी. चंद्राच्या दिसणाऱ्या बाजूकडे असताना त्याचा मोहीमकेंद्राशी संपर्क व्हायचा आणि ईगलबद्दल कळायचे तेव्हढेच. चंद्राच्या न दिसणाऱ्या बाजूंकडून कोलंबियाचा प्रवास करताना त्याच्या मनात काय काय विचार येत असतील ते त्यालाच माहीत.

एक वाजण्याच्या सुमारास चांद्रभूमीवरील अखेरचे संभाषण करत कुपीची इंधन यंत्रणा कार्यन्वित करण्यात आली. उपकरण-नियंत्रक कुपी आणि चांद्रकुपी यांचा ताळमेळ घेतला गेला. मानवजातीच्या इतिहासात चंद्राला प्रथम स्पर्श करण्याचा मान नील आणि एडविन यांना मिळाला होता. अविस्मरणीय असा अनुभव घेऊन दोघांनी चांद्रभूमीचा निरोप घेतला आणि चंद्राच्या अवकाशात उड्डाण केले. त्या वेळी २१ जुलैचे दुपारचे १:५४ होते. या उड्डाणादरम्यान कुठलीही समस्या उद्‌भवली नाही. पृथ्वीवासी मानवी संस्कृतीच्या पाऊलखुणा मागे ठेवत ईगल आता अंतराळवीरांना पुन्हा कोलंबियात सुरक्षितपणे सोडण्यासाठी झेपावला होता! नील आणि एडविन यांनी दूरदूर जात चाललेली चांद्रभूमी डोळे भरून पाहिली. त्यांच्यासाठी हा प्रसंग किती कल्पनातीत असेल याची आपण फक्त कल्पना करू शकतो. पृथ्वीवर मोहीमकेंद्रात या उड्डाणानंतर समाधानाचे वातावरण निर्माण झाले. सर्वांनाच एक दिलासा मिळाला. अर्थात अजूनही बऱ्याच गोष्टी पार पडायच्या होत्या.

उड्डाणानंतर चांद्रकुपीच्या वरच्या भागाने पुढच्या एक तासामध्ये लंबवर्तुळाकार कक्षीय भ्रमण करत चंद्राच्या पृष्ठभागापासून सुमारे ८० किलोमीटर उंचीचा टप्पा गाठला. चांद्रकुपीचा वरचा भाग आणि उपकरण-नियंत्रक कुपी दोन्ही आता एकाच दिशेने प्रवास करत होत्या. पृथ्वीकडे चाललेल्या या प्रवासावेळी चंद्रकुपीचे वजन बरेच कमी झाले होते. कुपीचा खालचा भाग चांद्रभूमीवरच राहिला होता, शिवाय भूकंपमापक यंत्र आणि लेझर रेजिंग रिट्रोरिफ्लेक्टोमीटर, अंतराळवीरांची जीवनावश्यक प्रणाली, ओव्हरशूज असे बरेच आताच्या प्रवासासाठी अनावश्यक साहित्य तिथेच सोडण्यात आले होते. परतीच्या प्रवासात वजन कमीत कमी ठेवण्यासाठीच असे करण्यात आले होते. चंद्राच्या पृष्ठभागापासून ८० किलोमीटर उंचीवरून कक्षीय भ्रमण होत असताना,

चंद्रकुपीचा उपकरण-नियंत्रक कुपीशी संपर्क झाला. आता दोन्ही एकाच कक्षीय भ्रमण पातळीत येण्यासाठी प्रयत्नशील होते. पुन्हा एकदा मोहीमकेंद्रात श्वास रोखले गेले. गंभीर शांतता निर्माण झाली. कुपीच्या या भागाची आणि उपकरण-नियंत्रक कुपीची जोडणी होणार होती. ही जोडणी अतिशय महत्त्वाची होती. आता उपकरण-नियंत्रक कुपी चांद्रकुपीच्या वरच्या दिशेला साधारण वीस किलोमीटर अंतरावर होती. उपकरण-नियंत्रक कुपी स्थिर अवस्थेत चांद्रकुपीच्या वरच्या भागाची वाट पाहत होती. चांद्रकुपीचा वरचा भाग उपकरण-नियंत्रक कुपीच्या दिशेने येऊ लागला. यादरम्यान चांद्रकुपीचा वेग अवघा १५ मीटर प्रति सेकंद इतपत कमी केलेला होता. सुरक्षित अंतरावर आल्यानंतर संदेशांचे आदान-प्रदान झाले. दिव्यांचे संकेत पडताळले केले. आणि जोडणीच्या हालचाली सुरू झाल्या. या हालचाली मुख्यत्वे चांद्रकुपीच्या वरच्या भागाने केल्या. वेग, दिशा, अंतर यांचा ताळमेळ राखत दोन्ही कुप्या जोडणीयोग्य अवस्थेत आल्या आणि जोडणी साध्य झाली. एव्हाना संध्याकाळचे साडेपाच वाजले होते. आता पुन्हा दोन्ही कुप्यांचे एकत्रितपणे चंद्राभोवती भ्रमण सुरू झाले. जोडणी झाली तरी चांद्रकुपीमधील साहित्य योग्य जागी ठेवून, मधले दरवाजे पार करून अंतराळवीरांना दुसऱ्या कुपीत यायला सव्वा सात वाजले. नील आणि एडविन उपकरण-नियंत्रक कुपीत आल्यानंतर मायकेलशी गळाभेट न होती तरच नवल! चांद्रभूमीवर सर्वप्रथम आरोहण केल्याबद्दल नील आणि एडविन यांचे मायकेलने अभिनंदन केले. 'तुझ्यामुळेच आम्ही हे करू शकलो आणि पुन्हा परत येऊ शकलो, तुझाही या यशात वाटा आहे' याचा पुनरुच्चार या दोघांनीही केला. मानवी इतिहासातील या दिग्विजयी वीरांचा आता परतीचा प्रवास सुरू झाला होता.

इकडे अमेरिकेत आजचा दिवस उत्तमरीत्या संपला होता. आदल्या रात्री अपोलो-११ मोहिमेच्या यशस्वी चांद्र आरोहणाची बातमी मिळाल्यावर सरकारने दिवस उजाडताच देशभरात या अलौकिक कामगिरीची बातमी प्रसारित केली आणि या अविस्मरणीय घटनेनिमित्त सार्वत्रिक सुटीची घोषणा केली. सुटीमुळे जनसामान्यांना या मोहिमेची बातमी सविस्तर कळली आणि त्याचा आनंद साजरा करता आला. आजच्याच दिवशी अमेरिकेचे माजी राष्ट्राध्यक्ष केनेडी यांचा स्मृतीदिन होता. केनेडींनीच अमेरिकेच्या वतीने समानव चांद्रमोहिमेचा संकल्प केला होता. मात्र पूर्ण झालेला संकल्प पाहण्यासाठी ते आज जगात नव्हते. आजच्याच दिवशी अमेरिकेने चंद्रावर केलेली स्वारी ही त्यांच्यासाठी खरी श्रद्धांजली ठरली. सगळ्याना आज त्यांची आठवण झाली.

इकडे, अंतराळवीरांचे अर्धे भ्रमण पूर्ण झाले होते. आता तिन्ही अंतराळवीर उपकरण-नियंत्रक कुपीत होते आणि चांद्रकुपीचा जोडणी झालेला वरचा भाग सोडून देण्याची तयारी सुरू झाली. शेवटची तपासणी झाली आणि पुढच्या काही मिनिटांमध्ये

चांद्रकुपीचा वरचा भाग उपकरण-नियंत्रक कुपीपासून अलग झाला. अंतराळवीरांना चंद्रावर नेऊन आणून पुन्हा कोलंबियात सुरक्षितपणे सोडण्याची कामगिरी ईगलने चोख बजावली होती. नील, एडविन यांनी चांद्रकुपीचा हा भाग नजरेआड होईपर्यंत पाहिला. हा भागही आता चंद्राभोवती काही काळ फिरत राहून हळूहळू चंद्राच्या पृष्ठभागावर कोसळणार होता. आता कोलंबियाने पृथ्वीच्या दिशेने निघण्यासाठी इंधन प्रणाली सुरू केली.

२१ जुलैचा दिवस संपला होता.

तिकडे रशियात काय चालले होते? रशियाच्या ल्यूना-१५ अवकाशयानाबाबत असे सांगतले जाते की, हे अवकाशयान चंद्राभोवती ५२ प्रदक्षिणा पूर्ण केल्यानंतर क्रिसियम विवर क्षेत्रात यशस्वीरीत्या उतरले होते. हे विवर क्षेत्र अपोलो-११ उतरलेल्या ट्रांक्विलिटीज विवराला लागूनच पूर्व दिशेला आहे. त्यानंतर या यानाच्या यांत्रिक मानव प्रणालीने चंद्राच्या जमिनीतील घटक उकरणे, ते सुरक्षितरीत्या ठेवणे ही कामगिरीही पार पडली होती. यानंतर ल्यूना-१५ अवकाशयानाचा पृथ्वीकडे उड्डाण करणारा भागही प्रक्षेपणाच्या तयारीत होता. आत्तापर्यंत रेडिओ लहरींच्या माध्यमातून संदेशांचे आदान-प्रदान योग्यरीत्या होत होते. मग रशियाच्या ल्युना-१५ अवकाशयानाचे झाले तरी काय...?

२२ जुलै :

दिवस सुरू झाला. अपोलो-११मध्ये पृथ्वीच्या दिशेने निघण्यासाठी इंधन प्रणाली कार्यरत करण्यात आली. योग्य तो वेग साधला गेला आणि ती चंद्राच्या कक्षेतून बाहेर पडण्यास सज्ज झाली. पुढच्या अर्धा तासात तिने चंद्राच्या कक्षेची सीमा पार केली आणि उपकरण-नियंत्रक कुपी पृथ्वीच्या दिशेने निघाली. उपकरण-नियंत्रक कुपीचा वेग तसेच परतीच्या प्रवासादरम्यान तपासायच्या गोष्टी पडताळून झाल्यावर मोहीम नियंत्रण केंद्राकडून अंतराळवीरांना झोपण्याच्या सूचना देण्यात आल्या. आता अंतराळवीर किमान दोन दिवसांसाठी निवांत झाले होते. आतापर्यंतची मोहीम यशस्वीपणे आटोपून परतीचा प्रवासही बिनधोकपणे सुरू झाला होता. ते आता २४ जुलैला पृथ्वीतलावर येणार होते. सूचनेप्रमाणे झोप घेऊन अंतराळवीर पुन्हा ताजेतवाने झाले. त्यांनी नियंत्रक कुपीतील अवलोकन यंत्रण तपासल्या. ते चंद्रापासून सुमारे ६३ हजार किलोमीटर दूर आले होते. चंद्राचे गुरुत्वाकर्षण आता संपुष्टात येणार होते. अजून ३ लाख २२ हजार किलोमीटर अंतर कापायचे होते. मात्र आता पृथ्वीच्या गुरुत्वाकर्षणाचा प्रभाव वाढत जाणार होता. दुपारी आत्तापर्यंतचा आणि चाललेला प्रवास तपासण्यात आला. बाकी कार्ये नित्यनेमाप्रमाणे पार पडत होती. सावकाशपणे मागे पडत जाणारे तारे आणि कुठलाही थांबा नाही; केवळ अवलोकन यंत्रणा तपासणे

आणि संपर्कात राहणे. अंतराळवीर मस्तपैकी अवकाशप्रवासाचा आनंद घेत होते. किती अवर्णनीय अनुभव!

२३ जुलै :

अंतराळवीर दुपारी साडेबाराच्या सुमारास झोपेतून उठले. आदल्या रात्री सव्वादोन वाजता ते झोपले होते. आजची झोप या मोहिमेतील सर्वात मोठी झोप होती. पुन्हा एकदा नियंत्रक कुपीतील अवलोकन यंत्रणा तपासल्या गेल्या. नित्यकर्मे पार पडली. त्यांनी कालपासून आत्तापर्यंत १ लाख ७० हजार किलोमीटर अंतर पार केले होते. तथापि अजून ते पृथ्वीपासून १ लाख ४८ हजार किलोमीटर दूर होते. या दरम्यान दूरदर्शनच्या माध्यमातील शेवटचे प्रसारण करण्यात आले. विषेश म्हणजे मोहिमेदरम्यानचे हे रंगीत प्रसारण होते. उद्या घरी म्हणजे पृथ्वीवर जायचे होते. अंतराळवीरांसाठी घरी जाण्याचा आनंद वेगळाच असेल ना!

२४ जुलै :

आज सकाळी सातच्या आधीच अंतराळवीरांना झोपेतून जागे करण्यात आले. अवकाशयानाने एक लाखापेक्षाही जास्त अंतराचा मोठा टप्पा पार केला होता. आता अवघे ३५ ते ३६ हजार किलोमीटरचा टप्पा बाकी होता. हा टप्पा बारा वाजण्याच्या दरम्यान पूर्ण होणे अपेक्षित होते. त्यांना आता समुद्रात उतारण्यासाठीची तयारी करण्यास सांगितले गेले. पृथ्वी आता जवळ येऊ लागली होती.

साडेअकरा वाजत असताना अपोलो-११च्या नियंत्रक-उपकरण कुपीचा प्रवेश पृथ्वीच्या बाह्यआवरणात झाला होता. नियंत्रक-उपकरण कुपीचा वेग वाढला. आता उपकरण कुपीपासून नियंत्रक कुपी विलग होऊन पृथ्वीच्या पृष्ठभागाकडे ढकलली जाणार होती. सुमारे ९ किलोमीटर प्रति सेकंद इतका वेग करण्यात आला. निर्णायक क्षण जवळ येत होता. १२ वाजून २० मिनिटांच्या दरम्यान पृथ्वीतलापासून साधारण ३३०० किलोमीटर उंचीवर नियंत्रक कुपी उपकरण कुपीपासून अलग करण्यात आली. नियंत्रक कुपीचा प्रवास आता खालच्या दिशेने सुरू झाला, तर उपकरण कुपी पृथ्वीच्या कक्षेत फिरू लागली. या प्रवासात नियंत्रक कुपीचे निमुळते टोक वरच्या बाजूला फिरले आणि मोठ्या व्यासाच्या तळाची बाजू खालच्या दिशेने आली. यामुळे वेगावरही थोडे नियंत्रण आले. वातावरणाच्या खालच्या थरात हवाईछत्र्या उघडणार होत्या. अंतराळवीरांची तोंडे आता आकाशाकडे होती. जवळ येणारी पृथ्वी किंवा सागर दिसण्याऐवजी आता त्यांना दूर जाणारे आकाश दिसत होते. वातावरणातल्या कॅरमन रेषेच्या अलीकडे साधारण १८० किलोमीटर उंचीदरम्यान असताना कुपीचा पृथ्वीच्या वातावरणात प्रवेश झाल्याचे संकेत मिळाले. यावेळी साडेबारा वाजले

होते. नियंत्रक कुपी काही मिनिटांमध्ये सागराच्या ५ ते ६ किलोमीटरवर आली होती. याच क्षणी हवाईछत्र्या उघडल्या जाणे अपेक्षित होते. पहिल्या टप्प्यातील हवाईछत्री उघडली. या हवाईछत्रीमुळे कुपीच्या वेगाला प्रथम अटकाव झाला. यानंतर लगेचच मुख्य प्रकारातील पहिली हवाईछत्री उघडली. आता कुपीचा वेग अवघा ९.७ मीटर प्रति सेकंद एवढा कमी झाला होता. दुसरी हवाईछत्री उघडली गेली. वेग अगदीच कमी झाला. हवाईछत्र्यांची कुठलीही अडचण आली नाही. बरोबर दुपारी १२:५१ वाजता नियंत्रक कुपीचा सागराला अलगद स्पर्श झाला. अंतराळवीर नील आर्मस्ट्राँग, एडविन ऑल्ड्रिन आणि मायकेल कॉलिन्स चंद्रावर जाऊन सुरक्षितपणे पृथ्वीवर परतले! २१ मे १९६१ या दिवशी अमेरिकेच्या राष्ट्राध्यक्षांनी केलेल्या जाहीर घोषणेची पूर्तता आता झाली होती.

अपोलो-११ अवकाशयानाच्या अंतराळवीरांना घेऊन येणाऱ्या नियंत्रक कुपीचे सागरातील आरोहण

अपोलो-११ अवकाशयानाची अंतराळवीरांना घेऊन येणारी नियंत्रक कुपी उत्तर प्रशांत महासागरात हवाई बेटांच्या पुढे उतरली होती. अंतराळवीर कुपीत सुरक्षित होते.

'सर्व काही अपेक्षेप्रमाणे होऊन मोहीम पूर्ण झाली आहे. पाण्यातून बाहेर पडण्याची वाट पाहत आहोत.' अंतराळवीर प्रमुख नीलचा हा संदेश शोधपथकाकडे आला. पृथ्वीशिवाय अन्य ठिकाणी वावरल्यानंतर प्रथमच माणूस परतत होता. त्याला कसल्या जीवाणू, विषाणूची अथवा कसल्या किरणोत्साराची बाधा होण्याची शक्यता लक्षात घेऊन दक्षतेच्या दृष्टीने अंतराळवीरांना कुपीच्या बाहेर घेताना विशेष सावधानता बाळगण्यात येणार होती. छोट्या नौकेवरून खास पाणबुडे त्यांच्याजवळ पोहोचले. कुपीच्या खास रचनेमुळे कुपी स्थिरपणे तरंगत होती. कुपीच्या दरवाजाजवळ जात पाणबुड्यांनी संसर्गरोध करणारे पोशाख (बायॉलॉजिकल आयसोलेशन गारमेंट) अंतराळवीरांना दिले. त्यांनी ते परिधान केले आणि कुपीच्या बाहेर आले. नौकेत घेतल्यानंतर त्यांच्या पोशाखाला जंतुनाशक भुकटी (सोडियम हायपोक्लोराईट पावडर) चोळण्यात आली. नौकेतल्या पाणबुड्यांनी कुपीवर प्रतिरोधक जंतुनाशक द्रव (बेटाडाईन) फवारले आणि ती पुसून काढली. त्यानंतर लगेचच नौकेवर घिरट्या घालत असलेल्या खास हेलिकॉप्टरमध्ये अंतराळवीरांना घेण्यात आले. हेलिकॉप्टरमधून हॉर्नेट नौकेकडे जाताना हेलिकॉप्टरमध्येच वैद्यकीय तज्ज्ञांनी त्यांची प्राथमिक तपासणी केली. नौकेत आल्यावर त्यांना लगेच क्वारंटाईनमध्ये नेण्यात आले. कुठलाही जंतू किंवा रोगसंसर्ग बाहेरच्या हवेत होऊ नये म्हणून ही जागा

खास तयार केली जाते. या ठिकाणी हवेचा दाब किंचितसा कमी ठेवण्यात आलेला असतो. मुख्य म्हणजे इथून बाहेर पडणारी हवा अतिशय काळजीपूर्वक गाळली व तपासली जाते. आत आराम करण्याची तसेच बाहेरच्या व्यक्तींशी दूरध्वनीद्वारे संपर्क साधण्याची सुविधा असते. तर, हॉर्नेट नौकेवरील नासाच्या फिरत्या क्वारंटाईनमध्ये अंतराळवीरांची रवानगी झाली. एका बंदिस्त जागेतून दुसऱ्या बंदिस्त जागेत! इथे त्यांना २ दिवस थांबायचे होते. इथे आल्यानंतर अंतराळवीर ताजेतवाने झाले. त्यांना सर्वप्रथम भेटले ते राष्ट्राध्यक्ष निक्सन. तिघेही त्यांना भेटण्यासाठी क्वारंटाईनच्या काचेच्या खिडकीत आले होते. निक्सन यांनी त्यांचे अभिनंदन केले. 'तुमच्या अद्वितीय कामगिरीमुळे सारे जग एकत्र आले आहे. लवकरच आपण प्रत्यक्ष भेटू' असे म्हणत त्यांनी अंतराळवीरांचा निरोप घेतला. यानंतर अर्थातच अंतराळवीरांचे कुटुंबीय त्यांना भेटत राहिले.

राष्ट्राध्यक्ष क्वारंटाईनमधील चांद्रवीरांना भेटताना

क्वारंटाईन ही संकल्पना पृथ्वीबाह्य घटकांबाबत प्रदर्शन किंवा अनावरण करण्यासंदर्भातील नियमाला धरूनच अस्तित्वात आली. पृथ्वीबाह्य घटकावरील वातावरणातून कुठलाही सजीव-निर्जीव घटक पुन्हा पृथ्वीतलावर आल्यानंतर त्याला थेट पृथ्वीच्या वातावरणात न सोडण्याबाबत हा नियम करण्यात आलेला होता. 'एक्स्ट्रा-टेरेस्ट्रियल एक्स्पोजर लॉ' म्हणून ओळखला जाणारा नियम याच वर्षी लागू करण्यात आला.

दुपारी चारच्या सुमारास नियंत्रक कुपीदेखील हॉर्नेट नौकेवर दाखल झाली होती. या कुपीतून चांद्रभूमीवरील घटक सुरक्षित ठेवलेल्या पेट्या तसेच छायाचित्रण झालेल्या फिती काळजीपूर्वक काढून घेण्यात आल्या. या पेट्यांनासुद्धा संसर्गरोध झाल्याची तपासणी करण्यात आली. इथून पुढचा प्रवास होनोलुलूच्या विमानतळावरून होणार होता.

होनोलुलूच्या विमानतळावर आवेदनपत्रात प्रवासाची माहिती भरताना अंतराळवीरांना मजा आली. 'कुठून आलात?' या रकान्यात चंद्र असे ठिकाण प्रथमच लिहिले गेले. बरोबर असलेल्या वस्तूंच्या रकान्यात 'चंद्रावरील दगड-माती' अशी आगळीवेगळी नोंद झाली. आणि नंतर अंतराळवीरांचा ह्युस्टनकडे प्रवास सुरू झाला.

अशा रीतीने पृथ्वीनिवासी मानवाचा चंद्रावर जाऊन पुन्हा पृथ्वीवर सुखरूप परत येण्याचा प्रवास विनासंकट, विनात्रास पार पडला होता. अनेक लोकांच्या अथक परिश्रमातून आकाराला आलेली अमेरिकेची महत्त्वाकांक्षी समानव चांद्रमोहीम संपन्न झाली होती!

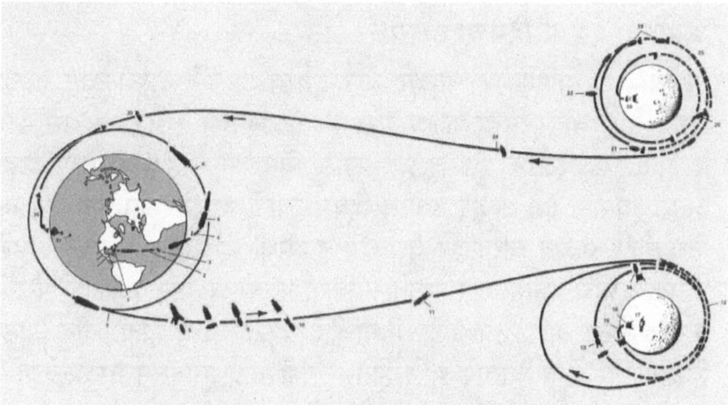

चांद्रभूमीवर जाण्याचा आणि परतीचा प्रवासमार्ग

पण रशियाच्या ल्यूना-१५ अवकाशयानाचे काय झाले? रशियाकडून याबाबत काहीच माहिती जाहीर झाली नाही. ल्यूना-१५ अवकाशयानाबद्दल कळले ते ब्रिटनमधील मँचेस्टर विद्यापीठाच्या वेधशाळेकडून. तेदेखील दोनतीन दिवस उलटल्यानंतर. या वेधशाळेची रेडिओ दुर्बीण रशियाच्या नकळत गुपचूपपणे ल्यूना-१५ अवकाशयानाकडून भूकेंद्राकडे पाठवल्या जाणाऱ्या संकेतांचे ग्रहण करत होती. कदाचित या वेधशाळेला या संकेतांचा उलगडा करता आला नसेलही पण त्यांना त्यायोगे ल्यूना-१५ अवकाशयानाचा चंद्रावरील ठावठिकाणा कळत होता. त्याच वेधशाळेने २१ जुलैला ल्यूना-१५चे रेडिओ संकेत दुपारी चार ते पाचच्या दरम्यान एकाएकी थांबल्याचे जाहीर केले. आणि त्यानंतर रशियाच्या ल्यूना-१५ अवकाशयानाच्या असफलतेची बातमी सगळीकडे पसरली. ठरल्याप्रमाणे ल्यूना-१५चे उड्डाण यशस्वी झाले असते तर, ल्यूना-१५ नक्कीच अपोलो-११च्या आधी चंद्रावर जाऊन परतले असते. चंद्रावरून तिथल्या मातीचे नमुने आणण्याचा मान रशियाला मिळाला असता, तोही माणूस न पाठवता!

◆◆◆

१६

मोहिमेनंतर आणि मोहिमेच्या निमित्ताने

अपोलो-११ मोहिमेचा उत्तरार्ध

अपोलो-११ मोहिमेनंतर चंद्रावर जाऊन परत आलेले अंतराळवीर आता चांद्रवीर झाले. ते पृथ्वीवर परतल्यानंतर मात्र क्वारंटाईनमध्ये १७-१८ दिवस बंदिस्त होते. हे फिरते क्वारंटाईन २७ जुलैला खास विमानाने मोहीम नियंत्रण केंद्रात आले. अंतराळवीरांना इथे अजून उर्वरित दिवस त्यांनी थांबणे भाग होते. या कालावधीत तिघांचीही अत्यंत बारकाईने वैद्यकीय तपासणी होत राहिली. नील, एडविन आणि मायकेलला चांद्रभूमीवरून परतताना किंवा प्रवासादरम्यान कुठलाही संसर्ग, आजार, त्रास झालेला आढळला नाही. तिघांचीही प्रकृती उत्तम होती. तीन आठवड्यांच्या विश्रांतीनंतर ते ताजेतवाने झाले होते. त्यांनी चांद्रभूमीवरून आणलेल्या घटकांच्या पेट्याही 'ल्यूनार रिसीव्हिंग लॅबोरेटरी'त पोहोचल्या होत्या.

दरम्यानच्या दिवसांमध्ये, चांद्रभूमीवर उभारलेल्या भूकंपमापक यंत्राकडून येणारे रेडिओ संकेतांचे संग्रहण मोहीम केंद्राकडून थांबवण्यात आले. आठवडाभरात या यंत्राशी संलग्न इतर प्रणालीदेखील संकेतांद्वारे थांबवल्या गेल्या. चंद्रावर ठेवलेल्या लेझर रेंजिंग रिट्रोरिफ्लेक्टोमीटर या उपकरणाचा मात्र पुढे पाचसहा वर्षे वापर केला जाणार होता.

१२ ऑगस्टला चांद्रवीरांची क्वारंटाईनतून मुक्तता झाली. त्याच दिवशी मोहीम नियंत्रण केंद्रात त्यांची खास मुलाखत आयोजित करण्यात आली होती. तब्बल दोनशे पत्रकारांचा त्यांच्याशी वार्तालाप झाला. मुलाखतीची वेळ लांबतच राहिली. प्रश्न विचारणे थांबलेच नव्हते. असंख्य प्रश्नांना आणि शंकांना चांद्रवीरांनी उत्तरे दिली. नील, एडविन आणि मायकेल यांनी सांगितलेले अनुभव आता सर्वसामान्यांपर्यंत पोहोचणार होते.

दुसऱ्या दिवशी न्यूयॉर्क, शिकागो आणि लॉस एंजेलिस या तीन शहरांमध्ये चांद्रवीरांचा स्वागत समारंभ आयोजित केलेला होता. सर्वसामान्यांचे स्वागत स्वीकारण्यासाठी त्यांना जायचे होते.

१३ ऑगस्टला सकाळच्या सत्रात चांद्रवीर न्यूयॉर्कला आले. न्यूयॉर्कमध्ये आल्यानंतर चांद्रवीरांचे जंगी स्वागत झाले न होते तरच नवल! मोठ्या रस्त्यावरून, उघड्या गाडीतून, शुभेच्छांचा स्वीकार करत चांद्रवीर पार्क ॲव्हेन्यू भागात आले. या संपूर्ण मिरवणूक मार्गात दुतर्फा असलेल्या इमारतींमधून आणि कडेने उभ्या असलेल्या

नागरिकांकडून चांद्रवीरांवर रंगीत कागदी पट्ट्यांचा वर्षाव होत होता.

दुपारी चांद्रवीर शिकागोला आले. शिकागोतही न्यूयॉर्कसारखाच उत्साह दिसला. काकणभर जास्तच. इथे मिरवणुकीत चांद्रवीरांबरोबर त्यांचे कुटुंबीयही होते. मार्गावर दुतर्फा लाखो लोक अभिनंदन करत उभे होते. या शहरात प्लेबॉयच्या सौंदर्यवती ललनाही चांद्रवीरांच्या स्वागतासाठी प्रथमच सार्वजनिक ठिकाणी आल्या. डॅले प्लाझा चौकात शिकागोच्या महापौरांनी चांद्रवीरांचा खास सन्मान केला.

न्यूयॉर्क येथील अंतराळवीरांची मिरवणूक

सायंकाळी चांद्रवीर लॉस एंजेलिसला पोहोचले. जगाच्या मनोरंजनाची राजधानी अशी ओळख असलेल्या या श्रीमंत शहरात चांद्रवीरांसाठी सरकारकडून खास मेजवानीचे आयोजन करण्यात आले होते. या मेजवानीप्रसंगी अमेरिकेचे राष्ट्राध्यक्ष, उपराष्ट्राध्यक्ष, मुख्य न्यायमूर्ती, अमेरिकेच्या ४४ राज्यांचे राज्यपाल आणि ८३ देशांचे राजदूत उपस्थित होते.

यानंतर नील, एडविन आणि मायकेल आपापल्या घरी गेले. अर्थातच त्यांच्या गावांमध्येही त्यांचे धुमधडाक्यात स्वागत झाले हे सांगायला नकोच.

१६ सप्टेंबर हा अपोलो-११च्या चांद्रवीरांसाठी खास दिवस होता. या दिवशी या तिघा चांद्रवीरांनी अमेरिकेच्या संसदेत राष्ट्राध्यक्ष आणि संसद सदस्यांसमोर भाषण केले. संसद सदस्यांकडे चांद्रभूमीवरून परत आणलेला ध्वज प्रदान करण्यात आला. तो नंतर संसदेवर फडकवला जाणार होता. नील आर्मस्ट्राँग, एडविन ऑल्ड्रिन आणि मायकेल कॉलिन्स यांचा चंद्रावर जाऊन आल्याबद्दल संसदेत सन्मान झाला.

'पहिला चांद्रवीर' या विशेष सन्मानासह अन्य अनेक सन्मानांचा वर्षाव नील आर्मस्ट्राँगवर झाला. अमेरिकेखेरीज जगभरातील १७ देशांनी नीलला सन्माननीय डॉक्टरेट पदवी प्रदान केली. अपोलो-११ अवकाशयान उतरलेल्या ट्रांक्विलिटीज विवर खोऱ्यातील एका विवराला नील आर्मस्ट्राँग हे नाव देऊन त्याचा आगळ्यावेगळ्या स्वरूपात गौरव करण्यात आला.

अमेरिकेसहित जगातील अनेक देशांनी पोस्टाच्या तिकिटांच्या माध्यमातूनही अपोलो-११ मोहिमेची दखल घेतली.

बुद्धिमत्तेच्या जोरावर माणसाने आकाशाला गवसणी घातली. चुका करत, पडत, धडपडत तो त्यातून शिकत राहिला आणि चंद्रावर स्वार झाला. या अवघड प्रवासात त्याला मिळालेल्या मदतीसाठी मात्र माणूस नेहमीच कृतज्ञ राहिला. त्यांना तो

कधी विसरला नाही. याचा प्रत्यय अंतराळमोहिमांच्या बाबतीत प्रकर्षाने दिसून आला. अग्निबाणांचा आणि अवकाशयानांचा विकास होत असताना त्याची व्यवहार्यता किंवा सुसाध्यता तपासण्यासाठी माणसाने प्राण्यांच्या मदतीने काही प्रयोग केले. यामागचा माणसाचा उद्देश जरी चांगला असला तरी यामध्ये काही प्राणी जीवास मुकले.

रशियामध्ये अंतराळ मोहिमांसाठी प्रथम श्वानांच्या मदतीने प्रयोग करण्यात आले होते. सुरुवातीच्या प्रयोगांदरम्यान काही श्वानांचा त्यात मृत्यू झाला. लायका ही त्या प्रयोगांमधील पहिली श्वान मादी. माणसांसाठी बलिदान दिलेल्या लाडक्या लायकाची कायमस्वरूपी आठवण रशियाने ठेवली. अंतराळ विज्ञान-तंत्रज्ञानात योगदान दिलेल्या सर्व मान्यवरांचे एक खास स्मारक १९६४मध्ये मॉस्कोमध्ये उभारण्यात आले होते. टिटॅनियम धातूचा १०७ मीटर उंचीचा एक खास स्तंभ त्यासाठी उभारण्यात आला होता. या स्तंभाच्या दगडी चौथऱ्यावर इतर मान्यवरांच्या नावांबरोबरच लायकाचेही नाव कोरण्यात आले. लायकाच्या नावाने काही वस्तूही रशियन बाजारपेठेत आल्या. याखेरीज अलीकडे मॉस्कोच्या उपनगरात लायकाचा खास पुतळाही उभारण्यात आला आहे. या स्मारकाच्या परिसरातच अवकाशविषयक संग्रहालयही उभारण्यात आले आहे. येथे रशियाच्या अवकाश मोहिमांसंदर्भातील अग्निबाण इंजिन, अवकाशयान-कुपी, अंतराळवीरांचे पोशाख, साहित्य-साधने, अंतराळविषयक विज्ञान-तंत्रज्ञानातील उपकरणे, अवजड यंत्रणांची प्रारूपे अशा सुमारे ८५ हजार वस्तू ठेवण्यात आल्या आहेत. त्या वस्तूंमध्येच बेल्का आणि स्ट्रेल्का या श्वानांच्या प्रतिकृतीही आहेत. या दोन मादी श्वान अवकाशभ्रमण करून सुरक्षितपणे पृथ्वीवर परत आल्या होत्या. त्यांनीही अवकाशयान मोहिमेसाठी महत्त्वपूर्ण योगदान दिले होते. त्यांच्या मृत्यूनंतर त्यांच्या शरीरात पेंढा भरण्याची प्रक्रिया (टॅक्सीडर्मी) करून त्यांच्या प्रतिकृती इथे ठेवण्यात आल्या आहेत.

अंतराळ विज्ञान-तंत्रज्ञानात योगदान दिलेल्या मान्यवरांचे स्मारक

मॉस्कोच्या उपनगरातील लायकाचा पुतळा

अमेरिकेतही माणसाच्या भावी अंतराळप्रवासाच्या प्रयोगांत प्राण्यांचा वापर झाला होता. अशाच एका मोहिमेत मिस बेकर या मादी माकडाचा सहभाग होता. अंतराळमोहिमेनंतरही मिस बेकर शेवटपर्यंत याच केंद्रात राहिली होती. तिच्या मृत्यूनंतर ह्युस्टनव्हिले शहरातील अवकाश आणि अग्निबाण केंद्रात तिचे स्मारक उभारण्यात आले.

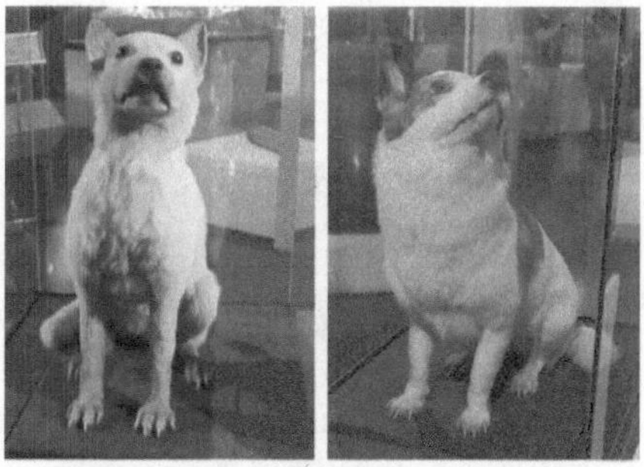

बेल्का आणि स्ट्रेल्काच्या प्रतिकृती

अवकाशमोहिमांमध्ये उल्लेखनीय कामगिरी केलेल्या अंतराळवीरांच्या स्मृतीही वेगवेगळ्या रूपाने जागवल्या गेल्या. यामध्ये रशियाचा युरी गागरीन आणि नील आर्मस्ट्राँग यांचा विशेष उल्लेख करावा लागेल. पहिला अंतराळवीर म्हणून मान लाभलेल्या युरी गागरीनचा अंतराळवीराच्या पोशाखातील दिमाखदार पुतळा रशियात उभारण्यात आला आहे. अंतराळातून पृथ्वीवर उतरताना तो कझाकस्तानमधील ज्या कॅरागन्डा भागात उतरला तिथे हा पुतळा आहे. याशिवाय मॉस्कोमध्येही युरीचा पुतळा उभारलेला आहे.

मिस बेकरचे स्मारक

अमेरिकेत नासाच्या कॅलिफोर्नियातील एका उड्डाण संशोधन केंद्राला नील आर्मस्ट्राँगचे नाव देण्यात आले आहे. तसेच नासाच्या ह्युस्टनमधील केंद्राच्या आवारात युरी गागरीनचेही स्मारक उभारण्यात आले आहे.

पहिली समानव चांद्रमोहिम, अमेरिका आणि रशिया या दोन्ही देशांमधील आधीच्या अवकाश मोहिमा, अंतराळवीर, त्याचे अग्निबाण, अवकाशयान अशा सर्व संबंधित गोष्टींचे स्मरण विविध प्रकारे करण्यात आले. त्यावर पुस्तके, माहितीपट, टपाल तिकीटे, नाणी काढली गेली, विविध संस्थांना त्यांची नावे देण्यात आली. मानवी

कॅरागन्डा शहरातील युरी गागरीनचा पुतळा

इतिहासातील महत्त्वपूर्ण अशा या कामगिरीचा जगभरातील बहुसंख्य देशांनीसुद्धा विविध प्रकारे सन्मान केला हे विशेष!

मोहिमेच्या निमित्ताने

अवकाशमोहिमांच्या माध्यमातून मानवी इतिहासात एक नवे पर्व सुरू झाले होते. ज्ञात माहितीनुसार, साधारण ४५० कोटी वर्षांपूर्वी पृथ्वी आकाराला येत असताना मंगळाच्या आकाराची एक वस्तू पृथ्वीवर येऊन आदळली. त्यातून पृथ्वीचा एक टवका उडाला आणि त्यापासून चंद्र निर्माण झाला; आजची पृथ्वी निर्माण होईपर्यंत निसर्ग-सृष्टीची असंख्य स्थित्यंतरे झाली आहेत. या जगड्व्याळ पसाऱ्यात विचार करणारा आदिमानव सुमारे दीड लाख वर्षांपूर्वीचा. त्यानंतर पुढे सुधारत आपण इथपर्यंत आलो. गेल्या ४०० वर्षांपासून माणूस आधुनिक होण्याची उत्क्रांती सुरू झालीय!

निसर्गतः मिळालेल्या बुद्धीने माणसाने इतर सजीवांच्या तुलनेत पुढे फारच प्रगती केली. जीवसृष्टीत माणसाचे स्थान एकमेवाद्वितीय असेच आहे. माणसाने भाषा निर्माण केली. ही कमाल त्याच्या विकसित होत गेलेल्या बुद्धिमत्तेची! पृथ्वीनिवासी मानवाने आता आपल्या बुद्धिमत्तेच्या जोरावर पृथ्वीच्या वातावरणाच्या सीमारेषा ओलांडल्या होत्या. एके काळी जो चंद्र स्पष्टपणे पाहणेही अशक्य होते, त्या चंद्रावर माणूस जाऊन सुखरूप परत आला होता. माणसासाठी ते एक पाऊल होते, मात्र मानवतेसाठी एक उत्तुंग झेप होती.

बुद्धिमान अशा माणसाने आकाशाला गवसणी घातली, पृथ्वीच्या वातावरणाला कवेत घेतले, अंतराळात भरारी घेतली आणि चांद्रभूमीवर पाय ठेवला. पण सूर्यमालेची आणि त्याहीपुढे विश्वाची व्याप्ती पाहिली, तर माणसाचे चंद्रावर जाणे हे घराबाहेरच्या अंगणात आल्यासारखे! उरलेले अवकाश अजून बाकी आहे असेच म्हणावे लागेल!

> पुढे जाता जाता; चांद्रस्पर्धेच्या निमित्ताने अमेरिका आणि रशिया या दोन्ही देशांमध्ये अनेक अंधश्रद्धा-परंपरा जन्माला आल्या. आपण एकदोन पाहिल्या, आणखी काही; अवकाश उड्डाणानंतर शर्टचा टाय कापणे, उड्डाणमंचाच्या वरच्या खोलीत अंतराळवीरांसाठी नवीनच खुर्ची वापरणे, अंतराळवीरांना उड्डाणमंचाकडे आणणाऱ्या गाडीच्या चाकावर लघवी करणे इथपासून धर्मगुरूंचा आशीर्वाद, अवकाशयानात घोड्याचा नाल ठोकणे, ताईतसदृश वस्तू बाळगणे इत्यादी, इत्यादी. गंमत आहे ना? मनुष्यस्वभाव... जाऊ देत नको बोलायला.

आणखी एक; शीतयुद्धादरम्यान १९६२मध्ये सगळे जग विनाशापासून वाचले, त्यानंतरही पुन्हा एकदा आपण जिवंत राहिलो; त्याबद्दल सांगायचे राहिले होते. सप्टेंबर १९८३मध्येही अमेरिकेने चार क्षेपणास्त्रे सोडल्याचा संदेश रशियन हवाईदलाच्या केंद्रात मिळाला. या वेळीदेखील तिथला अधिकारी हे संदेश तांत्रिक चुकीमुळे मिळाल्याचे ठामपणे सांगत राहिला आणि प्रत्युत्तर टळले. अन्यथा तुम्ही-आम्ही इतिहासजमा झालो असतो. (आणि इतिहास कुणी लिहिला असता?)

पहिल्या समानव चांद्रमोहिमेनंतर चांद्रभूमीवर प्रथम जाण्याबाबतची स्पर्धा थोडी थांबली होती. मात्र अद्याप बरीच मजल मारायची बाकी होती. या मोहिमेदरम्यान माणूस साधारण अडीच तास चांद्रभूमीवर होता आणि तिथला अगदी मोजका परिसर त्याने अनुभवला होता. अजून चंद्राचा व्याप्त परिसर प्रत्यक्ष पाहायचा होता. तिथल्या भूमीवर जास्त वेळ व्यतीत करायचा होता. तिथल्या जमिनीचे आणखी घटक-पदार्थ तपासायचे होते. चांद्रभूमीवर स्वयंचलित गाडीसुद्धा चालवायची होती. चांद्रभूमीवरील वातावरणाचे अनेक वैज्ञानिक प्रयोग बाकी होते. तिथे कायस्वरूपी संदेश आदान-प्रदान सुविधा उभी करायची होती. ही आव्हाने पेलण्यास बुद्धिमान माणूस सज्ज होताच!

मोहिमेचा आढावा

खगोलशास्त्राच्या दृष्टिकोनातून विचार केला तर या अवकाशमोहिमांमुळे काय साध्य झाले? उपग्रहविषयक भूभौतिकी, वातावरण संरचना, पृथ्वीबाह्य अवकाश याबाबतच्या माहितीस एक दिशा मिळाली. या निमित्ताने तंत्रज्ञानाच्या सिद्धतेची चाचणी झाली. आत्तापर्यंत विकसित झालेल्या विज्ञान तंत्रज्ञानामुळे भविष्यात चंद्र आणि पृथ्वीबाह्य अन्य अवकाश मोहिमांसाठी मोलाची माहिती मिळाली.

चंद्राच्या भूमीवरून आणलेल्या खडक-दगड-माती-धूलिकण इत्यादी घटकांचे विश्लेषण करताना संशोधकांना असे दिसले की, ज्याप्रमाणे पृथ्वीच्या जमिनीच्या गाभ्यात लोखंडाचे प्रमाण मुबलक आहे तसे चंद्राच्या जमिनीत नाही. तसेच चंद्राच्या कवचात आढळणाऱ्या ॲल्युमिनियम, मॅग्नेशियम, कॅल्शियम या धातूंचे प्रमाण पृथ्वीवरील प्रमाणापेक्षा जास्त आहे. चंद्र पृथ्वीच्या बाहेरील घटकांपासून बनलेला असल्याचे यावरून शास्त्रज्ञांना सिद्ध करता आले.

या मोहिमांच्या निमित्ताने विकसित झालेल्या विज्ञान-तंत्रज्ञानाचा वापर माणसाला दैनंदिन व्यवहारातही मोलाचा ठरला. अंतराळवीरांच्या पोशाखांचे तंत्रज्ञान अग्निशामक दलातील कर्मचाऱ्यांसाठी तसेच वाहनांच्या स्पर्धेतील स्पधर्कांसाठी

वापरले गेले. अंतराळवीरांसाठी निर्माण केलेल्या पादत्राणांच्या स्वरूपात काही बदल करून ती खेळाडूंसाठी विकसित केली गेली. शिरस्त्राणाबाबतही असेच झाले. अद्ययावत शिरस्त्राणांचा उपयोग दुचाकीचालकांसाठी केला गेला.

मोहिमेदरम्यान अंतराळवीरांच्या हृदयाचे ठोके मोजणारे खास उपकरणही काही बदल करत आता सर्वसामान्य रुग्णांसाठी उपयोगात आणले गेले. अंतराळवीरांच्या खाद्यान्नाच्या शुद्धीकरणासाठी विकसित केलेले तंत्रज्ञान वापरून आरोग्याशी संबंधित रक्तशुद्धीकरणाची प्रक्रिया आणखी सुलभ केली गेली.

अंतराळवीरांसाठी शुद्ध पाण्याची निर्मिती करण्याचे तंत्रज्ञान आता दैनंदिन व्यवहारातही उपयोगात आणले गेले होते. खास अवकाशयानासाठी धूळ गोळा करणारे यंत्र आता हळूहळू सामान्य घरांमध्येही दिसू लागले होते.

अपोलो मोहिमेत चंद्रावरील जमिनीचे धक्के मोजण्यासाठी निर्माण केलेली उपकरण प्रणाली पृथ्वीवरच्या भूकंप मापनासाठीही गरजेची ठरली होती. अवकाशयानात जोराचे धक्के बसत असल्याने यांत्रिक पद्धतीची घड्याळे खराब होत. म्हणून स्फटिक ऊर्जेचा वापर करून खास घड्याळे बनवली गेली होती. अवकाशयानात या घड्याळ्यांची गुणवत्ता सिद्ध झाल्याने ती आता खुल्या बाजारातही दिसू लागली होती.

या मोहिमांदरम्यान इंजिनांसाठी इंधन वापरताना अचूक मात्रेचे तंत्रज्ञान उदयास आले. ते आता अन्य क्षेत्रांतही वापरले जात होते. अवकाशयानांमधले तंत्रज्ञान वापरून विद्युतऊर्जा नसतानाही कार्य करू शकतील अशी नवी साधनेही निर्माण झाली होती.

अग्निबाण इंजिनांचे इंधन नियंत्रण करणारी प्रणाली नंतरच्या काळात पाळीव प्राण्यांना ठरावीक वेळेत पाणी तसेच अन्य पदार्थ देण्यासाठी विकसित होत गेली.

अवकाशयानांसाठीची आवरणे ज्या कमी वजनाच्या मात्र मजबूत आणि टिकाऊ गोष्टीतून विकसित झाली त्यांचा उपयोग आता मोठ्या इमारतींच्या छतांसाठी करण्यात येऊ लागला. अवकाशयानांत वापरल्या गेलेल्या विविध धातूंच्या आवरणांचा अभ्यास करून नंतर खाद्यान्न, औषधे, वाहनचालकांचे पोशाख, पोहण्याचा पोशाख इत्यादींमध्ये त्याचा वापर केला गेला. सौरफलकांचा वापर आता पृथ्वीतलावरही ऊर्जा निर्मितीसाठी वापरला गेला.

उपरोक्त उदाहरणे म्हणजे केवळ एक झलक आहे. कारण पहिली समानव चांद्रमोहीम आणि अपोलो कार्यक्रमाच्या निमित्ताने लहान-मोठे असे तंत्रज्ञानाचे तब्बल ६३०० आविष्कार आकाराला आले. त्यापैकी बऱ्याच तंत्रज्ञानाचा उपयोग दैनंदिन व्यवहारात करण्यात आला. यातून उद्योग-व्यवसायांना चांगलीच चालना मिळाली आणि आर्थिक स्थिती सुधारली. या मोहिमेच्या निमित्ताने संगणकासंदर्भात आयसीचा वापर प्रथमच झाला होता. पुढे या आयसीचा वापर दैनंदिन उपयोगांच्या साधनांसाठी

होण्यास प्रारंभ झाला. इलेक्ट्रॉनिक्स युग अवतरत होतेच. या आयसी नामक घटकामुळे इलेक्ट्रॉनिक्स युगाच्या चालनेला मोठेच पाठबळ मिळाले.

विज्ञानाच्या क्षेत्रालाही एक चालना मिळाली. पृथ्वीच्या उत्पत्तीचा इतिहास सांगताना पृथ्वीवर वर्चस्व असलेल्या डायनोसॉर नामक महाकाय सरपटणाऱ्या प्राण्यांच्या अस्तित्वाबद्दल सांगितले जाते. हे प्राणी साधारण ६ ते ७ कोटी वर्षांपूर्वी एका विनाशकारी घटनेत नष्ट झाले असा वैज्ञानिक अभ्यास मांडला गेला होता. या अभ्यासाला चंद्रावरील भूमीच्या संरचनेच्या संशोधनातून पाठबळ मिळाले आणि डायनोसॉरच्या भूतकाळातील अस्तित्वावर शिक्कामोर्तब झाले.

असे म्हटले जाते की, अंतराळात लिहिण्यासाठी पेन तयार करण्यावर नासाने लाखो रुपये खर्च केले. मात्र रशियाने साधी पेन्सिल वापरून लिहिण्याचा हेतू साध्य केला. वस्तुस्थिती अशी आहे की नासाकडूनही सुरुवातीच्या काळात अंतराळात लिहिण्यासाठी पेन्सिलचाच वापर होत होता. मात्र पेन्सिलबरोबर टोक काढणारे साधनही न्यावे लागायचे. यामुळे लाकडाचा भुसा, ग्राफाईटचे कण निर्माण व्हायचे. हे कण अवकाशयानातील वातावरणात इतरत्र पसरून त्रास जाणवायचा. तसेच लाकडाचा भुसा किंवा ग्राफाईटचे कण ज्वालाग्रही असल्यामुळे धोकाही असायचा. यावर उपाय म्हणून बॉल पॉईंट आणि फेल्ट टिप प्रकारचे पेन तसेच तेलकट खडू आणि केवळ शिसे असलेली पेन्सिल वापरली जाऊ लागली.

चांद्रमोहिमांच्या भारावलेल्या काळात पेन तयार करणाऱ्या एका खाजगी उद्योगाने आपण शून्य गुरुत्वाकर्षण वातावरणात खातरीपूर्वक कार्य करणारे अद्ययावत आणि निर्धोक पेन विकसित केल्याचा दावा केला होता. या पेनसाठी उणे ३५ ते अधिक १२० डिग्री सेल्सिअस तापमानाचा आणि अवकाशयानातील वातावरणाच्या दाबाचा कसलाही परिणाम न होणारी शाई विकसित केली होती. यामुळे हे साधन अर्थातच अन्य साधनांच्या तुलनेत उजवे ठरले. नासाने तसेच पुढे रशियानेही या पेनचा वापर केला.

○ ○

पहिल्या समानव चांद्रमोहिमेचे सामाजिक परिणाम आणि पुढे

अपोलो-८ ही प्राथमिक स्वरूपाची अशी चांद्रमोहीम पार पडल्यानंतरच अवघ्या पृथ्वीवासियांच्या चित्तवृत्ती उल्हासित झाल्या होत्या. मानवी उत्क्रांतीच्या टप्प्यातील हे वेगळेच धाडस होते. अपोलो-११ मोहिमेनंतर माणसाच्या या धाडसावर शिक्कामोर्तबच झाले म्हणावे लागेल. कधी काळी हाता-पायावर चालणारा आपला पूर्वज फक्त पायांवर चालू लागला आणि त्याच्या आयुष्याला वेगळे वळण मिळाले. (विस्तृतपणे सांगण्याची आवश्यकता नसावी!) त्याच्या वेगळ्या वागण्यातून आपण आज इथपर्यंत येऊन पोहोचलो आहोत.

सुमारे ५० कोटी लोकांनी दूरदर्शनच्या माध्यमातून अपोलो-११ मोहीम पाहिली असल्याचा दावा केला जातो. माणसाचे चंद्रावरचे आरोहण हा प्रसंग लोकांनी दूरदर्शन संचासमोर गर्दीने बसून बघण्याचा पहिलाच प्रसंग असावा. वर्तमानपत्रांच्या माध्यमातून या चांद्रमोहिमेची खबरबात सगळ्या जगाच्या कानाकोपऱ्यात जात राहिली आणि अर्थातच या मोहिमेबद्दल विविध प्रतिक्रिया उमटल्या.

अमेरिकेतील मानवी हक्क चळवळीचे अग्रणी राल्फ ॲबर्नथी म्हणाले की, 'हा पैसा व्यर्थ गेला आहे. न्यूयॉर्क शहराजवळील गरीब आर्थिक परिस्थिती असलेल्या हार्लेम नगरपालिकेच्या सुधारणेसाठी हा पैसा वापरायला हवा होता.'

प्रसिद्ध लेखक आणि द्रष्टे भविष्यवेत्ते ऑर्थर क्लर्क यांनी लिहिले की, 'अवकाश मोहिमेसाठी खर्च होत असलेला निधी म्हणजे मानवतेच्या भविष्यासाठी दिलेला इसार (आगाऊ रक्कम) आहे.'

'अरे हा तर उत्क्रांतीच्या शेकडो कोटी वर्षांचा निकाल आहे!' असे रे ब्रॅडबरी या विज्ञान लेखकाने त्यांचे मत व्यक्त केले. पृथ्वीची उत्क्रांती व्हायला चारशे-साडेचारशे आणि त्यात माणसाची उत्क्रांती व्हायला किमान काही कोटी वर्षे खर्ची पडली आहेत. यावरून ब्रॅडबरींचे मताबद्दल तुम्हा-आम्हाला काय वाटते?

जगताल्या प्रत्येक व्यक्तीने त्याच्या विचारसरणीनुसार किंवा बौद्धिक कुवतीनुसार या घटनेकडे पाहिले. मात्र एक घडले, माणूस चंद्रावर जाण्याआधीचे जग आणि जाऊन आल्यानंतरचे जग अशी एक खास विभागणी झाली. याआधीही युद्धे-महायुद्धे, राजवटी-राजे किंवा वैज्ञानिक शोधांच्या अनुषंगाने जगामध्ये कालखंडांच्या विभागण्या झाल्या होत्या. मात्र या घटनेमुळे माणसाचा माणसाकडे बघण्याचा दृष्टिकोन बदलला होता.

पृथ्वीबाह्य जगाच्या दृष्टिकोनातून माणसाच्या नगण्य अस्तित्वाची जाणीव करून देणारा हा कालखंड ठरला. खगोलशास्त्रामध्ये अदृश्य माध्यमांद्वारे म्हणजे रेडिओ, अवरक्त, नीलातीत, क्ष आणि गॅमा किरणांचे संवेदन करणाऱ्या दुर्बिणींमधून खगोलीय घटक-वस्तूंचा वेध घेण्यास प्रारंभ झाला होता. त्यातच प्रत्यक्ष चंद्राला स्पर्श करता आला. तिथून पृथ्वीकडे पाहिले असता ती अगदी एकाकी दिसली. विश्वात शांतपणे पहुडलेल्या अवस्थेत असलेल्या पृथ्वीचे परिवलन आणि परिभ्रमण जाणवतही नव्हते.

यामुळेच की काय, माणसानेच निर्माण केलेल्या आणि माणसा-माणसांत भेदभाव निर्माण करणाऱ्या वंश, धर्म, जात, पंथ, संप्रदायांचा फोलपणा कळला होता. पृथ्वीवरच्या सृष्टीत स्वतःला श्रेष्ठ समजणारा माणूस एकटा असल्याचे जाणवत होते. अद्याप तरी विश्वात माणसाला कुणीही मित्र-सखा-शेजारी-सहकारी नसल्याचे अधोरेखित झाले. यापैकी कुणाचा शोध घेणेही तितके सोपे नसल्याची जाणीव झाली.

'माणूस जर चंद्रावर जातोय, तर त्याला आता अशक्य असे काय आहे?' असा एक वाक्यप्रयोग दैनंदिन व्यवहारांत सर्वसामान्यांमध्ये प्रचुर झाला.

अपोलो-११ या चांद्रभूमीवर आरोहण करणाऱ्या अवकाशमोहिमेचे कला क्षेत्रात पडसाद न उमटते तर नवलच. वैज्ञानिक संकल्पनांच्या आधारे कल्पनांचे इमले रचणाऱ्या पाश्चात्य चित्रपट संस्कृतीत चांद्रमोहिमेच्या आधीच चित्रपट निर्माण झाले होते. या मोहिमेनंतर कल्पनेपेक्षा वास्तवाच्या जवळ जाणारे चित्रपट निघू लागले. जे चित्रपटांबाबत घडले तेच पुस्तकांबाबतही झाले. अपोलो-११ आणि आधीच्या तसेच भविष्यातील मोहिमांवर भाष्य करणारी पुस्तकेही लिहिली गेली. कथा-कविता-सांगीतिका-दूरदर्शनवरील कार्यक्रम इत्यादी प्रकार ओघाने आलेच. शालेय शिक्षणात समानव चांद्रमोहिमेचा समावेश न झाला तरच नवल होते. चांद्रमोहीम हा निबंधाचा हमखास विषय म्हणून रुढ झाला.

माणूस चंद्रावर जाऊन आला, त्याला आता अर्धशतक उलटून गेले. त्यानंतर आता मंगळ मोहिमेचे वेध लागले आहेत. चंद्रापर्यंत जायला आणि परतायला साधारण तीन अधिक तीन दिवस लागतात. फार तर एखादा आठवडा म्हणू या. पृथ्वीपासून मंगळ अंदाजे सरासरी २२.५ कोटी किलोमीटर अंतरावर आहे. या अंतरासाठी आजच्या अद्ययावत तंत्रज्ञानाच्या साहाय्याने माणसाला तिथपर्यंत पोहोचायला सुमारे १५० ते ३०० दिवस लागू शकतात. म्हणजे एक किंवा दोन वर्षांची मोहीम. एवढ्या दीर्घ अंतराळ प्रवासादरम्यान माणूस कसा काय टिकाव धरेल? त्यासाठी काय उपाययोजना कराव्या लागतील? अर्थात माणूस त्यावर संशोधन करत आहेच.

तर, अशी ही अपोलो-११ नामक समानव चांद्रभूमीवर आरोहण करणारी पहिली अवकाशयान मोहीम!

अपोलो-११ मोहिमेबाबत उपस्थित केलेल्या शंका आणि त्यांचे निराकरण

अपोलो-११ ही मोहीम यशस्वीरीत्या पार पडल्यानंतरही या मोहिमेबाबत शंका घेण्यात आल्या. नव्हे, ही मोहीम झालीच नाही किंवा ही मोहीम म्हणजे नासाकडून एक प्रकारची धूळफेक करण्यात आली, इथपर्यंत तारे तोडले गेले. अगदी या मोहिमेची छायाचित्रे दाखवूनही प्रश्न/शंका उपस्थित करण्यात आल्या. अर्थातच त्यांची शास्त्रीय उत्तरे देण्यात आली. खरे तर अपोलो-११ मोहीम, आणि इतर अवकाशविषयक कार्यक्रम तसेच रशियाचेही योगदान आणि संबंधित विज्ञान-तंत्रज्ञान समजावून घेतले तर प्रश्नच निर्माण होणार नाहीत. पण झालेल्या कामगिरीत कुठेतरी दोषच शोधत राहणे, त्रुटींचाच मागोवा घेणे आणि तेवढ्याचाच कांगावा करत यशस्वी कामगिरीला चुकीचे ठरवणे हा मनुष्यस्वभावाचा एक भाग आहे.

अपोलो-११ मोहिमेच्या सत्यतेबद्दल कोणते प्रश्न विचारले गेले, शंका उपस्थित केल्या गेल्या आणि त्यावर काय उत्तरे देण्यात आली ते आपण थोडक्यात पाहू :

चंद्रावर जर वातावरण, हवा नाही तर मग राष्ट्रध्वज फडकतोच कसा?

पहिला मुद्दा म्हणजे राष्ट्रध्वज हा नायलॉन प्रकारातील प्लास्टिकचा होता. त्याच्या वरच्या बाजूने एक धातूची तार जोडण्यात आली होती. त्यामुळे राष्ट्रध्वज फडकल्यासारख्या अवस्थेत राहणे अपेक्षित आहे.

पृथ्वीभोवतालच्या वातावरणातून बाहेर पडताना व्हॅन ॲलन नामक शक्तिशाली चुंबकीय पट्टा आहे असे विज्ञानच सांगते. मग या पट्ट्यातून पुढे जाताना अवकाशयान जळून कसे गेले नाही?

पृथ्वीभोवतालचा व्हॅन ॲलन पट्टा हा शक्तीशाली चुंबकीय शक्तीचा आहे जो हानिकारक सौर वातांपासून पृथ्वीवरील सजीवांचे संरक्षण करतो. या पट्ट्याच्या अभ्यासातून असे दिसले होते की जर या पट्ट्यात दीर्घ काळ म्हणजे काही दिवस वास्तव्य झाले तर ते निश्चितच सजीवांना हानिकारक आहे. अवकाशयान पुरेशी काळजी घेऊन (म्हणजे हानी होऊ न देणाऱ्या आवरणाचे अवकाशयान) काही मोजक्या तासांमध्ये ज्या वेळी या पट्ट्यातून प्रवास करते, तेव्हा त्याच्यावर होणारा परिणाम नगण्य स्वरूपाचा असतो. साधारणतः माणसाची क्ष-किरण तपासणी करताना क्ष-किरणांचा जेवढा प्रभाव पडतो, तेवढाच प्रभाव व्हॅन ॲलन पट्ट्याचा अंतराळवीरांच्याही शरीरावर पडतो.

चांद्रभूमीवरील अंतराळवीरांच्या सावल्या वेगवेगळ्या दिशेने पडलेल्या का दिसत आहेत?

अंतराळवीरांच्या सावल्या विरुद्ध दिशेला नाहीत. सूर्य एका दिशेने होता, तरी चांद्रभूमीवरील उंचसखल भागांवर दोन ठिकाणांच्या सावल्यांची दिशा किंचित बदलणे स्वाभाविक आहे. आपल्याला हा प्रयोग पृथ्वीतलावरही पडताळून बघता येईल.

चांद्रभूमीवर कॅमेऱ्यातून छायाचित्रे निघालीच कशी? तिथल्या वातावरणाचे तापमान तर शंभर अंश सेल्सिअस असताना छायाचित्रणाची फीत जळून कशी गेली नाही?

सर्वप्रथम, तिथल्या वातावरणाचे तापमान शंभर अंश सेल्सिअस नव्हते. अपोलो-११ अंतराळयान उतरले तो परिसर चंद्राची दिसणारी आणि न दिसणारी बाजू यांच्या दरम्यानचा होता. तसेच मोहिमेच्या वेळी सूर्य क्षितिजावर होता. त्यामुळे तापमान उणे २३ ते ७ अंश सेल्सिअसच्या दरम्यान बदलल्याची नोंद आहे. तसेच कॅमेऱ्याची फीत ही कॅमेऱ्याच्या आत असते, बाहेर नसते. यामुळे फीत जळली नाही आणि छायाचित्रेही निघाली.

चांद्रभूमीवर अंतराळवीरांच्या बुटांचा ठसा उमटला कसा?

असे समजले जाते की, ठसा उमटण्यासाठी ओलसर माती किंवा चिखल गरजेचा असतो. मात्र कोरड्या मातीतही ठसा उमटू शकतो. चंद्राच्या जमिनीवर ओलसर माती किंवा चिखल नव्हता, तर तिथे अतिशय बारीक भुकटीसारख्या मातीचा पृष्ठभाग होता. त्यामुळे अंतराळवीरांच्या पावलांचा म्हणजे बुटांचा ठसा उमटला आणि वातावरण किंवा हवा नसल्यामुळे तो टिकलासुद्धा.

अवकाशात तर लाखोंच्या संख्येने उल्कापात होत असतात; मग अंतराळयानाला किंवा अंतराळवीरांना काहीच कसे झाले नाही?

होय, सौर मालिकेच्या अवकाशात लाखोंच्या संख्येने अशनी आहेत. मात्र त्यांची घनता सगळ्या वेळी सारखीच नसते. दुसरे असे की, चंद्रादरम्यानचे अवकाश त्या तुलनेत अतिशय लहान आहे. चंद्रावर जाण्याआधी उल्कापातांचा वेध घेण्याचाही अभ्यास-संशोधन झाले होते. तसेच अवकाशयानाचे आवरण उल्का किंवा तत्सम खगोलीय घटकाचा प्रतिकार करण्यासाठी तयार केले गेले होते. माणसाच्या प्रयत्नाला निसर्गाचीही साथ मिळाल्यामुळे अवकाशयानाचे नुकसान किंवा अघटित असे काहीही घडले नाही.

अपोलो-११ अवकाशयान उतरले तिथे विवर होते. मग त्या विवरात अवकाशयान कसे गेले नाही?

अवकाशयान उतरले ते विवर क्षेत्र, म्हणजे तो विवरसदृश्य मोठा परिसर आहे. अवकाशयान उतरण्यासाठी काळजीपूर्वक निवडण्यात आलेली जागा त्या तुलनेत अतिशय लहान आकाराची, फारसा उंचसखलपणा असलेली किंवा मोठा डोंगर-पर्वतमय अशी नव्हती. अवकाशयान खाली जाईल असा खोल भाग तिथे नव्हता. तिथे साधारणतः सपाट जमीन होती, मात्र तिच्यावर दगड-माती-धूळ होते.

जर शास्त्रीय पद्धतीने चांद्रमोहीम समजावून घेतली तर, हे प्रश्न उत्तरे देण्यासाठी मुळीच अवघड नाहीत असे जाणवेल.

पहिल्या समानव चांद्रमोहिमेनंतर पुढे...

या मोहिमेनंतरही नासाकडून अपोलो मालिकेतील समानव अवकाशमोहिमा होत राहिल्या. अपोलो-११नंतर तीन महिन्यांत अपोलो-१२ मोहीम पार पडली. आधीच्या तुलनेत अधिक अचूक जागी, अचूक वेळेत अवकाशयान उतरवण्यात आले. अंतराळवीर तब्बल ३२ तास चांद्रभूमीवर होते. दोन वेळा सुमारे तीनचार तासांच्या कालावधीत अंतराळवीरांनी पदभ्रमण केले. या मोहिमेतील वैज्ञानिक प्रयोगांची संख्याही जास्त होती.

पुढच्या वर्षीच्या एप्रिलमधील अपोलो-१३ समानव चांद्रमोहीम पार पडली. या मोहिमेकडून जास्त अपेक्षा ठेवण्यात आल्या होत्या. पण अपोलो-१३चे अवकाशयान चांद्रभूमीवर उतरताना मोठी समस्या उद्भवली. नियंत्रण-उपकरण कुपीच्या उपकरणभागात प्राणवायूचा साठा असलेल्या टाकीचा स्फोट झाला. यामुळे चंद्रावर उतरणे तर सोडाच; पण पृथ्वीवर सुरक्षितपणे परतणेही शक्य नव्हते. अशा महाकाय बिकट परिस्थितीत, हाताशी दुरुस्तीची फारशी साधने नसताना अंतराळवीरांना परतण्याशिवाय मार्गच नव्हता. अंतराळवीरांच्या कुपीतील वातावरणाचे नियंत्रण विस्कळित झालेले, उच्छ्वासातून बाहेर पडत असलेल्या कार्बन डायऑक्साईड वायूच्या व्यवस्थापनाची समस्या आणि पिण्यासाठी शिल्लक राहिलेले अत्यल्प पाणी या संकटांना सामोरे जात अंतराळवीर पृथ्वीवर कसे परतले असतील याची कल्पनाच केलेली बरी!

१९७१मधील अपोलो-१४ आणि १५ मोहिमांसाठी मात्र कुठलेही संकट उभे राहिले नाही. अपोलो-१४ मोहिमेदरम्यान चांद्रभूमीबरोबरच प्रथमच अवकाशात पदार्थांवर वैज्ञानिक प्रयोग करण्यात आले तर अपोलो-१५च्या वेळी अंतराळवीर चांद्रभूमीवर तीन दिवस थांबले. या वेळी तर अंतराळवीरांनी चांद्रभूमीवर फेरफटका मारण्यासाठी एक खास चारचाकी गाडीच (रोव्हर) आणली होती.

अपोलो-१६ आणि १७ मोहिमा १९७२मध्ये झाल्या. या वेळी चांद्रभूमीवर उतरण्यासाठी जागांची निवड बदलण्यात आली होती. अपोलो-१६ मोहिमेचे अंतराळवीर छोट्या आकाराच्या विवरक्षेत्रात उतरले तर अपोलो-१७चे अवकाशयान दरीसदृश परिसरात उतरले. यासाठी रोव्हर बरोबर होताच. अपोलो-१७ मोहिमेमधून खास भूगर्भ शास्त्रज्ञालाच चंद्रावर पाठवण्यात आले.

नासाने अपोलो-१८, १९ आणि २० मोहिमांचेही नियोजन केले होते. परंतु काही कारणांनी त्या रद्द करण्यात आल्या. या मोहिमांची सामग्री - अग्निबाण, अवकाशयानांचे घटक इत्यादी अंतराळस्थित प्रयोगशाळेसाठी (स्कायलॅब) वापरण्यात आले.

प्रत्येक समानव चांद्रमोहिमेच्या वेळी तिथल्या भूमीवरून आणलेल्या घटकांमध्ये भरच पडत गेली. चांद्रभूमीवरील घटकांचा अभ्यास करण्यासाठी आता जपान, जर्मनी, इस्त्राईल, चीन या देशांनीही मोहिमा राबवल्या आहेत. अभिमानाने सांगण्याची बाब म्हणजे भारत देशही चांद्रमोहिमेबाबत मागे नाही.

अपोलो-११नंतर चांद्रस्पर्धेला विराम मिळाला, हे एक बरेच झाले. स्पर्धा, मग ती कशाचीही असो, ती निकोपच असायला हवी. स्पर्धेत राक्षसी महत्त्वाकांक्षा नको. आणि स्पर्धेचे रूपांतर सहयोगात झाले, तर मग मनुष्यत्वाला आणखीच झळाळी येते. दुसऱ्या महायुद्धात सुरू झालेली क्षेपणास्त्रांची स्पर्धा शीतयुद्धात, शीतयुद्ध अवकाशस्पर्धेत आणि अवकाशस्पर्धा चांद्रस्पर्धेत रूपांतरित होऊन थांबली होती.

स्पर्धा थांबवून सहयोगासाठीचे पहिले पाऊल पडले १९७०च्या ऑक्टोबर महिन्यात. सोव्हिएत ॲकॅडेमी ऑफ सायन्सेसचे अध्यक्ष डॉ. केल्डिश यांना नासाचे प्रमुख थॉमस पॅनी यांनी संयुक्त अवकाशमोहिमांबाबत प्रस्ताव मांडणारे पत्र लिहिले. या पत्राला डॉ. केल्डिश यांनी सकारात्मक प्रतिसाद दिला आणि अवकाश सहयोगाचे युग सुरू होण्याची आशा पल्लवित झाली. १९७१मध्ये एकीकडे नासाची अपोलो-१४ समानव चांद्रमोहीम यशस्वी होत होती तर दुसरीकडे रशियाचे सॅल्युट-१ हे अवकाशस्थानक आकाराला आले होते. यानंतर संयुक्त अवकाशमोहिमेला वेग आला. अखेर १९७२च्या एप्रिल महिन्यात अपोलो-सोयुझ चाचणी प्रकल्पावर एकमत झाले. तीन वर्षांनंतर हा प्रकल्प प्रत्यक्षात येणार होता.

१५ जुलै १९७५ रोजी अमेरिकेच्या केनेडी स्पेस सेंटरच्या उड्डाणमंचावरून अपोलो-१११ हे अवकाशयान (नियंत्रक-उपकरण कुपी) अवकाशात झेपावले. या अवकाशयानात थॉमस स्टॅफर्ड, वॅन्स ब्रॅन्ड आणि डोनाल्ड स्लिटॉन होते. त्यानंतर आठ तासांनी रशियातील बैकोनूरच्या गागरीन उड्डाणमंचावरून सोयुझ-१९ हे अवकाशयान (नियंत्रक-उपकरण कुपी) अवकाशात प्रक्षेपित झाले. या अवकाशयानात ॲलेक्सी लिनोव्ह आणि वॅलेरी क्युबसॉव होते. पुढे दोन दिवसांनी या दोन्ही अवकाशयानांची एकत्र जोडणी साध्य झाली. जागतिक प्रमाणवेळेनुसार दुपारी ४:२० वाजता ॲलेक्सी आणि वॅलेरी सोयुझमधून अपोलोमध्ये आले. अपोलोत थॉमस, वॅन्स आणि डोनाल्ड यांनी हस्तांदोलन करत त्यांचे स्वागत केले. स्पर्धा संपून सहयोगाने अवकाशमोहिमा राबवण्याची ही नांदी होती.

दुर्दम्य इच्छाशक्ती असणाऱ्या माणसासाठी 'चंद्रावर उमटलेले पाऊल' ही तर एक सुरुवात ठरली. विश्वातील आपल्या पृथ्वीचे स्थान पाहता हे केवळ घराच्या अंगणात टाकलेले एक पाऊल ठरले. आता विश्वाचा धांडोळा घेण्यासाठी सूर्यमालेतील ग्रहांकडे आणि त्याही पलीकडे जाण्याचे वेध आता त्याला लागले आहेत. अवकाशमोहिमांच्या माध्यमातून मानवी पाऊल नक्कीच आणखी पुढे पडेल.

तूर्तास थांबू या? या सगळ्याविषयी पुन्हा कधीतरी; पुस्तक अजून अपूर्ण आहे!

◆◆◆

लेखक परिचय

सुधीर फाकटकर

मु. पो. खोडद
ता. जुन्नर, जि. पुणे ४१० ५०४
भ्रमणध्वनी : ९७६६ ७८३४६७,
९४०३ १८८१८९
Email : sudhirphakatkar@gmail.com

- टाटा मूलभूत संशोधन संस्थेच्या मीटर तरंगलांबीची महाकाय रेडिओ दुर्बीण (जीएमआरटी) खोडद (ता. जुन्नर, जि. पुणे) येथील दुर्बीण प्रकल्पात इलेक्ट्रॉनिक्स तंत्रज्ञ म्हणून २९ वर्षांपासून कार्यरत
- विज्ञान-तंत्रज्ञान प्रसाराच्या कार्यात सक्रिय सहभाग. या कार्याचा भाग म्हणून रेडिओ खगोलशास्त्र आणि रेडिओ दुर्बिणीची ओळख करून देणारे रेडिओ दुर्बीण अदृश्य विश्वाचा वेध या पुस्तकचे लेखन. या पुस्तकाला महाराष्ट्र ग्रंथोत्तेजक, पुणे या संस्थेचा पुरस्कार
- भारतीय रेडिओ खगोलशास्त्राचे जनक डॉ. गोविंद स्वरूप यांचे चरित्रलेखन (विज्ञानयात्री डॉ. गोविंद स्वरूप)
- वर्तमानपत्रे आणि नियतकालिकांमधून विज्ञानतंत्रज्ञानाशी संबंधित स्फुटलेखन
- दै. सकाळच्या रविवार सप्तरंग पुरवणीत 'विज्ञानक्षेत्रे' या सदराचे लेखन
- आकाशवाणी मुंबईकरिता विज्ञानविषयक कार्यक्रमांचे लेखन
- विज्ञानतंत्रज्ञानविषयक कार्यशाळा, शिबिरे व परिसंवादांमध्ये सहभाग
- खोडद येथील खोडद ग्रामीण विज्ञान केन्द्रात मार्गदर्शक म्हणून कार्यरत

www.ingramcontent.com/pod-product-compliance
Lightning Source LLC
LaVergne TN
LVHW100240051026
849517LV00006B/1941